मनोगत

सावित्रीबाई फुले पुणे विद्यापीठाने २०२०-२१ या शैक्षणिक वर्षापासून मानसशास्त्र विषयाच्या तृतीय वर्षाच्या प्रथम सत्रासाठी 'औद्योगिक आणि संघटनात्मक मानसशास्त्र' या पेपरचा नवीन अभ्यासक्रम निर्धारित केलेला आहे.

या संदर्भातील मराठी माध्यमाच्या विद्यार्थ्यांची गरज तत्परतेने पूर्ण करण्यासाठी सदरची पाठ्यपुस्तक-आवृत्ती डायमंड प्रकाशन उपलब्ध करून देत आहे. सोबत जोडलेल्या नवीन-अभ्यासक्रमाच्या मराठी भाषांतरित प्रतीवरून याची सहज खात्री पटेल.

विद्यार्थी व मानसशास्त्राच्या अध्यापकांप्रमाणेच मानसशास्त्राची जिज्ञासा असणारे सामान्य वाचक या पुस्तकाचे स्वागत करतील अशी अपेक्षा आहे.

अपेक्षा व सूचनांचे सदैव स्वागत आहेच.

प्रा. केशव गाडेकर, डॉ. पुंडलिक रसाळ
डॉ. दिगंबर दरेकर, प्रा. अभिमन्यू ढोरमारे

लेखक–परिचय

प्रा. केशव ना. गाडेकर

- चां. ता. बोरा महाविद्यालय, शिरूर, जि. पुणे येथे मानसशास्त्र विभाग प्रमुख म्हणून कार्यरत.
- 'आधुनिक सामान्य मानसशास्त्र' आणि प्रगत सामाजिक मानसशास्त्र या दोन्ही ग्रंथांचे सहलेखक म्हणून लेखनकार्यात सहभाग.
- 'शैक्षणिक शाखा आणि नियंत्रण केंद्र' या विषयावरील विद्यापीठ अनुदान–आयोगाने मंजूर केलेल्या लघुशोध प्रकल्पाचे काम सुरू.
- मानवी शिक्षण संस्थेचा 'मानसशास्त्रातील व्यावसायिक कौशल्य' हा पदविका अभ्यासक्रम पूर्ण.
- परिसरातील शालेय शिक्षकांना आणि विद्यार्थ्यांना समुपदेशन प्रक्रियेबाबत मार्गदर्शन.

डॉ. पुंडलिक वि. रसाळ

- प्राचार्य, म. वि. प्र. समाजाचे, कर्मवीर गणपत दादा मोरे कला, वाणिज्य आणि विज्ञान महाविद्यालय, निफाड, जि. नाशिक.
- अध्यक्ष – मानसशास्त्र अभ्यासमंडळ, पुणे विद्यापीठ, पुणे.
- सदस्य – विद्यापरिषद, पुणे विद्यापीठ, पुणे.
- कौटुंबिक समायोजन व मार्गदर्शन–पुस्तक चौथे – सहलेखन. य.च.म.मु. विद्यापीठ, नाशिक.
- एम. फील व पीएच. डी. साठी पुणे विद्यापीठ, उत्तर महाराष्ट्र विद्यापीठ येथे मार्गदर्शक म्हणून कार्यरत.

सावित्रीबाई फुले पुणे विद्यापीठ-तृतीय वर्ष कला शाखेच्या (T. Y. B. A.)
२०२१-२२च्या सुधारित अभ्यासक्रमानुसार (CBCS पॅटर्न) लिहिलेले क्रमिक पुस्तक
तसेच महाराष्ट्रातील इतर सर्व विद्यापीठांना उपयुक्त.

औद्योगिक आणि संघटनात्मक मानसशास्त्र

(सत्र ५)

Industrial and Organizational Psychology

(Semester V)

प्रा. केशव गाडेकर

डॉ. पुंडलिक रसाळ

डॉ. दिगंबर दरेकर

प्रा. अभिमन्यू ढोरमारे

डायमंड पब्लिकेशन्स

औद्योगिक आणि संघटनात्मक मानसशास्त्र (सत्र ५)
प्रा. केशव गाडेकर, डॉ. पुंडलिक रसाळ
डॉ. दिगंबर दरेकर, प्रा. अभिमन्यू ढोरमारे

Audyogik ani Sanghatanatmak Manasshatra (Semester V)
Prof. Keshav Gadekar, Dr. Pundalik Rasal
Dr. Digambar Darekar, Prof. Abhimanyu Dhormare

प्रथम आवृत्ती : २०२१

ISBN : 978-93-91948-21-4

मुखपृष्ठ
शाम भालेकर

अक्षरजुळणी
डायमंड पब्लिकेशन्स, पुणे

प्रकाशक
डायमंड पब्लिकेशन्स
२६४/३ शनिवार पेठ, ३०२ अनुग्रह अपार्टमेंट
ओंकारेश्वर मंदिराजवळ, पुणे-४११ ०३०
☎ ८६०००१०४१६, ०२०-२४४५२३८७, २४४६६६४२
info@dpbooks.in

ऑनलाईन पुस्तक खरेदीसाठी भेट द्या
www.dpbooks.in

- 'शेतकऱ्यांची मूल्ये' या विषयावरील विद्यापीठ अनुदान मंडळाचा लघुशोध प्रकल्प सुरू.
- समुपदेशन शास्त्रीय प्रक्रिया व उपयोजन – सहलेखक म्हणून सहभाग.
- राज्य, राष्ट्र आणि आंतरराष्ट्रीय स्तरावर ८ संशोधन – पेपर प्रसिद्ध.

डॉ. दिगंबर ज. दरेकर

- डॉ. बी. एन. पुरंदरे कला, श्रीमती एस. जी. गुप्ता वाणिज्य व विज्ञान महाविद्यालय, लोणावळा येथे विभागप्रमुख म्हणून कार्यरत.
- तीन ग्रंथांचे सहलेखक म्हणून लेखनात सहभाग : १) सामाजिक मानसशास्त्र, २) सूक्ष्मकौशल्ये–मानसशास्त्रीय समुपदेशन प्रक्रियेचा गाभा, ३) मानवी वर्तन–मानसशास्त्रीय जाण व समुपदेशन
- मानसशास्त्र, सावित्रीबाई फुले पुणे विद्यापीठ अभ्यासमंडळ सदस्य.
- सावित्रीबाई फुले, पुणे विद्यापीठ पीएच. डी. साठी मार्गदर्शक.
- राज्य व राष्ट्रीय स्तरावरील ५ शोधनिबंध प्रसिद्ध.
- मानवी शिक्षण संस्थेची मानसशास्त्रातील व्यावसायिक कौशल्ये पदविका प्राप्त.
- रेव्हन्स् प्रोग्रेसिव्ह मेट्रायसेस (RPM) चाचणीचे आदिवासी मानदंड प्रकल्पात सहभाग.

प्रा. अभिमन्यू रा. ढोरमारे

- बाबुजी आव्हाड महाविद्यालय, पाथर्डी, जि. अहमदनगर येथे मानसशास्त्र विभागप्रमुख म्हणून कार्यरत.
- सामाजिक मानसशास्त्र (उन्मेष प्रकाशन) या शीर्षकाचे पुस्तक प्रकाशनाच्या वाटेवर.
- पाथर्डी परिसरातील विद्यार्थ्यांना समुपदेशन व मार्गदर्शन.

अनुक्रम

• प्रस्तावना

• लेखक परिचय

१. औद्योगिक आणि संघटनात्मक मानसशास्त्राचे स्वरूप आणि व्याप्ती (Nature and Scope of Industrial and Organisational Psychology) १

२. कर्मचारी निवड आणि प्रशिक्षण (Personal Selection and Training) २५

३. कार्य-निर्वर्तनाचे मूल्यमापन (Evaluating Job Performance) ८५

४. कार्यप्रेरणा (Motivation at Work) ११६

• संदर्भ सूची १५१

१ औद्योगिक आणि संघटनात्मक मानसशास्त्राचे स्वरूप आणि व्याप्ती

Nature and Scope of Industrial and Organisational Psychology

१.१ औद्योगिक आणि संघटनात्मक मानसशास्त्र-अर्थ, अभ्यासविषय आणि कार्ये (Industrial and Organisational Psychology - Meaning, Subject Matter and Functions)

१.२ औद्योगिक आणि संघटनात्मक मानसशास्त्राचा इतिहास (The History of I/O Psychology)

१.३ औद्योगिक आणि संघटनात्मक मानसशास्त्राचा वर्तमानकाळ (I/O Psychology in the Present)

१.४ औद्योगिक आणि संघटनात्मक मानसशास्त्राचे भविष्य (Future of I/O Psychology)

१.५ उपयोजन-उद्योग आणि शिक्षण संस्था यांचा परस्पर संबंध (Application - Industry - Academia Connect)

प्रास्ताविक :

मानव आणि प्राणीवर्तनाचा आणि त्यांच्या मानसिक प्रक्रियांचा शास्त्रीयअभ्यास म्हणजे 'मानसशास्त्र' होय अशी मानसशास्त्राची व्याख्या केली जाते. हे एक शास्त्र आहे. कारण शास्त्रीय संशोधनाच्या भौतिक, रसायन, जीव, वैद्यक आदी क्षेत्रांमध्ये अभ्यास आणि संशोधन करण्यासाठी त्या - त्या क्षेत्रातील संशोधक ज्या कठोर, विश्वसनीय आणि यथार्थ पद्धतींचा अवलंब करतात, त्याच पद्धतींच्याद्वारे मानसशास्त्रज्ञ वर्तनाचा

आणि मानसिक प्रक्रियांचा अभ्यास करताना आढळतात. अभ्यास क्षेत्र आणि विषयपरत्वे काही संशोधन अधिक जैविक स्वरूपाचे तर काही संशोधन अधिक सामाजिक स्वरूपाचे होत असले तरी त्या प्रत्येकामागे ज्ञानप्राप्ती करणे, सिद्धान्तांची निर्मिती करणे व प्रस्थपित सिद्धान्तातील तत्त्वांच्या उपयोजनाद्वारे समस्यांचे निरसन करून जीवन अधिकाधिक सुखी व समृद्ध करणे हा प्रमुख हेतू असतो. जीवनाच्या सर्वच क्षेत्रातील समस्या सोडविण्यासाठी आज मानसशास्त्र महत्त्वाची भूमिका बजावत असल्याने, मानसशास्त्रज्ञ नेमकी कोणती कार्ये पार पाडतात याविषयी एकच एक अशी स्पष्ट आणि अचूक प्रतिमा तयार करणे कठीण आहे; कारण आज मानसशास्त्रज्ञ आधुनिक जीवनाच्या विविध क्षेत्रांमध्ये विभागलेले व भिन्न भिन्न कार्ये पार पाडत असलेले दिसून येतात व त्यामुळे मानसशास्त्राची विविध क्षेत्रे वा शाखाही उदयाला आलेल्या दिसतात.

मानसशास्त्रज्ञ पार पाडत असलेल्या भूमिका व कार्यांच्या आधारे मानसशास्त्राचे वर्गीकरण केले जाते तेव्हा मानसशास्त्र मुख्यत: दोन क्षेत्रांमध्ये विभाजित केले जाते. एक म्हणजे सैद्धांतिक मानसशास्त्र आणि दुसरे म्हणजे उपयोजित मानसशास्त्र.

सैद्धांतिक मानसशास्त्राच्या क्षेत्रात काम करणारे मानसशास्त्रज्ञ वर्तन आणि मानसिक प्रक्रियांविषयी वस्तुनिष्ठ माहिती प्राप्त करणे, वर्तनाचे नियमन करणाऱ्या तत्त्वांचा शोध घेरेणे व सिद्धान्तांची निर्मिती करणे, इत्यादी कार्ये पार पाडण्याला प्राधान्य देतात तर वर्तनाविषयी मांडलेल्या तत्त्वांचा आणि सिद्धान्तांचा उपयोग करून जीवनातील विविध समस्यांचे निराकरण करणे ही कार्ये उपयोजित मानसशास्त्राच्या क्षेत्रात काम करणाऱ्या मानसशास्त्रज्ञांद्वारे पार पाडली जातात. सैद्धांतिक मानसशास्त्रांतर्गत प्राणी मानसशास्त्र, प्रायोगिक मानसशास्त्र, सामाजिक मानसशास्त्र, वैकासिक मानसशास्त्र, मनोविकृती मानसशास्त्र इत्यादी क्षेत्रांचा समावेश होतो; तर उपयोजित मानसशास्त्रात शैक्षणिक मानसशास्त्र, चिकित्सा मानसशास्त्र, औद्योगिक आणि संघटनात्मक मानसशास्त्र, क्रीडा मानसशास्त्र, सौनिकी मानसशास्त्र इत्यादी विविध क्षेत्रांचा समावेश होतो. अमेरिकन सायकॉलॉजिकल असोसिएशनने (२००४) केलेल्या वर्णनानुसार आज सैद्धांतिक आणि उपयोजित अशा दोन्हीही मानसशास्त्राच्या क्षेत्रांमध्ये ५३ मानसशास्त्रीय शाखा कार्यरत आहेत; यावरून मानसशास्त्र किती झपाट्याने विकसित होत आहे याची कल्पना येते; तसेच औद्योगिक व संघटनात्मक मानसशास्त्र ही एक उपयोजित मानसशास्त्राची शाखा आहे, हे ही स्पष्ट होते, प्रस्तुत ग्रंथामध्ये औद्योगिक आणि संघटनात्मक क्षेत्रात मानसशास्त्राचे उपयोजन कसे केले जाते याविषयी सविस्तर लेखन, विचार मांडलेला आहे.

१.१ औद्योगिक आणि संघटनात्मक मानसशास्त्र-अर्थ, अभ्यासविषय आणि कार्ये (Industrial and Organisational Psychology - Meaning, Subject Matter and Functions)

आत्तापर्यंत केलेल्या विवेचनामध्ये आपण असे पाहिले की, मानसशास्त्रात वर्तनाचा आणि मानसिक प्रक्रियांचा अभ्यास केला जातो. वर्तनाचे वर्णन, स्पष्टीकरण, नियंत्रण आणि भाकीत करणे हा त्यामागचा मुख्य हेतू असतो. त्यासाठी कधी सैद्धांतिक तर कधी उपयोजित दृष्टिकोन स्वीकारलेला असतो. आता आपण औद्योगिक व संघटनात्मक मानसशास्त्राची व्याख्या, स्वरूप, व्याप्ती आणि कार्ये इत्यादी बाबींची चर्चा करणार आहोत.

अमेरिकन सायकॉलॉजिकल असोसिएशनने केलेल्या वर्गीकरणानुसार औद्योगिक आणि संघटनात्मक मानसशास्त्र ही उपयोजित मानसशास्त्राची शाखा आहे. या शाखेला जगातील वेगवेगळ्या देशांमध्ये उद्योग मानसशास्त्र, व्यवसाय मानसशास्त्र, कार्य आणि संघटना मानसशास्त्र इत्यादी विविध नावांनी ओळखले जाते. विविध कार्ये, व्यवसाय अथवा उद्योग धंदा इत्यादींशी निगडित असलेल्या समस्या सोडविण्यासाठी आणि मानवी संसाधनांचा विकास साधण्यासाठी ही शाखा महत्त्वाची भूमिका बजावते. मानवी कार्यासंबंधीच्या विविध समस्या सोडविण्यासाठी मानसशास्त्राच्या मूलभूत ज्ञानाचा उपयोग करण्याच्या हेतूने ही शाखा कार्यरत झालेली दिसते. या संदर्भात म्युन्स्टरबर्ग यांनी (१९१५) त्यांच्या व्यवसाय मानसशास्त्र (Business Psychology) या ग्रंथाच्या प्रस्तावनेत असे लिहिलेले आहे की, "आधुनिक व्यावसायिकांनी मानसशास्त्र अभ्यासाने व समजून घेणे हा त्यांच्या यशासाठीचा अत्यंत महत्त्वाचा मार्ग आहे. औद्योगिक आणि मानसिक कार्ये ही विविध प्रकारे मानसिक जीवनाशी जोडलेली असतात. विक्रेत्यांचे कसब आणि जाहिरातबाजी करणे, तांत्रिक कर्मचाऱ्यांसाठीचे अध्ययन आणि प्रशिक्षण, योग्य पदाची निवड करून त्या पदावर योग्य कामगाराची नियुक्ती करणे, कामाच्या ठिकाणची महत्तम कार्यक्षमता आणि थकव्याचा अभाव, ग्राहक आणि सहकाऱ्यांबरोबरची वर्तनशैली, कामासाठी अधिकाधिक अनुकूल परिस्थितीची सुरक्षा करणे आणि कर्मचाऱ्यांना त्यांच्या आवडीप्रमाणे काम देणे इत्यादी आणि यासारख्या अनेक समस्या आज व्यावसायिकांसमोर निर्माण झालेल्या पहावयास मिळतात आणि त्यांची उत्तरे मानसशास्त्राशिवाय मिळू शकत नाहीत."

म्युन्स्टरबर्गने केलेल्या उपरोक्त वर्णनावरून औद्योगिक आणि संघटनात्मक मानसशास्त्राचे क्षेत्र किती व्यापक आहे हे सहजपणे लक्षात येते व अशा व्यापक क्षेत्राची व्याख्या करण्याचे कार्य किती कठीण आहे हे समजते. तथापि, काही मानसशास्त्रज्ञांनी केलेल्या व्याख्यांचा विचार करू.

ब्लुम आणि नेलर (१९६८) यांच्या मते : ‘‘व्यापार आणि उद्योगाच्या संदर्भ-परिस्थितीत मानवी परस्परसंबंध विषयक ज्या अनेक समस्या उद्‌भवतात, त्या सोडविण्यासाठी मानसशास्त्रीय तत्त्वांचे व वस्तुस्थितींचे उपयोजन करणारे शास्त्र म्हणजे औद्योगिक ‘मानसशास्त्र’ होय.’’

पॉल एम. मचिनस्की (१९९८) यांच्या मते : ‘‘औद्योगिक आणि संघटनात्मक मानसशास्त्र हे एक शास्त्रीय अभ्यासाचे आणि व्यावसायिक सरावाचे क्षेत्र आहे की जे ‘कार्य विश्वातील’ मानसशास्त्रीय संकल्पनांची आणि तत्त्वांची माहिती देते.’’

शुल्ट्झ आणि शुल्ट्झ (२००२) यांच्या मते : ‘‘औद्योगिक आणि संघटनात्मक मानसशास्त्रात कामाच्या ठिकाणी वावरणाऱ्या व्यक्तींसाठी मानसशास्त्रीय पद्धती, वस्तुस्थिती आणि तत्त्वांच्या उपयोजनांचा समावेश होतो.’’

वरील व्याख्येच्या आधारे असे स्पष्ट होते की, ‘कार्य परिस्थितीतील वर्तन’ हा औद्योगिक आणि संघटनात्मक मानसशास्त्राचा अभ्यासविषय आहे. साहजिकच उद्योग आणि व्यवसायाच्या क्षेत्रात काम करणाऱ्या व्यक्तींचा त्यांच्या वर्तन-समस्यांचा अभ्यास औद्योगिक आणि संघटनात्मक मानसशास्त्रात केला जातो. प्रत्येक व्यक्ती आपल्या जीवनाचा मोठा हिस्सा व्यावसायिक कामासाठी खर्च करतात. जीवनातील जवळपास सर्वच महत्त्वाच्या प्रक्रिया काम करत असतानाच घडून येत असतात जसे की, व्यावसायिक कारकीर्द, जोडीदाराची निवड, आर्थिक व सामाजिक स्थैर्य, सामाजिक ओळख व ‘दर्जा-प्रतीके’ इत्यादी व अशा बहुसंख्य प्रक्रियांचा औद्योगिक व संघटनात्मक परिस्थितीवर परिणाम झालेला दिसतो त्या सर्वांचा या शाखेत अभ्यास केला जातो.

आधुनिक मानसशास्त्रज्ञांनी संशोधनाद्वारे सिद्ध केलेले आहे की, मानवी जीवनातील सुख - समाधान आणि समृद्धीचे स्वीकार, प्रेम आणि उपलब्धी हे तीन प्रमुख निर्धारके आहेत व ते प्राप्त करण्यासाठी प्रत्येकाची अखंडितपणे धपधड सुरू असते. प्रत्येक व्यक्ती आपल्या व्यवसाय वा उद्योगाधारित कामातून वरील तीनही निर्धारक घटकांना प्राप्त करण्यासाठी प्रयत्न करत असतो; यावरून व्यवसाय अथवा कामाचे मानवी जीवनातील महत्त्व सहज लक्षात येते. आपल्या गरजांची प्रमाणित मार्गांनी पूर्तता करण्यासाठी अत्यावश्यक असणारी उपलब्धी वा आर्थिक मिळकत कामाच्या मोबदल्यात मिळणाऱ्या वेतनाद्वारे प्राप्त होते हे खरे असले तरी अनेक सर्वेक्षणांमधून असे सिद्ध झालेले आहे की, व्यक्तीला आपल्या कार्याच्या मोबदल्यात केवळ वेतनच नव्हे तर त्यापेक्षाही अधिक आणि विशेष महत्त्वाचे असे बरेच काही प्राप्त होत असते. त्यामुळेच आर्थिकदृष्ट्या पूर्णत: सुरक्षित असलेल्या, यात्किंचितही आर्थिक विवंचना नसलेल्या, दीर्घकाळपर्यंत वेतनाची अजिबात आवश्यकता नसलेल्या व्यक्ती देखील कोणत्या ना कोणत्या

व्यावसायिक कामात गुंतलेल्या आढळतात. कारण व्यावसायिक कार्यातून व्यक्तीला कार्यसिद्धीचा आणि वैयक्तिक समाधानाचा अनुभव प्राप्त होतो, विशिष्ट सामाजिक ओळख आणि दर्जा प्राप्त होतो, नवनवीन कौशल्ये आत्मसात करण्याची व त्यामध्ये निपुणता मिळवण्याची संधी मिळते व नवीन आव्हाने स्वीकारण्यासाठी आत्मविश्वास वृद्धिंगत होतो. थोडक्यात, व्यावसायिक कार्ये केवळ आर्थिक मिळकत व सुबत्तेशी संबंधित नसतात तर भावनिक सुरक्षितता, सामाजिक स्थान, भूमिका व दर्जा, सुरक्षितता, स्व - आदर आणि समाधान इत्यादींशीही त्यांचा संबंध असतो हे लक्षात घेतले पाहिजे.

वरील सर्व विवेचनाधारे शेवटी असे म्हणता येते की, कामाच्या ठिकाणी अगदी साध्या - साध्या वस्तूंची जुळणी करणाऱ्या विभागापासून ते संकीर्ण निर्णय घेणाऱ्या कार्यकारी व्यवस्थापकीय विभागापर्यंत जे विविध प्रकारचे वर्तन घडून येते त्याचा औद्योगिक आणि संघटनात्मक मानसशास्त्रात अभ्यास केला जातो. त्यासाठी मानसशास्त्रज्ञांना विविध प्रकारच्या भूमिका पार पाडव्या लागतात व या भूमिकांनाच औद्योगिक व संघटनात्मक मानसशास्त्राची कार्ये म्हणून ओळखली जाते.

त्यांची संक्षिप्त माहिती खालीलप्रमाणे दिलेली आहे -

१.१.१ औद्योगिक आणि संघटनात्मक मानसशास्त्राची कार्ये (Functions of Industrial of Organisation Psychology)

औद्योगिक आणि संघटनात्मक मानसशास्त्राचे क्षेत्र खूप व्यापक आहे. मानव आणि त्याचे काम ह्यांच्या परस्पर संबंधाच्या क्रिया-प्रक्रियांशी हे क्षेत्र निगडित आहे. यापूर्वी सांगितल्याप्रमाणे व्यक्तीचा बराचसा वेळ कोणत्यातरी कामात जात असतो आणि कामाच्या संदर्भात त्याला जे अनुभव येतात, त्यांचा त्याच्या जीवनावर परिणाम होत असतो. स्वत: च्या कार्यक्षेत्राच्या बाबतीत व्यक्ती समाधानी असेल तर त्याला कार्यसिद्धीचा, पूर्णत्वाचा अनुभव येतो. याउलट, व्यक्ती असमाधानी असेल तर विफलता, अपयश, अपूर्णत्वाचा अनुभव येतो. साहजिकच दिवसाअखेरीला काम संपवून घरी गेल्यानंतरही त्याची कामाबाबतची समाधानाची वा असमाधानाची वृत्ती तशीच कायम टिकते असे आढळते. म्हणून व्यक्तीचे भावनिक स्वास्थ्य राखण्यासाठी, कार्य-समाधान वृद्धिंगत करण्यासाठी वेतन आणि इतरही लाभ पदरात पडावेत म्हणून औद्योगिक व संघटनात्मक मानसशास्त्र विविध प्रकारची कार्ये पार पाडते. ही कार्य खालीलप्रमाणे -

१) निवड आणि नियुक्ती - कोणत्याही औद्योगिक संघटनेची भरभराट होण्यासाठी कार्य-अनुरूप कर्मचाऱ्यांची निवड केली जाणे आणि कर्मचाऱ्याच्या कुशलतेनुरूप त्याची योग्य पदावर नियुक्ती केली जाणे अपरिहार्य असते. त्यासाठी या क्षेत्रात काम करणाऱ्या मानसशास्त्रज्ञांना कार्यसंबंधित कौशल्यांचा शोध घेणे, कर्मचारी मूल्यमापन पद्धती विकसित

करणे, भिन्न भिन्न मूल्यमापन पद्धतींच्या आधारे कर्मचाऱ्यांची निवड व नियुक्ती करणे आणि योग्य कर्मचाऱ्यांना बढती देणे इत्यादी महत्त्वाची कार्ये पार पाडावी लागतात. त्यासाठी मानसशास्त्रज्ञ प्रथम भिन्न भिन्न कार्यांचा, कार्यपरिस्थितींचा अभ्यास करतात वस्तुनिष्ठ माहिती प्राप्त करतात. विशिष्ट प्रमाणित चाचणीद्वारे कार्यनिर्वर्तनाचे किती अचूक आणि यथार्थ मापन केले जाऊ शकते त्याचे प्रमाण विचार घेऊन कर्मचारी निवड आणि नियुक्तीचा निर्णय घेतात.

२) प्रशिक्षण आणि विकास - औद्योगिक विकासाच्या अगदी सुरुवातीच्या काळात नवनियुक्त कर्मचाऱ्यांना प्रशिक्षण देण्याची कोणतीही योजना अस्तित्वात नव्हती. कर्मचारी केवळ कामावर घेतले जात असत व शेजारी काम करणाऱ्यांकडून त्यांनी कामाची माहिती करून घ्यावी अशी अपेक्षा केली जात असे. परंतु आता ही परिस्थिती पूर्णत: बदलेली आहे. उत्पादनयंत्रणा आणि कार्यप्रणाली जसजशी संकीर्ण होत जाते तसतशी प्रशिक्षणाची आवश्यकता वाढते, हे आधुनिक उद्योजकांनी व मानसशास्त्रज्ञांनी अचूकपणे हेरले आहे. प्रशिक्षण आणि विकासाच्या क्षेत्रात काम करणारे मानसशास्त्रज्ञ कार्य-निर्वर्तनात सुधारणा व्हावी म्हणून प्रयत्न करतात; त्यासाठी कर्मचाऱ्यातील कोणकोणत्या कौशल्यांचा विकास साधण्याची गरज आहे त्याचा शोध घेतात व त्याअनुषंगाने प्रशिक्षण कार्यक्रमाची योजना राबवितात. व्यवस्थापकीय विकास कार्यक्रम आणि कर्मचारी प्रशिक्षण कार्यक्रम अत्यंत परिणामकारपणे राबवितात.

३) कार्य निर्वर्तन मूल्यांकन - कर्मचारी त्यांचे काम किती उत्तम आणि परिणामकारकपणे करतात ते निश्चित करण्यासाठी प्रमाणित निकष वा मानदंड शोधण्याच्या प्रक्रियेला 'कार्य-निर्वर्तन मूल्यांकन' असे म्हणतात. त्यामध्ये कर्मचाऱ्याच्या कार्यमानाचे मूल्यमापन समाविष्ट असते. औद्योगिक व संघटनात्मक क्षेत्रात श्रेष्ठ गुणवत्ता दाखविणाऱ्यांना वेतनवाढ, बढती मिळाली पाहिजे. त्यासाठी मानसशास्त्रज्ञांनी वर्तन-विषयक मूल्यमापन पद्धतींचा विकास केलेला आहे व अशा पद्धतींच्या आधारे कर्मचाऱ्यांच्या कार्यक्षमतेचे श्रेष्ठ-कनिष्ठता श्रेणीच्या आधारे मूल्यमापन करण्याची रित विकसित केलेली आहे. कार्य-निर्वर्तनाचे मूल्यमापन करताना समूह कार्ये, सांघिक कार्ये अथवा वैयक्तिक कार्ये या प्रमाणे वेगवेगळ्या दृष्टिकोनातून निष्पादन मूल्यांकन केले जाते.

४) संघटना विकास - वैयक्तिक कामगारांचे कार्य - समूहांचे आणि ग्राहकांचे समाधान आणि परिणामकारकता अधिकाधिक वाढविण्यासाठी, संघटनेच्या संरचनेची विश्लेषण करण्याची प्रक्रिया म्हणजे 'संघटना विकास' होय. संघटनेअंतर्गत काम करत असलेल्या लोकांच्या कार्यामुळेच संघटनेची वाढ व परिपक्व विकास होतो. त्यामुळे या क्षेत्रात काम करणारे मानसशास्त्र वैयक्तिक समाधान, समूह बांधणी, सामूहिक

आंतरक्रिया, समूह ऐक्य, समूहभावना इत्यादी घटकांशी निगडित समस्यांच्या निरसनाचे कार्य करतात.

१.२ औद्योगिक/संघटनात्मक मानसशास्त्राचा इतिहास (The History of I/O Psychology)

मानसशास्त्राचा प्रारंभ साधारणत: १८७९ पासूनचा मानला जातो. त्यामुळे अर्थातच औद्योगिक/संघटनात्मक मानसशास्त्राचा इतिहास छोटा आहे. औद्योगिक संघटनात्मक मानसशास्त्राच्या उदयाच्या निश्चिततेबद्दल तज्ज्ञांत मतभेद आहेत. काहींच्या मते वॉल्टर डी. स्कॉटने (१९०३) 'जाहिरातीचे सिद्धान्त' (The Theory of Advertising) ह्या ग्रंथाचे लिखाण केले व प्रथमच व्यापारात मानसशास्त्राचा उपयोग केला तेव्हापासून ह्या शाखेचा उदय झाला, तर काहींच्या मते ह्यूगो म्यून्स्टरबर्गने (१९१०) (Hugo Munsterberg,1910) लिहिलेल्या 'मानसशास्त्र आणि औद्योगिक कार्यक्षमता' (Psychology and Industrial Efficiency, 1910) या ग्रंथापासून ह्या शाखेचा उदय झाला; असे मतभेद असले तरी औद्योगिक/संघटनात्मक मानसशास्त्र ही शाखा २० व्या शतकाच्या प्रारंभापासून उदयास आलेली दिसते. प्रारंभिक संशोधकाच्या यादीत वॉल्टर डी. स्कॉट आणि म्यून्स्टरबर्ग बरोबरच जेम्स कॅटेल, हार्लो गेल, जॉन वॉटसन, फ्रेड्रिकटेलर, बील्स, लिलीयन गिलब्रेथ इ. येतात.

१.२.१ पहिले महायुद्ध

पहिल्या महायुद्धाने औद्योगिक/संघटनात्मक मानसशास्त्रास सैनिकांच्या निवडीसाठी चाचण्यांच्या वापरांची पहिली संधी उपलब्ध करून दिली. त्यामुळे ह्या शाखेने पहिल्या महायुद्धात आपला व्यापक ठसा उमटवला. कारण विविध सैन्यदलांमध्ये मोठ्या प्रमाणात सैनिकांची भरती करणे आवश्यक होते. त्यासाठी औद्योगिक/संघटनात्मक मानसशास्त्रज्ञांची नेमणूक केली गेली व त्यांच्यावर चाचण्यांच्या साहाय्याने सैनिकांची निवड करण्याची व त्यांची योग्य त्या स्थानावर नेमणूक करण्याची जबाबदारी सोपवण्यात आली. त्या वेळी भरतीसाठी आलेल्या तरुणांची मानसिकक्षमता मोजण्याचा प्रयत्न केला गेला. त्यासाठी 'आर्मी अल्फा' आणि 'आर्मी बीटा' ह्या मानसिकक्षमतामापन चाचण्या विकसित केल्या. 'अल्फा चाचणी' ही ज्यांना लिहिता-वाचता येत होते त्यांच्यासाठी होती व 'बीटा चाचणी' ही अशिक्षित व इतर भाषेतील तरुणांना देण्यात आली. ह्या चाचण्यांच्याद्वारे जे बुद्धिमान दिसून आले त्यांना अधिकारी पदाच्या प्रशिक्षणासाठी पाठवण्यात आले आणि कमी गुण मिळवणाऱ्यांची सैनिक म्हणून भरती केली. विशेष म्हणजे वर्तनवादाचा निर्माता जॉन वॉटसन हा पहिल्या महायुद्धात अमेरिकन सैन्यदलात मेजर होता. ह्या जॉन वॉटसनने

संभाव्य वैमानिकांसाठी संवेदन चाचण्या विकसित केल्या. मुख्यत्वाने औद्योगिक/संघटनात्मक मानसशास्त्रज्ञ हेन्री गांट हा (Henry Gantt) मालवाहू जहाजाची बांधणी, दुरुस्ती, मालभरण्याचे कार्य, इ. क्षेत्रांत कार्यक्षमता वाढवण्यासाठी प्रयत्नशील होता. (Van De Water 1997)

१.२.२ काल-गती अध्ययन

फ्रेड्रीक डब्लू. टेलर, फ्रॅन्क गिलब्रेथ व लिलीयन गिलब्रेथ यांनी औद्योगिक क्षेत्रांत प्रगतीचा वेगळा मार्ग बनविला. टेलर व फ्रॅन्क गिलब्रेथ हे दोघे इंजिनिअर होते तर गिलब्रेथची पत्नी लिलीयन गिलब्रेथ ही मानसशास्त्रज्ञ होती. टेलर व गिलब्रेथ यांनी वेगवेगळ्या ठिकाणी स्वतंत्रपणे कार्य केले. त्या दोघांची समानता म्हणजे दोघांनीही कार्य परिस्थितीत निष्पादनाच्या समस्या सोडवण्यासाठी केलेला शास्त्रीय पद्धतीचा वापर - ह्या दोघांनीही कार्य परिस्थितीत काम करताना होणाऱ्या हालचालींचा सूक्ष्म अभ्यास केला व हालचालींसाठी किती वेळ लागतो तेही निश्चित केले; म्हणून त्यांच्या कार्याला 'काल आणि गती अभ्यास' (Time and Motion Study) असे नाव दिले आहे.

टेलरचे कार्य

प्रशिक्षणाचा उमेदवारीचा काळ संपल्यानंतर १८७८मध्ये टेलर पोलाद कारखान्यात कामास गेला. नंतरच्या २० वर्षांत तो अग्रजापासून (Foreman फोरमन) मुख्य अभियंता (Chief Engineer) या पदापर्यंत गेला. जेव्हा तो अग्रज म्हणून काम करत होता. तेव्हा त्याला तीन गोष्टींचा सतत निर्णय करावा लागत असे.

१) कार्य करण्याची सर्वांत योग्य पद्धती कोणती ?

२) योग्य कार्यभार कोणता ?

३) योग्य वेतन किती ?

या सर्व बाबतीत निर्णय घेण्याची एक पद्धती टेलरने विकसित केली; त्यास त्याने 'शास्त्रीय व्यवस्थापन' असे नाव दिले. संशोधनासाठी वापरलेल्या प्रायोगिक पद्धतीचे उपयोजन म्हणजे शास्त्रीय व्यवस्थापन (Scientific Management). कार्यासाठी लागणारा वेळ, त्यासाठी वापरली जाणारी साधने, कामामध्ये घेतला जाणारा विश्रांती कालावधी इ.च्या निरीक्षणाने टेलरने आपल्या अभ्यासास सुरुवात केली. ह्या सर्व निरीक्षणाची तुलना त्याने उत्पादनाशी केली आणि त्यातून काही निष्कर्ष काढले.

टेलरने बेथलहेम या पोलाद कारखान्यात सर्वप्रथम संशोधन केले. त्याच्या निरीक्षणाची सुरुवात फावड्याच्या साहाय्याने केल्या जाणाऱ्या कामापासून झाली. (फावडे म्हणजे एका बाजूला दांडा व दुसऱ्या बाजूला पसरट भाग असणारे माती, कोळसा

उचलण्याचे साधन) बेथलहेम कारखान्यातील कर्मचारी फावड्याच्या साहाय्याने कोळसा व लोखंडाचा अंश असणारी माती, दगड इ. उचलत असत. टेलरने फावड्यात एका वेळेला किती पौंड कोळसा व कच्चे लोखंड उचलले जाते त्याची वजने घेतली. त्याला असे दिसून आले की, साधारणत: ३.५ पौंड कोळसा व ३८ पौंड लोखंड मिश्रित माती किंवा दगड एका वेळेला फावड्याद्वारे कामगार उचलतात. ह्या कामासाठी कामगार त्यांचे स्वत:चे फावडे घेऊन येतात. एकाच प्रकारचे फावडे लोखंडमिश्रित माती व कोळसा उचलण्यासाठी वापरतात.

अभ्यासाच्या दुसऱ्या भागात टेलरने, फावड्यात जास्तीत जास्त किती वजन असावे म्हणजे कामगार दिवसभर काम करू शकेल, हे ठरवण्याचा प्रयत्न केला; त्यासाठी त्याने प्रथम जास्त रुंदीचे फावडे वापरले व नंतर त्याचा आकार हळू हळू कमी करत नेला. त्याला असे दिसून आले, ज्या फावड्याद्वारे २१ पौंड वजन उचलले जाते ते फावडे श्रेष्ठ कारण त्याद्वारे जास्तीत जास्त काम होते; तसेच माती उचलण्यासाठी वेगळे व कोळशासाठी वेगळे फावडे हवे.

फावड्याच्या ह्या अभ्यासानंतर त्याने कारखान्यात कामाचा नवीन आराखडा तयार केला. त्याने प्रथम वरिष्ठांना सांगून वेगवेगळ्या कामासाठी योग्य आकाराची फावडी बनवण्यास सांगितले. त्याने कामाचे वेळापत्रक व काम कसे करावे याचेही नियोजन केले. त्याने प्रत्येक कामगाराच्या निष्पादनाची नोंद घेतली. ज्यांचे उत्पादन जास्त आहे त्यांना बोनस दिला. जे कामात मागे होते किंवा पर्याप्त उत्पादन पातळीपर्यंत जाऊ शकत नव्हते त्यांच्यासाठी प्रशिक्षणाची योजना आखली. ह्यातून त्याने असे दाखवून दिले, अशा प्रकारे काम केल्यास उत्पादन खर्च निम्म्याने कमी होतो.

बेथेलहेम कारखान्यात टेलरने आणखी एक अभ्यास केला. ह्याच कारखान्यात ९२ पौंड वजनाचे लोखंडी गोळे तयार केले जात असत. हे लोखंडी गोळे मालगाडीपर्यंत वाहून नेऊन गाडीत चढवण्याचे काम ७५ मजूर करत असत. हे अत्यंत शारीरिक श्रमाचे काम होते व साधारणत: एक मजूर सरासरीने दिवसभरात १२॥ टन लोखंड मालगाडीत चढवू शकत असे.

टेलरने ह्या कामाचे दिवसभर निरीक्षण केले व असा निष्कर्ष काढला, कामगार अतिशय रेंगाळत काम करतात. काम व विश्रांती ह्यात कोणताच समन्वय नाही. तो साधला तर कामात चांगली वाढ होऊ शकेल.

ह्यासंबंधी प्रयोग करण्यासाठी टेलरने एका सशक्त मजुराची निवड केली व त्याला सांगितले, उद्यापासून मी सांगतो त्याप्रमाणे तू काम केलेस तर तुला १ डॉलर १५ सेंट ऐवजी १ डॉलर ८५ सेंट (६१% वाढीव) इतकी मजुरी मिळेल. ह्या प्रयोगास तो मजूर

तयार झाला. दुसऱ्या दिवशी टेलरने स्टॉपवॉच घेतले व त्या मजुराच्या प्रत्येक सेकंदाचे नियोजन केले. त्याच्या विश्रांती काळाचेही योग्य नियोजन केले. त्या दिवशी त्या मजुराने दिवसभरात ४७.५ टन लोखंड स्थलांतरित केले. कामातील ही वाढ २८०% एवढी होती. त्या मजुराने पुढील तीन वर्षे ह्याच गतीने काम केले.

अगदी प्रारंभी उद्योग क्षेत्रांत केलेले हे प्रयोग आहेत. ह्यात योग्य कर्मचाऱ्याची निवड, कामासाठी योग्य साधनांची निर्मिती, कर्मचाऱ्यांना प्रलोभन म्हणून वेतनवाढ आणि प्रत्येक कृतीला लागणारा वेळ, इ.चे व्यवस्थपान करण्यात आले व ह्या सर्वांचा परिणाम म्हणून उत्पादनात मोठी वाढ दिसून आली.

गिलब्रेथचे कार्य

फ्रॅन्क गिलब्रेथचा प्रारंभीचा अनुभव हा टेलर प्रमाणेच होता. विटा रचणारा प्रशिक्षणार्थी म्हणून १८८५ मध्ये त्याच्या कारकिर्दीला सुरुवात झाली आणि लवकरच तो बांधकाम उद्योगांत नावारूपाला आला. १९००पर्यंत त्याच्याकडे त्याचा स्वत:चा बांधकाम व्यवसाय होता. टेलर प्रमाणेच गिलब्रेथही कार्यपरिस्थितीचा सूक्ष्म निरीक्षक होता. उदा. निरीक्षणात त्याला असे दिसून आले, एकाच प्रकारचे काम करताना कर्मचारी वेगवेगळ्या प्रकारच्या क्रिया करतात जरी ते कर्मचारी त्यांच्या कार्यात सारखेच निपुण असले तरी त्यांच्या क्रिया एकसारख्या असत नाहीत. एखाद्या कार्याची कृती कशी करावी, हे कृती करून दाखवल्याशिवाय कर्मचारी नवीन कृती स्वीकारत नाहीत; असे अनेक वर्षे निरीक्षण केल्यानंतर दिलेल्या कार्याची जास्तीत जास्त चांगली कृती शोधण्याचे गिलब्रेथने ठरवले. अशा प्रकारे कार्याच्या चांगल्या पद्धती शोधण्यासाठी गिलब्रेथने स्वत:ला पूर्णपणे झोकून दिले. वैयक्तिक निरीक्षणाच्या जोडीला त्याने कार्य कृतीचे छायाचित्रणही केले. गती अध्ययनाची ही सुरुवात होती.

गती अध्ययनाचे हे अतिशय सुधारित तंत्र फ्रँक व लिलीयन गिलब्रेथच्या हाती आले होते. कर्मचाऱ्यांच्या हालचाली टिपण्यासाठी त्यांनी चल-चित्रणाचा कॅमेरा वापरण्यास सुरुवात केली; सोबत चल-चित्राच्या फिल्मवर वेळेची नोंद करणारे उपकरणही जोडण्यात आले. ह्या साधनाच्या साहाय्याने त्यांना, एखाद्या कार्यासाठी केल्या जाणाऱ्या कृती आणि त्या कृतीसाठी लागणारा वेळ ह्या दोन्हींची नोंद घेणे शक्य झाले. ह्या नवीन पद्धतीच्या साहाय्याने गिलब्रेथला 'सूक्ष्म गती अभ्यास' विकसित करणे शक्य झाले. कार्य कृतीचे विश्लेषण करण्यासाठी मूलभूत घटक म्हणून ह्या पद्धतीचा वापर उपकरण आराखड्याच्या संशोधनात केला आहे.

फ्रॅन्क गिलब्रेथने विटा रचण्याच्या कार्यात फार व्यापक संशोधन केले आणि काही सुधारणा विकसित केल्या. विटा रचणारा कर्मचारी प्रत्येक विट रचताना कोणत्या आणि

किती हालचाली करतो ह्याचे विश्लेषण गिलब्रेथने केले. त्याला असे दिसून आले, प्रत्येक विट रचताना कर्मचारी १८ हालचाली करतो. त्याने असे दाखवून दिले, हेच कार्य केवळ ५ हालचाली करूनही करता येते. त्यामुळे परिश्रम कमी होतात, वेळेत बचत होते व कामात वाढ होते. विटा रचणारा कर्मचारी जुन्या पद्धतीने दर ताशी १२०विटा रचत असे. गिलब्रेथने विकसित केलेल्या नवीन पद्धतीने तोच कर्मचारी दर ताशी ३५०विटा रचू लागला. थोडक्यात, कामाच्या सुलभीकरणावर लक्ष देऊन कामात तिपटीने वाढ होते हे त्याने दाखवून दिले. ह्या कार्यात त्याची पत्नी लिलीयन गिलब्रेथ हीचीही मदत त्यास झाली.

एखाद्या कार्यातील क्रमाने होणाऱ्या हालचालीच्या विश्लेषणास 'गती अध्ययन' (Motion Study) असे म्हणतात. ह्या संशोधनाची सुरुवात फ्रॅन्क व लिलीयन गिलब्रेथ यांनी केली. ह्या अभ्यासापूर्वी टेलरने 'काल अध्ययन' (Time Study) केले. एखाद्या कार्याची विशिष्ट क्रिया करण्यासाठी कर्मचाऱ्याला निश्चित किती वेळ लागतो याचा अभ्यास प्रथम टेलरने केला. गिलब्रेथनेही असाच अभ्यास केला. जरी दोघांनी वेगवेगळ्या ठिकाणी संशोधने केली असली तरी दोघांच्या संशोधनाचा मूलतः हेतू समान असल्यामुळे त्यांच्या संशोधनांना एकत्रितपणे 'काळ-गती अध्ययन' असे संबोधण्यात येते.

१.२.३ हॉथॉर्न अभ्यास

१९२० ते १९३० च्या दशकात एल्टन मेयो व रूथलीशबर्गर यांनी शिकागो येथील, इलीनाईस मधील, वेस्टर्न इलेक्ट्रिक कंपनीतील हॉथॉर्न प्रकल्पात एक संशोधन मालिका हाती घेतली. हॉथॉर्न प्रकल्पात हे संशोधन केल्यामुळे हे संशोधन 'हॉथॉर्न अभ्यास' म्हणूनच ओळखले जाते. ह्या अगोदर औद्योगिक क्षेत्रातील मानसशास्त्रज्ञाचे कार्य हे कर्मचाऱ्यांची निवड व स्थान निश्चयन करणे एवढ्यापुरतेच मर्यादित होते. ह्या पलीकडे जाऊन, हॉथॉर्न अभ्यासात अधिक गुतागुंतीच्या समस्यांचा, जसे की कामाच्या प्रेरणा, आंतरवैयक्तिक संबंध, समूहगतिकी इ.चा अभ्यास करण्यात आला. (Roethlisberger and Dickson,1939).

हॉथॉर्न अभ्यासात कर्मचाऱ्यांच्या कार्यक्षमतेसंबंधी संशोधन करण्यात आले. ह्या अभ्यासाला प्रारंभ करण्याअगोदर असे गृहीत धरण्यात आले, कर्मचाऱ्यांच्या निष्पादनावर कार्य परिस्थितीतील प्रकाशाची योजना, तापमान व आर्द्रता, कर्मचाऱ्यांचे कामाचे वेळापत्रक व त्यांना दिली जाणारी मजुरी आणि कार्यात मिळणारा विश्रांती कालावधी इ.चा परिणाम होत असावा, हे सर्व भौतिक घटक होते. हे घटक लक्षात घेऊनच संशोधनाची मालिका हाती घेतली गेली.

हॉथॉर्न प्रकल्पात प्रथम प्रकाशाचा कार्यक्षमतेवर होणारा परिणाम तपासला. कार्य

परिस्थितीत सर्वप्रथम प्रखर प्रकाश योजना केली व नंतर हा प्रकाश चंद्रप्रकाशाइतका कमी केला, ह्या बदलत्या प्रकाश योजनेत कार्यक्षमतेमध्ये कोणताच बदल दिसून आला नाही.

कर्मचाऱ्यांच्या दुसऱ्या समूहावर केलेल्या संशोधनात प्रकाशात वाढ केल्यानंतर उत्पादनही वाढले. त्यानंतर संशोधकांनी इतर बदल केले, ते म्हणजे विश्रांती कालावधीची योजना, दुपारचे मोफत भोजन, कामाचा लहान दिवस इ. ह्या प्रत्येक बदलाबरोबर उत्पादनात वाढ होत गेली. तथापि, नंतर हे सर्व बदल व सुविधा काढून घेण्यात आल्या तरीही उत्पादनात सलग वाढ होत गेली. ह्यावरून संशोधकांनी असा निष्कर्ष काढला की, व्यवस्थापन जेवढे समजते तेवढे कार्याचे भौतिक वातावरण कर्मचाऱ्यांच्यादृष्टीने महत्त्वाचे नाही.

आश्चर्य म्हणजे, संशोधनात असेही दिसून आले, जेव्हा भौतिक परिस्थिती अतिशय निकृष्ट होती तेव्हा उत्पादनात वाढ दिसून आली आणि जेव्हा भौतिक परिस्थिती चांगली होती तेव्हा उत्पादनात घट दिसून आली. नंतर संशोधकांनी कर्मचाऱ्यांच्या मुलाखती घेतल्या. तेव्हा संशोधकांच्या असे लक्षात आले, कर्मचाऱ्यांना जेव्हा आपला अभ्यास केला जात आहे, आपले उत्पादन तपासले जात आहे असे जाणवले तेव्हा त्यांनी आपले उत्पादन वाढवले, अधिक उत्पादन केले त्याचवेळी व्यवस्थापनानेही त्यांच्याकडे अधिक लक्ष दिले. ह्यासच 'हॉथॉर्न परिणाम' (Hawthorne Effect) असे संबोधले गेले.

हॉथॉर्न अभ्यासाने हे लक्षात आले, कार्य परिस्थितीत सामाजिक व मानसिकघटक हे भौतिक घटकांपेक्षा जास्त महत्त्वाचे आहेत. नेतृत्वाचे स्वरूप, कर्मचाऱ्यांमधील अनौपचारिक समूहाची निर्मिती, कर्मचाऱ्यांच्या अभिवृत्ती, संप्रेषणाच्या रीती आणि इतर व्यवस्थापकीय व संघटनात्मक घटक हे कर्मचाऱ्यांच्या कार्यक्षमतेवर, प्रेरणेवर व कार्यसमाधानावर प्रभाव टाकतात हे हॉथॉर्न अभ्यासाने स्पष्ट झाले. ह्या अभ्यासाने औद्योगिक व संघटनात्मक मानसशास्त्रात अभ्यासासाठी नवीन क्षेत्रे उदयास आली. कर्मचाऱ्यांच्या अभिवृत्तीचा परिणाम शोधण्यास व कार्य परिस्थितीत मानवी संबंधांवर लक्ष केंद्रित करण्यास संशोधकांना उद्युक्त करण्यामध्ये हॉथॉर्न अभ्यासाचे योगदान मोठे आहे.

१.२.४ दुसरे महायुद्ध

दुसऱ्या महायुद्धात २०००पेक्षा जास्त मानसशास्त्रज्ञ कार्यरत होते. सैनिकीसेवेच्या विविध शाखेत नव्याने भरती होणाऱ्या लक्षावधी सैनिकांचे, मानसशास्त्रीय चाचण्यांच्या साहाय्याने वर्गीकरण करण्यात व त्यांना प्रशिक्षण देण्यात, मानसशास्त्रज्ञांचे योगदान मोठे

होते. अत्याधुनिक विमाने, रणगाडे व जहाजे इ. साठी नवीन कौशल्ये आवश्यक होती. ही नवीन कौशल्ये शिकू शकतील अशा क्षमतावान व्यक्ती ओळखणे आवश्यक होते, हे कार्य मानसशास्त्रज्ञाकडे सोपवले गेले.

युद्धजन्य परिस्थितीत वापरण्यासाठी अती गुंतागुंतीची आधुनिक संहारक शस्त्रास्त्रे तयार करणाऱ्या अभियंत्यांना मानसशास्त्रज्ञांची मदत झाली. वेगवान विमाने, युद्धनौका व इतर संहारक शस्त्रे तयार करताना, मानसशास्त्रज्ञांनी मानवी क्षमता व मर्यादासंबंधी दिलेली माहिती उपयुक्त ठरली.

सैनिकी मानसशास्त्रज्ञांकडे दोन प्रकारची कार्ये होती -

१) सेवेत असणाऱ्या कर्मचाऱ्यांच्या मानसिक स्वास्थाचे मूल्यमापन करणे व समुपदेशन करणे.

२) सैन्यात वापरल्या जाणाऱ्या साधनांच्या रचना तयार करण्यात अभियंत्यांना मदत करणे, यातूनच 'अभियांत्रिकी मानसशास्त्र' ही नवी शाखा उदयास आली.

१९५० मध्ये आणखी बदल झाले. मानवी अभियांत्रिकीच्या अभ्यासात वाढ झाली. स्वयंचलित यंत्रांच्या वापरामुळे काम निरस (Momotonus) बनले. औद्योगिक क्षेत्रातील संशोधन 'निरसता' व 'प्रेरणा' यावर अधिक होऊ लागले. औद्योगिक मानसशास्त्रज्ञांनी, कार्य परिस्थितीतील सामाजिक बाजूचा संशोधनात समावेश केला. जसे संप्रेषण, पर्यवेक्षण, मनोधैर्य व ह्या क्षेत्राची व्यापकता वाढवली (डार्ले, १९६८). ह्याच कालावधीत मानवी संबंध विषयक चळवळ नव्याने व वेगाने विकास पावत होती. याविषयी पुस्तके लिहिली जात होती. संप्रेषण विषयक समस्यांबद्दल सतत भाषणातून बोलले जात होते. कर्मचाऱ्यांशी कसे संप्रेषण करावे, याविषयी सूचना दिल्या जात होत्या (माजेर १९५२).

'मानवी संबंध' आणि 'मानवी अभियांत्रिकी' ह्या दोन चळवळीने नवा दृष्टिकोन दिला; त्यामुळे केवळ नफ्याचा विचार करण्याऐवजी कामगार आणि औद्योगिक संघटना ह्या दोघांच्या संयुक्त समायोजनाचा जास्त वास्तववादी विचार समोर आला. ह्या काळातील मानवीविचार हा अधिक परहितदक्ष होता. 'कर्मचारी मानसशास्त्रा' संबंधीच्या ग्रंथात, कर्मचारी निवड, प्रशिक्षण आणि मूल्यमापन ह्यासोबतच कर्मचारी अभिवृत्ती संबंधीचे नवीन ज्ञान, संप्रेषण आणि सामाजिक परिस्थिती इ. संबंधीची माहिती एकत्रितपणे येऊ लागली. ह्या माहितीचे दोन प्रमुख भागांत वर्गीकरण झाले. एक कर्मचाऱ्यांचे व्यवस्थापन आणि दोन कर्मचाऱ्यांचे समाधान (बेलोज, १९५४).

१९६० पासून संघटनात्मक मानसशास्त्राची वाढ, सामाजिक शास्त्राच्या संबंधाने अधिक झाली. संघटनात्मक मानसशास्त्राचा मूळ भाग, प्रेरणा, समाधान, आंतरवैयक्तिक संबंध आणि संघटनात्मक संरचना इ. वरील चर्चेतूनच पुढे आला (काट्झ आणि

विसाव्या शतकाच्या काहन,१९६६). त्याचप्रमाणे ह्याच चर्चेतून 'नेतृत्व' ही नवीन कल्पना पुढे आली. त्याचप्रमाणे सामाजिक प्रक्रियेवरही भरपूर माहिती पुढे आली- जसे संप्रेषण, संघर्ष, निर्णय घेणे इ. (बास, १९६५). ह्या दशकाच्या शेवटी व १९९७च्या प्रारंभीच 'औद्योगिक व संघटनात्मक मानसशास्त्र' ही शाखा 'अमेरिकन सायकॉलॉजीकल असोसिएशनची' (APA) १४ वी शाखा म्हणून ओळखली जाऊ लागली.

१.२.५ नागरी हक्क कायदा (Civil Rights Act, 1964)

१९६० ते १९७० च्या दशकात कायद्याच्या विकासामुळे कर्मचारी निवडीत बदल झाले. १९६४चा नागरी हक्क कायदा आणि कर्मचाऱ्यांसंबंधीच्या अनेक कोर्ट केसेसने चाचण्या विकसित करणाऱ्यांना, त्यांच्या मूलभूत गृहीतकांबद्दल पुनर्विचार करायला भाग पाडले. अर्जदार, कर्मचारी, कायदा बनवणारे आणि कोर्ट यांची अशी मागणी होती, कंपन्यांचे मालक कर्मचारी निवडीसाठी ज्या चाचण्या वापरतात त्या चाचण्यांचा कार्याशी असणारा संबंध त्यांनी दाखवून द्यावा. अनेक मालकांनी त्यांची निवड पद्धत बदलली. औद्योगिक क्षेत्रांत काम करणाऱ्या मानसशास्त्रज्ञांनी चाचण्यांच्या वैधतेसंबंधीची व्यापक संशोधने करण्यास सुरुवात केली. त्याचवेळी कंपन्यांनी कर्मचारी निवडीसाठी चाचण्या वापरणे बंद केले व त्याऐवजी पर्यायी पद्धतीचा वापर सुरू केला. त्याचवेळी मूल्यमापन केंद्राचे लक्ष ह्या निवड साधनांकडे गेले; ह्या सर्व गोष्टींचा परिणाम म्हणून कार्य विश्लेषणाच्या नवीन सुधारित पद्धती व वैध मानसशास्त्रीय चाचण्या विकसित झाल्या. १९८० पर्यंत सुधारित निवड संशोधन तंत्रे अस्तित्वात आली.

१९७० पासून संघटनांमध्ये, वैयक्तिक आणि सामूहिक वर्तन हा सतत संशोधनाचा विषय राहिला. 'कार्य प्रेरणा' हा घटक सर्वांत पुढे चर्चेत होता. त्यासाठी अनेक प्रेरणा विषयक सिद्धान्त व त्या संबंधीचे साहित्य विचारात घेतले गेले. ह्या दशकाच्या मध्यापर्यंत हा प्रेरणेचा विषय आहे तसाच राहिला. काही महत्त्वाच्या सिद्धान्ताच्या मर्यादाही स्पष्ट झाल्या. काही संशोधकांनी आपल्या संशोधनाची दिशा सामाजिक बदलाकडे वळवली, जसे अनेक महिला व अल्पसंख्याक गट कार्य परिस्थितीत येऊ लागले. परिणामत: तरुणांमध्ये असमाधान मोठ्या प्रमाणात दिसू लागले. (कोरमान, ग्रीनहाऊस आणि बरीन,१९७७). काही मानसशास्त्रज्ञांनी कर्मचाऱ्यांचा कार्यसहभाग वाढवून प्रेरणेत सुधारणा केल्या. अशा प्रकारे औद्योगिक संघटनात्मक मानसशास्त्र ही शाखा वेगवेगळ्या कार्य परिस्थितीत प्रभावीपणे कार्य करीत होती.

१.३ औद्यौगिक आणि संघटनात्मक मानसशास्त्राचा वर्तमानकाळ (I/O Psychology in the Present)

१.३.१ औद्योगिक आणि संघटनात्मक मानसशास्त्रातील उच्च व्यावसायिक कार्य :

औद्योगिक संघटनात्मक मानसशास्त्रज्ञ वेगवेगळ्या ठिकाणी कार्य करतात. त्यांच्या कार्याचे प्रमुख चार विभाग दिसून येतात.

१) शैक्षणिक संस्था.

२) व्यापार आणि औद्योगिक संघटना.

३) सरकारी संस्था.

४) बाह्य सल्लागार संस्था.

महाविद्यालये आणि विद्यापीठांमधील औद्योगिक व संघटनात्मक मानसशास्त्रज्ञ हे मानसशास्त्र विभागात आणि व्यापारी शाळांमधून कार्यरत असतात. ते अध्यापन करतात, संशोधन करतात आणि विद्यापीठ व्यवस्थापनातही सहभागी होतात. शैक्षणिक संस्थेप्रमाणे त्यांच्या प्रत्यक्ष कार्याच्या तपशिलात बदल होतात. उदा. जे संशोधनाभिमुख संस्थेत, विद्यापीठात कार्य करतात ते इतर कोणत्याही कार्यापेक्षा, संशोधनात अधिक सहभागी होतात. जे अध्यापनाभिमुख संस्थेत कार्य करतात, त्यांचा अध्यापनावर अधिक भर असतो. या त्यांच्या प्राथमिक कार्याशिवाय बरेचजण स्वतंत्र सल्लागाराचे कार्यही करतात. हॉवर्डला (१९९०) असे दिसून आले की, १/३ पेक्षा अधिक शैक्षणिक क्षेत्रातील मानसशास्त्रज्ञ हे अध्यापनाबरोबरच समुपदेशक म्हणूनही कार्य करतात.

व्यापारी व सरकारी संघटनांमध्ये, औद्योगिक संघटनात्मक मानसशास्त्रज्ञ हे कर्मचारी म्हणून नेमले जातात. प्रत्यक्षात त्यांना 'औद्योगिक संघटनात्मक मानसशास्त्रज्ञ' असे व्यावसायिक नाव नसते. त्याऐवजी ते कर्मचारी व्यवस्थापक, प्रशिक्षण संचालक, संघटनेतील संशोधन पर्यवेक्षक आणि मानवसंसाधन संचालक म्हणून कार्यरत असतात. हे सर्वजण तीन प्रकारची कार्ये करतात : संशोधन, व्यवस्थापन आणि अंतर्गत समुपदेशन. त्यांचे संशोधन हे प्रात्यक्षिकच असते. त्यांनी केलेले संशोधन हे मुख्यत: मालकाच्या फायद्यासाठी केले जाते, प्रसिद्ध करण्यासाठी केले जात नाही. औद्योगिक क्षेत्रातील बहुतेक मानसशास्त्रज्ञ हे काही प्रमाणात पर्यवेक्षण करतात आणि काही प्रमाणात व्यवस्थापकीय कार्य करतात. औद्योगिक संघटनात्मक मानसशास्त्रज्ञ काम करत असलेल्या औद्योगिक संस्थेत मानव संसाधन समस्यांवर तज्ज्ञ म्हणून सल्ला देण्याचे काम करतात. त्याचप्रमाणे विशेष आंतरनिरसन कार्यक्रमांचा विकास आणि उपयोजन करण्याचेही काम करतात. तथापि, जरी संस्थांतर्गत व संस्थाबाह्य सल्लागारांना काही सारखेपणा दिसत असला तरी काही महत्त्वाचे फरक दिसून येतातच. संस्थांतर्गत सल्लागार हे कर्मचारी

असतात. करारावर आलेले नसतात, त्यामुळे हे तज्ज्ञ दीर्घकाळासाठी एखादा प्रकल्प विकसित करू शकतात व राबवू शकतात. काही दोष निर्माण झाल्यास तो सुधारण्यासाठी ते उपस्थित असतात (किस्लेर १९८५). या उलट, संस्थाबाह्य सल्लागार येतो, सल्ला देतो व निघून जातो.

बाह्य सल्लागार म्हणून काम करणारे औद्योगिक/संघटनात्मक मानसशास्त्रज्ञ हे स्वयंरोजगारासाठी किंवा सल्ला देणाऱ्या फर्मसाठी काम करतात. एका सर्वेक्षणात असे दिसून आले आहे की, सल्लागाराचा व्यवसाय करणाऱ्या एकूण सल्लागारांपैकी ३/५ सल्लागार हे सल्लागार संस्थेसाठी काम करतात. त्यांचा करार हा व्यावसायिक किंवा सरकारी संघटनांशी असतो. बाहेरचे सल्लागार हे त्यांच्या ज्ञानाचा व कौशल्याचा उपयोग संघटनेतील मानवीसमस्या सोडवण्यासाठी करतात. बाहेरचे सल्लागार हे संस्थांतर्गत मानसशास्त्रज्ञासारखीच सेवा उपलब्ध करून देतात. उदा. एका सल्लागाराच्या मते, ह्या कार्यात पुढील गोष्टी अंर्तभूत आहेत - कार्य विश्लेषण आणि कर्मचारी निवड, प्रशिक्षणाची रचना करणे, निष्पादन मूल्यांकन कार्यक्रम राबवणे, भरपाई रचनेचा विकास करणे, आरोग्य आणि संरक्षण मूल्यमापन करणे (रॉबिनसन, १९८७).

१.३.२ औद्योगिक - संघटनात्मक मानसशास्त्राचे व्यावसायिकीकरण

औद्योगिक - संघटनात्मक मानसशास्त्रज्ञांचे कार्य कोणतेही असो त्यांना औद्योगिक क्षेत्राच्या विकासासाठी काम करावेच लागेल. व्यावसायिक म्हणून रहाण्यासाठी जीवनभर अध्ययनाची बांधिलकी पाळावीच लागेल. हे करण्याचा एक मार्ग म्हणजे व्यावसायिक समूहाच्या कार्यात सहभागी होणे होय. उदा. अमेरिका सायकॉलॉजीकल असोसिएशन (APA), अमेरिकन सायकॉलॉजीकल सोसायटी APS, APA चा १४ वा विभाग सोसायटी फॉर इंडस्ट्रीअल ॲन्ड ऑर्गनायझेशनल सायकॉलॉजी SIOP; ॲकॅडेमी फॉर मॅनेजमेन्ट इ. अशा संस्थांच्या कार्यात सहभागी होणे. व्यावसायिक परिषदा ह्या आपल्या सदस्यांना अनेक मार्गांनी अत्याधुनिक माहिती पुरवतात. ते संशोधन-पत्रिका व इतर प्रसिद्ध झालेले साहित्य पुरवतात. अशा संस्था नवीन संशोधनाची, महत्त्वाच्या समस्यांची चर्चा घडवून आणण्यासाठी सभा, परिषदांचे आयोजन करतात. ह्या संस्था आपली मानसशास्त्रज्ञ म्हणून ओळख निर्माण करतात. सामाजिक समस्या सोडवण्यात प्रतिनिधित्व करतात आणि त्या क्षेत्रांत नीतिमत्तेची परिमाणे तयार करण्याचे काम करतात. औद्योगिक मानसशास्त्रज्ञ हे विशेष मूल्यासाठी बांधील असतात. नैतिक आचरण करणारे मानसशास्त्रज्ञ हे मानवी मोठेपणाचा आदर करणारे व त्यांची किंमत करणारे असतात. वर्तनासंबंधीच्या ज्ञानात सतत वाढ करण्यासाठी आपण वाहून घेतलेले आहे आणि ह्या ज्ञानाचा उपयोग मानवी हक्क संरक्षणासाठी आणि मानव कल्याणासाठी करण्याचा आपला प्रयत्न असतो,

असे मानणारे असतात. APA ने (१९९२) मानसशास्त्रज्ञाच्या वर्तनाचे नियंत्रण करण्यासाठी नैतिकतेच्या तत्त्वांची आणि मूल्यांची एक नियमावली प्रसिद्ध केली आहे. सामान्यत: ही तत्त्वे पुढीलप्रमाणे आहेत - मानसशास्त्रज्ञ हा सक्षम व जबाबदारी घेणारा असावा, वैयक्तिक पातळीवर नीतिवान व संवेदनशील असावा, तो आदर करणारा, प्रामाणिक व इतरांच्या खासगी माहितीचा अधिकार मान्य करणारा असावा, मानसशास्त्राची सामाजिक जाणीव वाढवण्यात रुची घेणारा असावा आणि अशिलाच्या कल्पनांचा विचार करणारा आणि आपल्या विषयात संशोधन करणारा असावा.

परवाना देणे (Licensing)

कोणताही मानसशास्त्रज्ञ जो फी घेऊन समाजासाठी सेवा देतो त्यास त्या राज्याच्या कायद्याप्रमाणे परवाना घेणे आवश्यक असते. जे औद्योगिक संघटनात्मक मानसशास्त्रज्ञ व्यावसायिक म्हणून बाहेर सल्लागाराचे कार्य करतात त्यांना हा कायदा लागू होतो. अमेरिकेतील सर्व ५० राज्यांत हा कायदा लागू आहे. राज्याच्यादृष्टीने ह्या कायद्याचा उद्देश, जे सल्लागार शैक्षणिकदृष्ट्या पात्र नसूनही सल्ला देण्याचे काम करतात, त्यांच्यापासून समाजाचे संरक्षण करणे हा आहे. परवाना देणे म्हणजे, व्यवसाय करणारा सल्लागार हा सक्षम आणि नैतिक आहे ह्याची खात्री देणे होय.

परवान्यासाठी अर्ज करणारी व्यक्ती ही पीएच.डी. धारक असावी व नंतर त्याने एक किंवा दोन वर्षांचा अनुभव घेतलेला असावा; त्याशिवाय त्याने लेखी परीक्षा पास असणे आवश्यक आहे. ह्याशिवाय त्याने नैतिकतेसंबंधी आढावा घेणाऱ्या पॅनलकडून मान्यता घेतलेली असावी.

औद्योगिक-संघटनात्मक मानसशास्त्रज्ञ व्यक्तीचे वैयक्तिक मूल्यमापन करतात- एका वेळी एका व्यक्तीला सल्ला देतात. अशा वेळी संरक्षणाची व सल्लागाराच्या नैतिकतेची आवश्यकता असते व त्यांच्याकडून व्यक्तीचे हित सुरक्षित रहावे यासाठी परवान्याची आवश्यकता असते. मात्र, अशील म्हणून व्यक्तीऐवजी एखादी संघटना असेल तर अशा संरक्षणाची कमी आवश्यकता भासते.

१.३.३ औद्योगिक - संघटनात्मक मानसशास्त्राचे शिक्षण

औद्योगिक-संघटनात्मक मानसशास्त्राच्या शिक्षणाचे अनेक मार्ग आहेत. ह्या क्षेत्रात विद्या वाचस्पती (Ph. D.) होण्यासाठी स्नातकास पदवीनंतर चार वर्षांचा अभ्यासक्रम पूर्ण करावा लागतो; त्यासोबत विद्यार्थ्याचा स्वत:चा संशोधन प्रकल्प व त्यावर आधारित प्रबंध सादर करावा लागतो. काही कार्यक्रमांमध्ये विद्यार्थ्याला औद्योगिक संघटनांमधील प्रत्यक्ष कार्य परिस्थितीत प्रशिक्षण दिले जाते. ज्यांना बाहेर

सल्ला देण्याचा व्यवसाय करावयाचा आहे, परवाना काढावयाचा आहे, त्यांनी सामान्यत: विद्यावाचस्पती (Ph. D.) असणे आवश्यक असते. त्याचप्रमाणे व्यवसायातील अनेक जागांसाठी आणि सरकारी सेवा संस्था व अंतर्गत सल्ला सेवांसाठी Ph. D. ची आवश्यकता असते.

औद्योगिक संघटनात्मक मानसशास्त्राच्या शिक्षणाचा दुसरा मार्ग म्हणजे या क्षेत्रातील पदव्युत्तर पदवी (मास्टर्स डिग्री) घेणे होय. पदव्युत्तर पदवीसाठी दोन वर्षांचा कोर्स असतो. ह्या कोर्सशिवाय प्रबंध सादर करावा लागतो. त्याशिवाय क्षेत्रीय अनुभवाचीही आवश्यकता असते. ज्यांनी ह्या क्षेत्रांत पदव्युत्तर पदवी घेतली आहे त्यांना सरकारी संघटना व व्यवसायात काम मिळू शकते. (हॉवर्ड, १९९०). औद्योगिक संघटनेत Ph. D. धारकाप्रमाणेच काम मिळू शकते. उदा. प्रशिक्षण विशेष तज्ज्ञ, कर्मचारी विश्लेषक, कार्यकारी नियुक्ती अधिकारी, भरपाई सल्लागार इ. (बेरी, १९९०).

औद्योगिक-संघटनात्मक मानसशास्त्राच्या शिक्षणाचा तिसरा मार्ग म्हणजे स्नातक पदवी (बॅचलर डिग्री) होय. मानसशास्त्रातील ही पदवी, औद्योगिक - संघटनात्मक क्षेत्रातील विशेष पदवी (Special Degree) प्राप्त करता येते. मानव संसाधन प्रवेश पातळीवरील कार्यात निवड होण्यासाठी ह्या पदवीचा उपयोग होतो. ह्याशिवाय औद्योगिक - संघटनात्मक क्षेत्रातील विशेष पदवीसाठी, व्यवसाय कोर्ससाठी, प्रयोगशाळेत ज्या ठिकाणी औद्योगिक व संघटनात्मक कार्यकौशल्ये शिकविली जातात अशा प्रयोगशाळेत आणि क्षेत्रीय नियुक्ती ज्यामध्ये विद्यार्थ्याला कार्यानुभव प्राप्त होतो अशा ठिकाणी साधारणत: स्नातक पदवीधारकांना मागणी असते (डाऊनी, नाईट आणि साल, १९८७). अशा प्रकारचे शिक्षण हे व्यवसायासाठी उपयुक्त ठरत नाही; पण औद्योगिक क्षेत्रातील काम मिळण्यासाठी, स्पर्धात्मक व्यक्ती बनण्यासाठी याची आवश्यकता असते. एका सर्वेक्षणात असे दिसून आले आहे की, जे औद्योगिक - संघटनात्मक शिक्षणावर भर देऊन स्नातक (ग्रॅज्युएट) झालेले आहेत ते कार्याच्या विविध क्षेत्रांत गेले. उदा. सामान्य व्यवसाय व्यवस्थापन, विक्री, विशेष मानव संसाधन क्षेत्र इ.

१.४ औद्योगिक आणि संघटनात्मक मानसशास्त्राचे भविष्य (Future of I/O Psychology)

भविष्याचा वेध घेणाऱ्यांसमोर विविध समस्या असतात. त्यांना वर्तमानकाळाचे निरीक्षण करून त्याचे वर्णन करावे लागते व आजच्या परिस्थितीची जाणीव करून घेऊन त्याचा भविष्याच्या अंदाजासाठी उपयोग करावा लागतो. अर्थात, इतर कोणत्याही गोष्टीचा प्रभाव न पडता जर औद्योगिक प्रगती होत असेल तर या वरील पद्धतीचा वापर करून भविष्यकाळचा अचूक अंदाज बांधता येतो. तथापि, अनपेक्षित सामाजिक बदलांमुळे

औद्योगिक, संघटनात्मक मानसशास्त्राची वाढ व दिशा यात बदल होतात व ह्या बदलाचे परिणाम पुढे भविष्यकाळात चालत राहतात.

इतिहासाचे अवलोकन केल्यास असे दिसून येते, प्रभावाचे दोन वर्ग आहेत. ते म्हणजे अंतर्गत परिस्थिती व बाह्य परिस्थिती. पुढील भागात प्रत्येकाची संक्षिप्त माहिती पाहू.

१.४.१ अंतर्गत परिस्थिती

औद्योगिक संघटनात्मक मानसशास्त्रज्ञात काम करणाऱ्या नव्या पिढीमुळे, औद्योगिक संघटनात्मक मानसशास्त्रात काम करणाऱ्या काही वैशिष्ट्यपूर्ण व्यक्तींमुळे ह्या क्षेत्रात काही बदल घडून येऊ शकतात. ह्या क्षेत्रात काम करणाऱ्या व्यक्तीचा वैयक्तिक प्रभाव हा निश्चितच महत्त्वपूर्ण आहे. भविष्यकाळाचा विचार करताना आपण याकडे दुर्लक्ष करू शकत नाही. व्यक्तीच्या कर्तृत्वाचा वैयक्तिक प्रभाव ह्या क्षेत्रावर पडत असल्यामुळे, ज्या व्यक्ती औद्योगिक, संघटनात्मक मानसशास्त्राचा व्यवसाय म्हणून निवड करतात, त्या व्यक्तीची गुणवैशिष्ट्ये जाणून घेणे भविष्यकाळाच्या अंदाजासाठी आवश्यक ठरते.

औद्योगिक संघटनात्मक क्षेत्रात काम करणाऱ्यांची संख्या सतत वाढत आहे. १९६० ला अमेरिकन सायकॉलॉजीकल असोसिएशनची (APA) सदस्य संख्या ७३४ होती. पंचवीस वर्षांनंतर १९८५ ला ही सदस्य संख्या २५०० झाली. ही वाढलेली संख्याच ह्या क्षेत्रातील लोकांची आवड दर्शविते. ह्याशिवाय सदस्यत्वाची नोंदणी न केलेले पण ह्या क्षेत्रात काम करणारे अनेक आहेत. अर्थात, अशा व्यक्तींची पदवी कोणती हा ही एक प्रश्नच आहे; पण अलीकडे विद्यार्थ्यांत ह्या क्षेत्राची आवड वाढत आहे; कारण मानसशास्त्राच्या इतर शाखांपेक्षा या शाखेत नोकरीच्या संधी जास्त आहेत. ज्या विद्यार्थ्यांना मानसशास्त्र आवडते आणि ज्यांना चिकित्सा किंवा इतर क्षेत्रांत करिअर करावयाचे नाही, असे विद्यार्थी ह्या क्षेत्रात पदव्युत्तर (मास्टर्स) पदवी संपादन करतात आणि आकर्षक नोकरी मिळवतात.

एक गोष्ट दिसून येते, ही वाढलेली संख्या ह्या क्षेत्रातील लोकांची जागरूकता दर्शवित असली तरी, आजही सामान्य माणसाला औद्योगिक संघटनात्मक मानसशास्त्रासंबंधी फारसे ज्ञान नाही. तथापि, ही शाखा काय देऊ शकते? याबद्दल औद्योगिक व व्यापारी जगताला मोठ्या प्रमाणात जाणीव झालेली आहे; म्हणूनच पदव्युत्तर (मास्टर्स) आणि विद्यावाचस्पती (Ph. D.) पदवी संपादन केलेल्यांना औद्योगिक क्षेत्रांत वाढती मागणी आहे. ह्यावरूनच ह्या शाखेसंबंधीची लोकांची वाढती जागरूकता दिसून येते.

नवीन औद्योगिक संघटनात्मक मानसशास्त्रज्ञांची जमेची बाजू म्हणजे, त्यांनी वैयक्तिक आवड आणि मूल्ये यास दिलेले महत्त्व. औद्योगिक संघटनात्मक मानसशास्त्रज्ञांनी मानव अधिकारास केंद्रस्थानी ठेवले आहे. १९६० ला ज्याप्रमाणे मानवी संबंधांचा विचार

केला तोच विचार संघटनात्मक वातावरणात आजच्या काळातही केला गेला; त्यामुळेच ह्या शाखेचा अभ्यास करणाऱ्यांची संख्या वाढली. आधुनिक औद्योगिक, संघटनात्मक मानसशास्त्रज्ञांनी महत्त्वपूर्ण मानलेला घटक म्हणजे कार्याची अर्थपूर्णता. ती म्हणजे, कार्याच्या प्रती समाजाची मूल्ये बदलत आहेत आणि जर तसे असेल तर नवीन औद्योगिक संघटनात्मक मानसशास्त्रज्ञांनी ती पूर्ण करायला हवीत. 'कार्य' हा आपल्या जीवनाचा अतिशय महत्त्वपूर्ण घटक आहे; पण त्याकडे पाहण्याचा दृष्टिकोन मात्र भिन्न भिन्न असतो. कदाचित आता वेळच अशी आलेली आहे, 'कार्य' आणि 'अर्थपूर्ण कार्य' हे दोन्ही घटक मूलभूत अधिकारात अंतर्भूत होतील आणि त्याचा स्वीकार करावा लागेल.

ह्याशिवाय, भविष्यातील ह्या क्षेत्रातील मानसशास्त्रज्ञांचा विचार केल्यास, भूतकाळापेक्षा भविष्यकाळात विविध वंशांचे, भिन्न वयाचे व लिंगांचे शास्त्रज्ञ कार्य करतील. विशिष्ट वयाच्या एकूण कामगारांमध्ये स्त्रियांचे व वांशिकदृष्ट्या अल्पसंख्याक समूहाचे समान योगदान राहील. ह्या शाखेत आपण हा बदल स्वीकारला पाहिजे, ह्याची चिन्हे दिसून येत आहेत. विशेषत: स्त्रियांची ह्या क्षेत्रातील संख्या उल्लेखनीय आहे. हॉवर्डला (१९९०) असे दिसून आले, १९६० मध्ये ह्या शाखेत डॉक्टर झालेल्या स्त्रियांची संख्या ८% होती; १९८० ला ३९% स्त्रियांनी ह्या शाखेत पीएच.डी. संपादन केली आहे. समाजातील विविध समूह, त्यांच्या बदललेल्या वैयक्तिक मूल्यांमुळे, ह्या क्षेत्रात येत आहेत.

शेवटी असे दिसून येते की, औद्योगिक संघटनात्मक मानसशास्त्राचा विकास अमेरिकेच्या बाहेरही वेगाने होत आहे. संपूर्ण जगातच, विद्यापीठ शिक्षणात ह्या शाखेच्या संशोधनावर भर दिला जात आहे.

१.४.२ बाह्य परिस्थिती

ह्या विभागात ह्या शाखेवर परिणाम करणाऱ्या तीन व्यापक सामाजिक बदलांचा विचार केलेला आहे. ते सामाजिक बदल म्हणजे - १) माहिती तंत्रज्ञानाचा सतत होत जाणारा विकास. २) एकूण कामगारांचा विकास आणि ३) आंतरराष्ट्रीय व्यापाराकडे होणारी वाढती वाटचाल. ह्या तीनही घटकांचा ह्या शाखेवर व्यापक परिणाम झाला आहे.

माहिती तंत्रज्ञान

अतिशय व्यापक प्रमाणात माहिती हाताळण्याची क्षमता असणाऱ्या कॉम्प्युटरचा ह्या शाखेच्या संशोधनावर निश्चितच प्रभाव पडलेला आहे. हा बदल प्रत्यक्षात झालेला

आहे. उदा. कार्याचे विश्लेषण, प्रशिक्षित कर्मचाऱ्यांचे विश्लेषण करण्याचे कार्य कॉम्प्युटरद्वारे केले जाते. व्यापक स्वरूपातील संशोधनाचे प्रदत्त (Data) त्याचे मूल्यमापन, विश्लेषण इ. कार्ये कॉम्प्युटरद्वारेच केली जातात.

माहिती व तंत्रज्ञानाच्या प्रभावामुळे ह्या क्षेत्रात कोणते बदल होतील ह्याची विपत्तीजनक भविष्यवाणी १९७० ते १९८० च्या दशकात मोठ्या प्रमाणात केली गेली. त्याचा आढावा ब्लॅकलरने - १९८८ मध्ये घेतला व त्याने पुढील तीन घटकांचे पूर्वकथन केले.

१) स्वयंचलित मशिनरीमुळे व्यापक स्वरूपातील बेरोजगारी.
२) कार्यातील टोकाच्या सोपेपणामुळे मोठ्या प्रमाणात पर्यवेक्षकांना काढून टाकले जाईल.
३) माहिती तंत्रज्ञानाला कर्मचाऱ्यांचा विरोध.

अर्थात, ह्या बदलाची चिन्हे दिसून आली पण त्याचे परिणाम फार तीव्र व असह्य दिसून आले नाहीत.

कार्य आणि संघटना यावर माहिती तंत्रज्ञानाचा निश्चितच प्रभाव पडला तथापि माहिती व तंत्रज्ञानासंबंधी काही अनपेक्षित समस्याही निर्माण होत आहेत. संघटनेवर आघात करणारी लक्षवेधक समस्या म्हणजे सामाजिकतेचे अस्तित्व. एका व्यापारी फर्ममध्ये नवीन तंत्रज्ञानाचा अवलंब करण्यासाठी फर्मच्या उद्दिष्टात बदल केले. त्याचबरोबर फर्ममधील संरचनेतही बदल केले. (शानी आणि सेना १९९४) ह्या सर्व बदलांमुळे कर्मचाऱ्यांमधील सामाजिक आंतरक्रिया पुष्कळच कमी झाल्या. कार्य समूहाची व्यवस्था अशा प्रकारे करण्यात आली, प्रत्येक कर्मचारी स्वतंत्रपणे काम करू शकेल व तेही स्वतंत्र कॉम्प्युटरवर; ह्या बदलामुळे कर्मचाऱ्यांच्या कार्यक्षमतेवर आणि पर्यवेक्षणावर परिणाम झाला. सर्व विभाग कॉम्प्युटरच्या साहाय्याने जोडल्यामुळे सुरक्षेसंबंधीचे प्रश्नही निर्माण झाले; कारण कंपनीतील सर्व कॉम्प्युटर परस्परांशी जोडल्यामुळे कंपनीच्या माहिती कोशातून कुणालाही, कोणतीही माहिती काढता येऊ लागली आहे. कंपनीच्या सुरक्षेच्यादृष्टीने हे योग्य नाही (हलाच्मी १९९२) ह्या आधुनिक विकसित साधनामुळे त्यांना दैनंदिन कार्याकडेही लक्ष देण्याची गरज भासू लागली आहे.

एकूण नवीन कर्मचारी (The New Work Force)

विसाव्या शतकाच्या उत्तरार्धात असे दिसून येते की, एकूण कर्मचाऱ्यांमधील सामाजिक वीण बदलत आहे. जन्मदर, जीवनासंबंधीच्या अपेक्षा, जीवन स्तर, स्थलांतरितता संबंधीचे सभोवतीचे राजकारण आणि मुक्त रोजगार इत्यादींमुळे समाज बदलत आहे. एकविसाव्या शतकातील एकूण कामगार हा लिंग आणि वंश भेद इ. बाबत

अधिक प्रौढ व संतुलित असेल अशी अपेक्षा आहे. ह्या बदलाचा, ह्या शाखेत संशोधन व व्यवसाय करणाऱ्या मानसशास्त्रज्ञावर परिणाम होत आहे. केवळ प्रौढ कर्मचाऱ्यांवर केले जाणारे संशोधन कमी झाले आहे. मात्र बोधनिक, शारीरिक आणि आंतरवैयक्तिक कार्यक्षमता इ. वर वयाचा होणारा परिणाम जास्त प्रमाणात अभ्यासला जात आहे. प्रौढ कामगारांना नवीन कार्यासाठी पुन्हा प्रशिक्षण देणे आणि त्यांचे मूल्यमापन करणे, त्यांना चाचण्या देणे त्यामधील समस्या इ. कडे अधिक अवधान देण्याची आवश्यकता आहे. सेवानिवृत्ती आणि फावल्या वेळातील क्रिया यावरील संशोधनही आवश्यक आहे.

अल्पसंख्याक आणि स्त्री-कर्मचारी यांची औद्योगिक क्षेत्रात वाढलेली संख्या, याचाही परिणाम होण्यास सुरुवात झालेली आहे. उदा. व्यवस्थापकीय कार्यासाठी ह्या कर्मचाऱ्यांचे मूल्यमापन करण्यामध्ये रुची दाखवली असता असे दिसून आले की, स्त्रिया आणि वांशिक अल्पसंख्याक गटातील व्यक्तींनी मोठ्या प्रमाणात औद्योगिक संघटनात्मक मानसशास्त्रात प्रवेश केला; हे संशोधन सलग चालले. एक-आड-एक कार्य वेळापत्रक, कार्याची योग्य रचना यातच साधारणत: अधिक रुची दिसून येते. कार्यातील वाटा, कामाच्या तासिकेतील लवचिकता आणि घरी काम, हे काही नावीन्यपूर्ण पण सामान्य घटक बनले आहेत. लहान मुलांची देखभाल (Child Care) आणि इतर कौटुंबिक प्रश्न, जसे वैवाहिक ताण इ. हे ही औद्योगिक संघटनात्मक मानसशास्त्रज्ञाचे संशोधनाचे विषय बनलेले आहेत.

आंतरराष्ट्रीय कार्य ठिकाण (The International Workplace)

उद्योग जगताचा विस्तार आता राष्ट्राच्या सीमा ओलांडून संपूर्ण जगात मोठ्या प्रमाणात विस्तारत आहे. आज अनेक कंपन्यांची मुख्यालये अमेरिकेत असून त्यांच्या शाखा इतर देशांत मोठ्या प्रमाणात आहेत. अमेरिकन कर्मचारी मोठ्या प्रमाणात त्या कंपन्यांमधून परदेशात नेमलेले दिसून येतात. उदा. जपानची ऑटोमोबाईल इंडस्ट्री.

अमेरिकन कंपन्या आपला कामगारवर्ग परदेशात दोन प्रकारे स्थापित करीत आहेत; एकतर ते अमेरिकन कर्मचाऱ्यांना परदेशात नेमत आहेत किंवा दुसऱ्या देशातील / स्थानिक देशातील कर्मचाऱ्यांची नेमणूक करत आहेत. ह्या प्रत्येक बाबतीत समस्यांची शक्यता आहे. जर अमेरिकनांना परदेशात कामावर नेमले तर त्यांची निवड करावी लागेल, प्रशिक्षण द्यावे लागेल आणि अशा कामगारांना नवीन देशातील जीवनमानाशी जुळवून घ्यावे लागेल; जर कंपनीने यजमान देशातील नागरिक कर्मचारी म्हणून घेतले तरीही सलग कर्मचाऱ्यांची निवड व त्यांना प्रशिक्षण हे कार्यक्रम उपयुक्त ठरतात. ह्याशिवाय आंतरवैयक्तिक प्रश्न जसे की, संप्रेषण आणि पर्यवेक्षण, कंपनीतील स्थान, हे प्रश्नही आव्हानात्मक बनतात (तुंग १९८९) अगदी स्पष्टपणे सांगायचे तर, असेच आंतरराष्ट्रीय व्यापारात सातत्य राहिल्यास, ह्या सर्व मानवी समस्या औद्योगिक/संघटनात्मक

मानसशास्त्रांशी निगडित होतील. आपण अशी अपेक्षा करूयात की, ही शाखा योग्य विशेष कर्मचाऱ्यांची निवड व प्रशिक्षण प्रक्रिया विकसित करेल आणि आंतरसांस्कृतिक संप्रेषणातही सुधारणा करेल अशा प्रकारचे कार्य प्रत्यक्षात सुरू झालेले आहे. हॉवर्ड विद्यापीठाने (१९९०) केलेल्या सर्वेक्षणात असे दिसून आले आहे, ह्या क्षेत्रातील एकूण सल्लागारांपैकी २७% सल्लागारांनी अमेरिकेबाहेरील देशांबरोबर करार केलेले आहेत.

१.५ उपयोजन - उद्योग - शिक्षण संस्था यांचा परस्पर संबंध (Application - Industry - Academia Connect)

विविध प्रकारच्या पारंपरिक आणि व्यावसायिक अभ्यासक्रमांद्वारे शिकविले जाणारे ज्ञान आणि दैनंदिन जीवनात प्रत्यक्ष कामाच्या ठिकाणी उपयोगात आणावे लागणारे ज्ञान यांच्यात पडत आलेली दरी हा आधुनिक काळातील औद्योगिक मानसशास्त्रज्ञांच्या दृष्टीने नवीन मुद्दा नाही. तथापि, हे अंतर कमी करण्यासाठी मागील काही दशकांमध्ये विशेषत: मागील पाच वर्षांमध्ये संशोधकांचे लक्ष केंद्रित झालेले दिसते; कारण या कालावधित काही संशोधकांनी प्रकाशित केलेल्या संशोधन निबंधांमधून शिक्षण, संशोधन, वैद्यकीय व्यावसायिक आणि औषधांची निर्मिती करणारे कारखाने इत्यादी विविध प्रकारच्या, महत्त्वाच्या परस्पर संबंधांवर प्रकाश टाकलेला दिसतो. त्यामध्ये शाळा-महाविद्यालये, संशोधन संस्था आणि प्रयोगशाळांमध्ये शिकविल्या जाणाऱ्या ज्ञानाचा संबंध प्रत्यक्ष कार्याशी वा औद्योगिक उत्पादन प्रक्रियेशी जोडण्यावर लक्ष केंद्रित केले जाते; त्या दृष्टीने या क्षेत्रात काम करणारे मानसशास्त्रज्ञ हा संबंध कसा विकसित होईल, त्यावर प्रभाव टाकाणारी मूलभूत क्षेत्रे कोणती आहेत, वर्तमानकालीन परिस्थितीसाठी व भविष्याच्यादृष्टीने त्याचा काय उपयोग होईल इत्यादी प्रश्नांचा अभ्यास करत आहेत व त्यामुळे आता क्रमिक अभ्यासक्रम आणि औद्योगिक गरजा यांच्यातील परस्पर संबंध अधिकाधिक दृढ आणि वृद्धिंगत होत असलेला दिसतो. परिणामी आता शैक्षणिक संशोधनाला व्यापारी दृष्टिकोनातून महत्त्व प्राप्त होऊ लागले आहे.

थोडक्यात, उद्योजकांचे अर्थसाहाय्य आणि संशोधकांचे ज्ञान यांच्या परस्परपूरक संबंधाचा औद्योगिकीकरणावर प्रभाव पडत असलेला दिसतो.

सराव प्रश्न :

प्र. १) खालील प्रश्नांची थोडक्यात उत्तरे लिहा.

१) औद्योगिक आणि संघटनात्मक मानसशास्त्राची कार्ये सांगा.

२) औद्योगिक आणि संघटनात्मक मानसशास्त्राचा अभ्यास-विषय स्पष्ट करा.

३) पहिल्या आणि दुसऱ्या महायुद्धाच्या काळातील कोणकोणत्या घटनांमुळे

औद्योगिक आणि संघटनात्मक मानसशास्त्राच्या विकासाला चालना मिळाली?

४) औद्योगिक आणि संघटनात्मक मानसशास्त्रातील हॉथॉर्न संशोधनाचे महत्त्व स्पष्ट करा.

५) माहिती तंत्रज्ञानाचा औद्योगिक आणि संघटनात्मक मानसशास्त्रावर काय प्रभाव पडला?

प्र. २) टिपा लिहा.

१) काल व गती अध्ययन.

२) हॉथॉर्न अभ्यास.

३) नागरी हक्क कायदा.

४) औद्योगिक आणि संघटनात्मक मानसशास्त्राचे शिक्षण.

५) औद्योगिक आणि संघटनात्मक मानसशास्त्रातील व्यावसायिक.

६) औद्योगिक व संघटनात्मक मानसशास्त्राचा भविष्यकाळ.

प्र. ३) खालील प्रश्नांची मुद्देसूद आणि सविस्तर उत्तरे लिहा.

१) औद्योगिक आणि संघटनात्मक मानसशास्त्राची व्याख्या द्या. औद्योगिक आणि संघटनात्मक मानसशास्त्राच्या वर्तमान परिस्थितीचा आढावा घ्या.

२) औद्योगिक मानसशास्त्र म्हणजे काय? ते सांगून त्याच्या स्वरूप आणि व्याप्ती विषयी सविस्तर चर्चा करा.

३) आधुनिक औद्योगिक मानसशास्त्राच्या विकासाच्या दृष्टीने शिक्षणसंस्था आणि औद्योगिक संस्थांमधील परस्पर संबंधांचे महत्त्व विषद करा.

२ कर्मचारी निवड आणि प्रशिक्षण

Personal Selection and Training

२.१ कार्य पार्श्वचित्र, कार्य विश्लेषण आणि भरती तंत्रे (Job profile, Job analysis and Recruitment techniques)

२.२ मुलाखत, मानसशास्त्रीय मापन, गरजांचे मूल्यमापन (Interviews, Psychological Testing and Needs Assessment for Training)

२.३ प्रशिक्षणातील मानसशास्त्रीय तत्त्वे आणि ज्ञान आणि कौशल्याची प्रशिक्षण (Psychological Principles in Training and Training for Knowledge and Skills)

२.४ प्रशिक्षण कार्यक्रमाचे मूल्यमापन (Evaluation of Training Programme)

२.५ उपयोजन - जीवनविषयक सूची (Bio Data), गोषवारा (Resume) संदर्भपत्रांचे महत्त्व (Reference Cheek), आणि शैक्षणिक प्रगतीचा आढावा (Curriculam Vitae)

प्रास्ताविक :

कोणताही उद्योग, संस्था किंवा संघटना विशिष्ट उद्दिष्टांनी स्थापन केली जाते. त्यांचे यश - अपयश हे उद्दिष्टपूर्तीवर अवलंबून असते. संघटनेची उद्दिष्टपूर्ती ज्या घटकांवर अवलंबून असते, त्यातील मनुष्यबळ हा सर्वांत महत्त्वाचा घटक असतो. काळाच्या ओघात सर्व संसाधनांमध्ये घट होत असते परंतु नवीन ज्ञान, नवीन कौशल्ये व अनुभव आत्मसात करून मनुष्यबळ या संसाधनांमध्ये गुणात्मक विकास घडवून आणता येतो. कुशल, तज्ज्ञ, प्रेरित आणि प्रशिक्षित मनुष्यबळाच्या जोरावराच संघटनेची उद्दिष्टे ध्येयधोरणे प्राप्त करता येऊ शकतात. त्या जोरावरच संघटना किंवा उद्योग उभे राहतात.

कर्मचारी निवड व त्यांची योग्य पदावर नियुक्ती हे एक पारंपरिक आणि अत्यंत मूलभूत कार्य आहे आणि उद्योगांच्या क्षेत्रामध्ये मानसशास्त्रज्ञाच्या माध्यमातून ते प्रभावीपणे पार पाडता येते. चांगल्या आणि वाईट किंवा योग्य आणि अयोग्य मनुष्यबळामधील भेद शोधून काढणे व त्यांना वेगळे करणे हे वाटते तितके सोपे काम नाही परंतु प्रमाणित अशा मानसशास्त्रीय चाचण्या, प्रक्षेपण तंत्रे, प्रासंगिक चाचण्यांच्या साहाय्याने औद्योगिक मानसशास्त्रज्ञ हे कठीण काम सहजपणे पार पाडू शकतात.

म्युनस्टरबर्ग या मानसशास्त्रज्ञाने सर्वांत प्रथम १९१० मध्ये बोस्टन इलेवेटेड रेल्वे कंपनीमध्ये अशा चाचण्यांचा उपयोग करून कर्मचारी निवडीमध्ये मानसशास्त्रीय चाचण्यांचे महत्त्व लक्षात आणून दिले. १९१५ ते १९१७ च्या दरम्यान स्कॉट आणि बिन्घम यांनीही केंब्रिज इस्टिट्यूट ऑफ टेक्नॉलॉजी या संस्थेत विक्रेत्यांच्या निवडीसाठी अशा चाचण्यांवर काम केले होते.

कर्मचारी निवड हीच मूळात व्यक्तिभिन्नतेच्या तत्त्वावर अवलंबून असते. व्यक्तिभिन्नतेच्या तत्त्वानुसार आपणास हेच ज्ञात आहे की, कोणत्याही दोन व्यक्ती एकसारख्या नसतात प्रत्येक व्यक्ती वेगळी असते प्रत्येक व्यक्तीच्या क्षमता, अभिक्षमता, आवडीनिवडी, जीवनमूल्ये, अभिवृत्ती भिन्न भिन्न असतात. लिंगभिन्नतेनुसार, वयभिन्नतेनुसार देखील त्यामध्ये भेद निर्माण होत असतो. या भेदांचा सूक्ष्म अभ्यास केल्यास तसेच वेगवेगळ्या कार्यांच्या गरजांचा विश्लेषणात्मक अभ्यास केल्यास 'योग्य व्यक्तीसाठी योग्य काम व योग्य कामासाठी योग्य व्यक्ती' निवडणे सहज शक्य होते. औद्योगिक मानसशास्त्रात हे काम शास्त्रीय पद्धतीने केले जाते.

योग्य व्यक्तीसाठी योग्य कामाची निवड किंवा योग्य कामासाठी योग्य व्यक्तीची निवड करण्याअगोदर त्या व्यक्तीच्या व्यक्तिमत्त्वाचा सर्वांगांनी अभ्यास व त्या त्या कामांचा व कार्य गरजांचा अभ्यास अत्यंत आवश्यक ठरतो. मनोमापनांच्या साहाय्याने आपण व्यक्तीच्या अभ्यास करू शकतो तर कार्यविश्लेषणाच्या साहाय्याने कार्यकृतींचा कौशल्यांचा अभ्यास करू शकतो. प्रस्तुत प्रकरणात आपण या बाबींची सविस्तरपणे माहिती करून घेणार आहोत. कर्मचारी निवड आणि कार्यविश्लेषणाबरोबरच कर्मचाऱ्यांच्या निवडीनंतर त्यांना दिले जाणारे प्रशिक्षण, प्रशिक्षणाच्या गरजा, प्रशिक्षणाची मानसशास्त्रीय तत्त्वे, ज्ञान आणि कौशल्यांसाठीचे मूलभूत प्रशिक्षण व त्यांचे मूल्यमापन या बाबींचा देखील अभ्यास आपण करणार आहोत.

कर्मचारी निवड म्हणजे काय?

एखाद्या विशिष्ट किंवा निश्चित अशा कार्यासाठी उमेदवारांच्या समूहातून सर्वांत योग्य व्यक्तीचे किंवा व्यक्तींची निवड करण्याची प्रक्रिया म्हणजे कर्मचारी निवड

होय. एखाद्या कामातील यशस्वितेची सर्वांत जास्त संभाव्यता देऊ शकणाऱ्या व्यक्ती ओळखणे, त्यांना अर्जदारांच्या एकूण संख्येतून वेगळे करण्याची ही प्रक्रिया आहे.

निवड,भरती आणि पदनिश्चिती या तीन संकल्पना बऱ्याच वेळा समान अर्थाने किंवा पर्यायी म्हणून वापरल्या जातात परंतु या तीनही संकल्पना पूर्णत: वेगळ्या आहेत; आणि त्याचा अर्थही वेगळा आहे. भरती प्रक्रियेमध्ये सक्षम उमेदवारांना आपल्या उद्योग किंवा संघटनेमधील विविध पदांसाठी अर्ज करण्यास प्रेरित किंवा उद्दिपीत करणे अभिप्रेत आहे. कर्मचारी निवडीच्या प्रक्रियेची भरती ही एक प्राथमिक पायरी आहे. निवडीच्या प्रक्रियेत कोणत्याही उपलब्ध होऊ शकणाऱ्या उमेदारांना निवडणे गृहीत धरलेले असते; तर स्थान निश्चिती ही अंतिम अवस्था असून निवडलेल्या उमदेवारांना कामाच्या स्वरूपानुसार योग्य पदांवर नेमणूक देणे असा अर्थ अभिप्रेत आहे.

स्वयंचलित यंत्रे, संगणकीकरण व प्रगत तंत्रज्ञानामुळे अशी स्थाननिश्चिती ही एक महत्त्वाची परंतु तितकीच गुंतागुंतीची प्रक्रिया बनलेली आहे. मुनष्यबळाचा उच्चतम आणि प्रभावी वापर करण्यावरच संघटनेच्या यशाची संभाव्यता अवलंबून असते. त्यासाठी कार्य रेखाचित्र (Job Profile) तयार करणे खूप महत्त्वाचे व अनिवार्य बनत चालले आहे.

२.१.१.कार्य पार्श्वचित्र (Job Profile)

कार्य पार्श्वचित्र म्हणजे विशिष्ट कार्याशी संबंधित माहिती, त्या माहितीची योजनापूर्वक मांडणी अथवा रचना होय. या रचनेमध्ये कार्यकृतीचे प्रमाणित वर्गीकरण केलेले असते. विशिष्ट संकल्पनांच्या निश्चित व आवश्यक व्याख्या केलेल्या असतात. व्यावसायिक माहितीचे आदान-प्रदान करत असताना नेहमीच्या वापरात येणाऱ्या संकल्पना स्पष्ट केल्या जातात. त्यातील काही महत्त्वाच्या संकल्पना पुढे पाहू या-

१) कृती (Task) : निश्चित किंवा स्वतंत्र उद्देश असलेली क्रिया म्हणजे 'कृती' होय. उदा. महाविद्यालयीन शिक्षकांच्या बाबतीत अध्यापन करणे, संशोधन करणे ज्ञानाधिष्ठित समाजोपयोगी विस्तार कृती (Extension Activities)

२) पद किंवा स्थान (Position) : वैशिष्ट्यपूर्ण कृतीचा संच म्हणजे 'पद' होय. प्रत्येक पदाला कृती व जबाबदाऱ्यानुसार संघटनेमध्ये जो महत्त्वक्रम प्राप्त होतो त्याला 'स्थान' असे संबोधले जाते. उदा. मुख्य कार्यकारी अधिकारी (CEO), व्यवस्थापन (Manager) विभागीय व्यवस्थापक (Divisional Manager), पर्यवेक्षक (Supervisor), विभाग प्रमुख (Head of the department), कर्मचारी

(Worker) इ. अशी पदांची अथवा स्थानांची उदाहरणे देता येतात. या पद किंवा स्थानांमध्ये उद्योग अथवा संघटनेच्या स्वरूपानुसार, क्षेत्रानुसार, उत्पादन घटकांनुसार बदल होतो. उदा. संरक्षण, शिक्षण, उद्योग, यामध्ये विविध स्वरूपाची पदे समाविष्ट असतात.

३) कार्य (Job) : समान स्वरूपाच्या कृती असणाऱ्या अनेक पदांना एकत्रित करून 'कार्य' तयार होते. ही कार्ये एकसारखी (Identical) किंवा जवळपास सारखी (Similar) असतात. उदा. अध्यापन कार्य, लिपिक कार्य, रोखपालाची कार्ये, लेखापाल कार्य इ.

४) कार्यकुटुंब (Job Family) : समान कौशल्ये आवश्यक असणाऱ्या दोन किंवा दोनपेक्षा अधिक कार्यांच्या समूहास 'कार्य कुटुंब' म्हणतात. कार्यकुटुंबाचा उपयोग एखाद्या संघटनेतील कार्यांच्या विश्लेषणासाठी होतो.

५) पेशा (Occupation) : कामाचे स्वरूप जेव्हा एकाच प्रकारचे असते तेव्हा त्याला पेशा म्हणतात. उदा. शिक्षकांपेक्षा, वकिलीचा पेशा, वैद्यकीय पेशा इ.

थोडक्यात कार्याशी संबंधित सर्व माहिती गोळा करून त्याचे रचनात्मक आरेखन म्हणजे 'कार्य रेखाटन' होय. या कार्यरेखाटनातून जी माहिती उपलब्ध होते त्या माहितीचे संघटनेला विविध उपयोग करून घेता येतात.

कार्य माहितीचे उपयोग (Uses of Job Information)

कार्य माहितीचे दोन प्रकार पडतात.

विविध कर्मचाऱ्यांच्या क्रियां (Functions) साठी कार्याची (Job) माहिती जाणून घेणे आवश्यक ठरते. कार्यमाहितीचा उपयोग कर्मचारी निवडीसाठी मोठ्या प्रमाणात केला जातो. कर्मचारी निवड कार्यक्रम प्रभावीपणे व खात्रीशीर राबवण्यासाठी, तो राबवणाऱ्या तज्ज्ञांना कार्यात काय अंतर्भूत आहे ह्याचे ज्ञान असणे आवश्यक असते. ह्याशिवाय कार्य माहितीचा उपयोग, वेतन निश्चितीसाठी, प्रशिक्षण कार्यक्रम विकसित करण्यासाठी आणि कार्य निष्पादनाच्या मूल्यमापनासाठीही होतो. वूटनने (Wooten,1993) असे दाखवून दिले, कार्य माहितीचा उपयोग कर्मचाऱ्यांच्या भविष्यकालीन गरजांच्या नियोजनासाठीही होऊ शकतो. त्याला असे दिसून आले, की बऱ्याच क्षमता आणि कौशल्ये 'व्यवस्थापकीय स्थानाला' आवश्यक असतात. त्याच क्षमता आणि कौशल्ये 'सचिव स्थानाला' आवश्यक असतात; कारण हे सचिवाचे स्थानच व्यवस्थापक पद प्राप्त करण्यास मार्ग उपलब्ध करून देते.

कार्य मूल्यांकन (Job Evaluation) : भरपाई योजनांसाठी कार्यमाहितीची आवश्यकता असते. वेतन निश्चिती करणाऱ्या अनेक पद्धती आहेत. त्यात अतिशय सोपी पद्धती म्हणजे बाहेर व्यवहारात किती वेतन दिले जाते, ते पहाणे व त्यावरून वेतन निश्चिती करणे. ही पद्धती कमीत कमी पातळीवर वेतन ठरविण्यासाठी वापरली जाते. कार्याच्या अंगभूत गुणानुसार त्याचे मूल्य निश्चित करणे व वेतन ठरवणे ही काहीशी अधिक गुंतागुंतीची वेतन-निश्चिती पद्धती आहे. ह्या गुंतागुंतीच्या पद्धतींना एकत्रितपणे 'कार्य-मूल्यांकन' असे म्हणतात.

कार्य मूल्यांकनामध्ये संपूर्ण कार्य श्रेणीकरण पद्धती, बिंदू पद्धती आणि घटक तुलना पद्धतीचा अंतर्भाव होतो. (Mc Cormick,1979).

संपूर्ण कार्य श्रेणीकरण पद्धती (Whole-Job Ranking) : कार्य मूल्यमापनाची ही एक सोपी व सर्वसमावेशक पद्धती आहे. ह्या पद्धतीत संघटनेतील सर्व कार्ये लक्षात घेतली जातात, संपूर्ण संघटनेच्या दृष्टीने त्या कार्याचे मूल्य काय आहे हे निश्चित केले जाते आणि संघटनेतील त्या कार्याच्या महत्त्वाप्रमाणे त्याचे श्रेणीकरण केले जाते. त्यासाठी उद्योगातील सर्व कार्यांची माहिती असणे आवश्यक असते. संघटनेत कार्यसंख्या फारच जास्त असेल तर अशा वेळी प्रत्येक श्रेणीकर्ता आपल्या परिचयाच्या कार्याचेच श्रेणीकरण करतो व शेवटी सर्व कार्यातील कार्य समानता लक्षात घेऊन उद्योगातील कार्याचा अंतिम अनुक्रम तयार करण्यात येतो.

घटक तुलना पद्धती (Factor Comparison) : ह्या पद्धतीत मूल्यामापना विषयी निर्णय घेण्याआगोदर कार्याची सखोल माहिती असणे आवश्यक असते. कारण ह्या पद्धतीत संघटनेच्यादृष्टीने मौल्यवान असणारी गुणवैशिष्ट्ये निश्चित केली जातात जसे, शारीरिक परिश्रमाची आवश्यकता, दुसऱ्या संबधीची जबाबदारी, सृजनात्मकता, प्रशासकीय जबाबदारी इ. ज्या कार्याचे वेतन न्याय्य आहे अशी कार्ये निवडली जातात व कार्य घटकांचे मूल्य ठरवणारी संदर्भ कार्ये म्हणून ही कार्ये लक्षात घेतली जातात. इतर दुसऱ्या कार्याचे मूल्यमापन करताना ह्या महत्त्वाच्या कार्याशी तुलना केली जाते व त्यावरून त्या कार्याचे मूल्य ठरविले जाते. सर्व कार्यात जे समान घटक असतात त्या घटकांबाबत ह्या 'महत्त्वाच्या कार्याची' तुलना करण्यात येते. बेन्जे, बर्क व हे (Benge, Burk & Hay, 1941) यांच्या मते ह्या पद्धतीत पुढील समान घटकांचा समावेश करायला हवा. मानसिक, कौशल्य विषयक आणि शारीरिक आवश्यकता, जबाबदारीच्या मर्यादा आणि कामाची परिस्थिती.

बिंदू पद्धती (Point System) : ह्या पद्धतीसाठीही कार्याची सखोल माहिती असायला हवी. भरपाईयोग्य घटकांचा बिंदू पद्धतीत उपयोग केला जातो. कार्य घटकांचे

मूल्य पैशांत केले जाते आणि ह्या मूल्याचे प्रतिनिधित्व करणारे बिंदू निश्चित केले जातात. प्रत्येक कार्याचे स्वतंत्रपणे मूल्यमापन करून त्यात हे भरपाईयोग्य घटक किती धारण केले जातात हे निश्चित केले जाते. ह्या घटक बिंदूंची बेरीज करून प्रत्येक कार्याची वेतनपातळी ठरवली जाते.

वेतनातील भेद व तुलनात्मक योग्यायोग्यतेची चर्चा करताना कार्य मूल्यमापन पद्धती महत्त्वाच्या ठरतात. तुलनात्मक योग्यता असेल तर समान मूल्य असणाऱ्या कार्याला समान वेतन योग्य ठरते. कोणती कार्ये समान मूल्याची आहेत ह्या संबंधीचा निर्णय घेण्यास मूल्यमापन पद्धती उपयुक्त ठरतात.

२.१.२ कार्य विश्लेषण (Job Analysis)

एखाद्या कार्याच्या सर्वांगाचा किंवा ह्या कार्याशी संबंधित विविध घटकांचा सुक्ष्म व अचूक अभ्यास करण्याची प्रक्रिया म्हणजे 'कार्य विश्लेषण' होय.

कार्यविश्लेषण ही एखाद्या कामाविषयी विस्तृत माहिती गोळा करणारी पद्धतशीर प्रक्रिया आहे. या प्रक्रियेमध्ये एखाद्या कामाच्या मुख्य घटकांना वेगळे केले जाते. त्यानंतर प्रत्येक मुख्य घटकामधील सूक्ष्म उपघटकांना ओळखले जाते. कार्यविश्लेषण हे विशिष्ट प्रक्रियेचा चिकित्सक अभ्यास असतो. एखाद्या कामामध्ये अंतर्भूत असलेल्या कृतींना उलगडवून दाखविण्याची ही एक पद्धतशीर प्रक्रिया आहे. त्या कामाविषयीची कर्तव्ये, जबाबदाऱ्या व उत्तरदायित्व स्पष्ट करणारी ही एक तांत्रिक प्रक्रिया आहे. या प्रक्रियेत कार्यवर्णन आणि कार्यविशेषीकरण या दोन क्रियांचा समावेश होतो. खालील आकृतीच्या साहाय्याने ही प्रक्रिया समजावून घेता येईल.

तक्ता क्र. २.१ : कार्यविश्लेषण प्रक्रिया

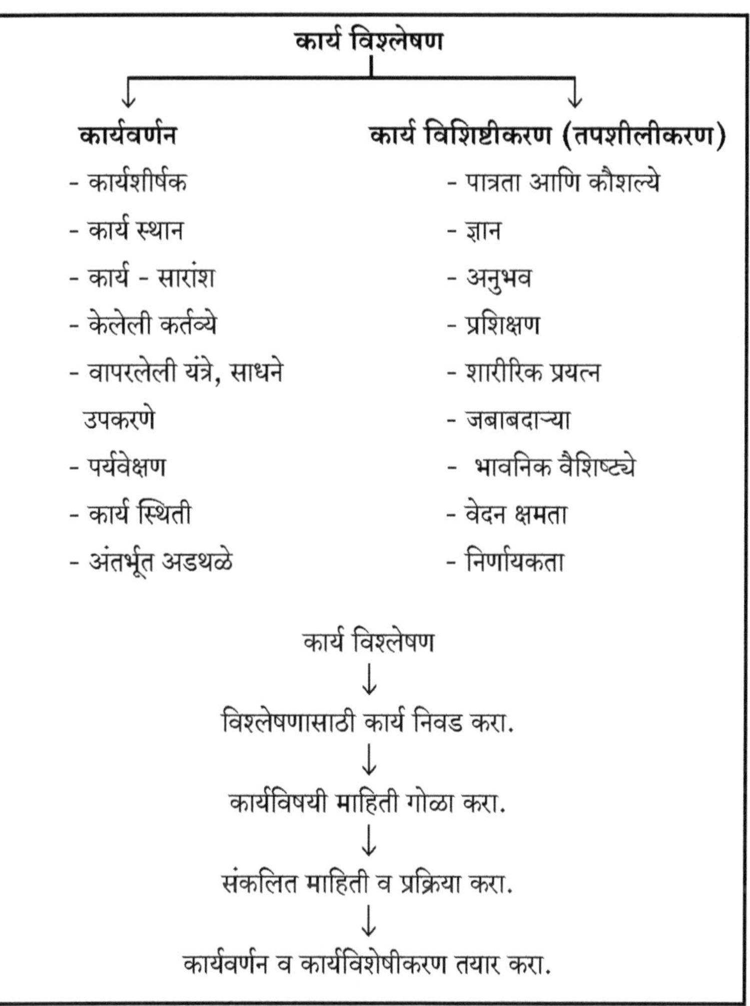

कार्यविश्लेषणामध्ये कार्याच्या भौतिक बाजूचा विचार औद्योगिक क्षेत्रातील अभियंते करतात तर मानवी अंगाचा विचार औद्योगिक मानसशास्त्रज्ञ करतात; कार्याचे वर्णन आणि कार्याचे विशिष्टीकरण अथवा तपशील या दोन घटकांचा विचार मानवी अंगाने केला जातो.

अ) कार्य वर्णन : व्यक्तीने जे काम निर्धारित केलेले आहे त्या कामात तो काय करतो किंवा त्याला काय करावे लागणार आहे याचे वर्णन म्हणजे 'कार्य-वर्णन' होय. कार्याचे शीर्षक, कार्याचे स्थान, कार्याचा सारांश, यंत्रे, साधने, पर्यवेक्षक इत्यादींचा तपशील म्हणजे कार्यवर्णन होय.

ब) कार्य विशिष्टीकरण : कार्यासाठी आवश्यक असणाऱ्या मानवी गुणधर्मांचा तपशील म्हणजे 'कार्य विशिष्टीकरण' होय. त्याच्यामध्ये शिक्षण, अनुभव, कौशल्ये, ज्ञान, शारीरिक निकष इत्यादींचा समावेश होतो.

कर्मचारी निवडीची कार्य विश्लेषण ही पहिली पायरी आहे. कर्मचारी निवडीबरोबर कर्मचारी प्रशिक्षण आणि विकास, कार्य मूल्यांकन, कारकीर्द विकास, बक्षिस अथवा पारितोषिक वितरण अशा विविध बाबींसाठी कार्य-विश्लेषणाचा उपयोग होतो. कार्य-विश्लेषणामध्ये अनेक पद्धतींची विविधता असते. खालील तक्त्यामध्ये या पद्धती दर्शविल्या आहेत.

तक्ता क्र. २.२ कार्यविश्लेषण पद्धती

पद्धती	कृती कशी केली जाते	फायदे / तोटे
निरीक्षण	कर्मचाऱ्याला नेमून दिलेली दैनंदिन कामे कार्य-विश्लेषकांकाडून कॅमेरा व व्हिडीओ उपकरणांद्वारे निरीक्षण केले गेले.	विविध प्रश्न विचारले जाऊ शकतात. स्वस्त, कामाचे थेट ज्ञान प्राप्त होते. निरीक्षकाचे पूर्वग्रह, कृतीला अतिरिक्त महत्त्व दिले जाऊ शकते. बोधनिक कार्याचे निरीक्षण करता येते नाही (उदा. समस्या परिहार
सहभाग	कार्य विश्लेषक स्वत: सहभागी होऊन कार्य देतो.	कामाचा प्रत्यक्ष अनुभव मिळून आणि नेमून दिलेल्या कृती परस्पर कशा आहेत ते समजते. कौशल्य अपेक्षित व उपयोगी नाही.
उपलब्ध माहिती	कार्यवर्णन, प्रशिक्षण पुस्तिका पूर्वानुभवकृतीचे विश्लेषण (स्वत:चे किंवा इतर संस्थाचे)	वेळेची बचत / कालबाह्य माहिती समाविष्ट होते. कामात वैविधता असलेल्या कामाची माहिती उपयुक्त ठरत नाही.

पद्धती	कृती कशी केली जाते	फायदे / तोटे
मुलाखत	रचित किंवा अरचित	पाठपुरावा करणारे प्रश्न विचारता येऊ शकतात, लवचीक, सगळ्या प्रकारच्या कार्यांना उपयुक्त/ माहिती अपूर्ण मिळू शकते. उदा. स्वयंचलित यांत्रिक कार्याची माहिती.
सर्वेक्षण	कामाविषयी खूले प्रश्न	विस्तृती माहितीच्या संकलनासाठी उपयुक्त, स्वस्त व वेळेची बचत / सर्वेक्षणातून महत्त्वाचे प्रश्न गाळले जाऊ शकतात, पाठपुरावा करणारे प्रश्न विचारता येत नाहीत.
कार्य नोंदवही	केल्या गेलेल्या कार्यांची पद्धतशीर नोंद	एखाद्या कार्याचे निरीक्षण करण्यास अवघड असेल तेव्हा उपयुक्त / नोंदी करण्यास स्वतंत्र वेळ काढावा लागतो, पुरवल्या जाणाऱ्या माहितीची स्पष्टता कर्मचाऱ्यांची साक्षरता आवश्यक.

वरील तक्त्यामध्ये दर्शविलेल्या कार्य विश्लेषण पद्धतशिवाय कार्यविश्लेषणाची विविध प्रमाणित तंत्रे देखील विकास करण्यात आली आहेत; मूलतत्त्व पद्धती, स्थान विश्लेषण प्रश्नावली, कृती विश्लेषण पद्धती, निर्णायक घटनातंत्र पद्धती आणि बोधनिक कार्य विश्लेषण पद्धती इत्यादी विकसित तंत्राचा समावेश होतो.

१) कार्यघटक पद्धती (Job Element Method)

प्रिमॉफ आणि आयदे (Primoff and Eyde 1988) यांनी हे तंत्र विकसित केले असून अकुशल औद्योगिक कार्यासाठी या तंत्राचा उपयोग होतो. हे तंत्र व्यक्ती केंद्री तंत्र असून, एखादे कार्य करण्यासाठी आवश्यक असलेले मूलभूत ज्ञान, कौशल्ये आणि क्षमतांचा विचार या तंत्रामध्ये केला जातो; या तंत्रात कर्मचाऱ्यांमध्ये समाधान निर्माण करणारे कार्य घटक कोणते असतात, त्यांचा शोध घेतला जातो व नंतर त्यांचा उपयोग कर्मचारी निवडीसाठी केला जातो.

२) स्थान विश्लेषण प्रश्नावली Position Analysis Questionnaie (PAQ)

मॅककॉरमिक, जेनरेट आणि मेचॅम (MC Cormik, Jenneeret and Mecham, 1972) यांनी ही पद्धती विकसित केली आहे. ही पद्धती कामगाराभिमुख असून, कार्याची वैशिष्ट्ये या पद्धतीत अभ्यासून ती कामगाराच्या वर्तनाशी जोडण्याचा प्रयत्न केला जातो. या प्रश्नावलीत १९४ कार्य घटक आहेत आणि ते सहा मुख्य क्षेत्रामध्ये वर्गीकृत केलेले आहेत; ही क्षेत्रे पुढीलप्रमाणे -

१) माहिती निक्षेप : यामध्ये कामास उपयुक्त असणारी माहिती कोठून व कशी मिळेल याचा शोध घेतला जातो.

२) मानसिक प्रक्रिया : यामध्ये कामासाठी आवश्यक असलेली विचार प्रक्रिया व निर्णय प्रक्रिया इत्यादींचा समावेश होतो.

३) शारीरिक क्रिया : कर्मचाऱ्याला कार्य करण्यासाठी लागणारी साधने, उपकरणे, हस्तक्रिया, संपूर्ण शारीरिक क्रिया, शरीरस्थिती, समन्वयात्मक क्रिया इ. घटकांचा समावेश या क्रियांमध्ये होतो.

४) इतर व्यक्तीशी येणारे संबंध : या वर्गामध्ये संप्रेषण, आंतरवैयक्तिक संबंध, वैयक्तिक संबंधाचे प्रकार व आधिक्य, पर्यवेक्षक व समन्वय या घटकांचा समावेश होतो.

५) कार्य संदर्भ : यामध्ये कार्य परिस्थितीचे भौतिक घटक धोका, भीती, वैयक्तिक व सामाजिक मूलतत्त्वे इत्यादींचा समावेश होतो.

६) इतर कार्यघटक व गुणवैशिष्ट्ये : यामध्ये कर्मचाऱ्याचा पोशाख, कार्यपरवाना, कार्ययोजना, कार्याशी संबंधित जबादाऱ्यांचा समावेश होतो.

स्थान विश्लेषण प्रश्नावलीच्या साहाय्याने कार्य विश्लेषण करण्यासाठी कार्याचे ज्ञान असणाऱ्या व्यक्ती निवडल्या जातात; त्यांना प्रश्नावली देऊन त्यातील मूलतत्त्वे तपासून त्यांना त्यांचा क्रम लावावयास सांगितले जाते नंतर उपलब्ध होणाऱ्या माहितीचे विश्लेषण करून, वर्गवारी केली जाते. सहा घटक वर्गांमध्ये जी वर्गवारी केली जाते त्यांना 'कार्य परिमिती' संबोधले जाते. प्रत्येक कार्य परिमिती किती महत्त्वाची आहे हे या विश्लेषणातून स्पष्ट होते. कामगारांच्या निर्णायक गरजा कोणत्या त्याची यादीच या प्रश्नावलीच्या साहाय्याने तयार होते.

स्थान विश्लेषण प्रश्नावलीच्या तंत्राने केल्या जाणाऱ्या कार्यविश्लेषणाचा मुख्य फायदा म्हणजे या तंत्राच्या साहाय्याने दोन किंवा दोनपेक्षा अधिक कार्य संघटनांचे विश्लेषण करण्यास या तंत्राचा उपयोग होतो. एका क्षेत्रात उपयुक्त ठरणारे कार्य दुसऱ्या कार्य क्षेत्रात किती उपयुक्त ठरू शकेल याचा अंदाजही बांधता येतो. उपलब्ध माहितीचा वापर कर्मचारी

निवडीचे साधन म्हणूनही करता येतो; त्यामुळे दुसऱ्या संघटनेला कर्मचारी निवडीसाठी येणारा खर्च वाचविला जाऊ शकतो.

या तंत्राची मर्यादा म्हणजे या तंत्राने कार्यविश्लेषण करण्यासाठी प्रतिक्रिया देणाऱ्या व्यक्तीमध्ये उच्च दर्जाची भाषिकक्षमता आवश्यक असते भाषिक कौशल्यांचा अभाव असेल तर कार्यविश्लेषणात समस्या निर्माण होतात. स्मिथ आणि हाकेल (१९७९) यांच्या संशोधनात सामान्य कर्मचाऱ्यांपेक्षा कार्य विश्लेषकाकडून स्थान विश्लेषण प्रश्नावलीच्या साहाय्याने अधिक अचूक कार्यविश्लेषण होत असल्याचे आढळून आले आहे.

३) कृती विश्लेषण पद्धती (Task Analysis Method)

अमेरिकेच्या श्रमविभागाने (Dept. of Labour 1972) ही विश्लेषण पद्धती विकसित केली आहे. या पद्धतीचा मुख्य भर हा कार्याच्या महत्त्वाच्या कृती आणि कर्तव्ये काय आहेत, ते शोधण्यावर असतो. या तंत्रात कार्याचे ज्ञान असणाऱ्या तज्ज्ञ व्यक्ती प्रत्यक्ष निरीक्षण तसेच सर्वेक्षणातून 'कृतीविश्व' ठरवितात. कृतीविश्वातील कार्याची यादी तयार करतात. या यादीवर आधारित प्रश्नावलीस अनुसरून प्रतिक्रिया देण्यास सांगितले जाते. एखादे कार्य करताना कोणकोणत्या कृती कराव्या लागतात; प्रत्येक कृतीसाठी किती वेळ लागतो, त्या कृती किती वारंवार कराव्या लागतात. त्या कृतीमध्ये प्रत्येक कृती किती महत्त्वाची आहे. इ. गोष्टी विशिष्ट पदांवर काम करणाऱ्या व्यक्तींना विचारल्या जातात. त्या त्या कृती शिकण्यासाठी किती अवघड व गुंतागुंतीच्या होत्या व शिकण्यासाठी किती कालावधी लागला, हे ही विचारले जाते.

या प्रश्नावलीला दिल्या जाणाऱ्या प्रतिक्रियांचे मूल्यमापन कार्यविश्लेषकाकडून केले जाते. विश्लेषक कार्याचे महत्त्व व त्यांची वर्गवारी करतो. प्रत्येक कृतीसाठी कामगारांच्या आवश्यक गोष्टी कोणत्या हे शोधून काढतो; त्यामध्ये कर्मचाऱ्याचे ज्ञान, क्षमता, कौशल्ये काय आवश्यक आहेत याचा शोध घेतो.

४) निर्णायक घटना तंत्र (Critical Incident Techniques, CIT)

फ्लॅनेगन (१९५४) याने हे तंत्र विकसित केले असून कार्य विश्लेषणाच्या या तंत्रामध्ये फ्लॅनेगनने विविध सैनिकी कार्याच्या गरजा निश्चित करण्यासाठी हे तंत्र वापरले. एखाद्या कार्याच्या यशासाठी किंवा अपयशासाठी कोणती घटना निर्णायक ठरते, हे कर्मचाऱ्याला आणि पर्यवेक्षकाला विचारले जाते. कामावर टिकून राहण्यासाठी किंवा तुम्हाला कामावरून काढून टाकण्यासाठी कोणते वर्तन किंवा घटना पुरेशी ठरते, हे विचारले जाते. त्यासाठी विशिष्ट प्रश्नावलीचा वापर केला जातो. सुरचित मुलाखत

वापरून अशी माहिती मिळविली जाते. जी व्यक्ती उपयुक्त ठरली किंवा यशस्वी ठरली तिचे नेमके कार्य कोणते? किंवा यश-अयपशासाठी जबाबदार ठरलेली नेमकी घटना कोणती? ती केव्हा घडली, असे प्रश्न विचारून पद्धतीरपणे माहिती गोळा केली जाते.

गोळा केलेली माहिती मूल्यामापनासाठी पाठविली जाते. विश्लेषक माहिती वर्गीकरण करून घटनांचे क्रम लावतो. कर्मचारी निवडीच्यावेळी या घटना तसेच कर्मचाऱ्याचे ज्ञान, कौशल्ये व क्षमता विचारात घेतल्या जातात.

कार्याच्या महत्त्वाच्या गरजा ओळखण्यासाठी या तंत्राचा विकास करण्यात आला. कर्मचाऱ्याच्या प्रत्यक्ष हालचाली व क्रियांच्या वर्णनावर हे तंत्र अवलंबून असल्यामुळे यातून उपलब्ध होणाऱ्या माहितीच्या कार्याशी असणारा संबंध चांगल्या प्रकारे स्पष्ट होतो. तसेच घडणाऱ्या घटनांचे नेमकेच अनुमोदन सारांशस्वरूपात आणि मुख्यत: वास्तवावर आधारित असते. या तंत्राची मध्यवर्ती कल्पना नेमकी कोणती क्रिया केल्यामुळे कार्य यशस्वी होईल व कोणत्या क्रियेमुळे अयपश येईल हे शोधून काढणे ही असते.

बोधनिक कार्य विश्लेषण पद्धती (Cognitive Task Analysis)

कार्यविश्लेषणाचे हे तंत्रदेखील कर्मचारीभिमुख आहे. या पद्धतीमुळे तज्ज्ञांकडून दिल्या गेलेल्या मानसिक क्रिया समजण्यासाठी उपयोग होतो, त्यातून नेमून दिलेले जे कार्य आहे त्याची पूर्णत: चिकित्सा करता येते, मग ज्ञान कौशल्ये व क्षमता यांच्यावर जोर देण्याची आवश्यकता राहत नाही. हे वैशिष्ट्य आधी चर्चा केलेल्या इतर तंत्रामध्ये नाही. सेमस्टर, रेडींग आणि काईम्फ (Seamster, Redding and Kaempf 1997) यांनी माहिती संकलन व चिकित्सेच्या पाच मुख्य पद्धती सांगितल्या आहेत.

१) मुलाखत घेणे

२) संघ संप्रेषण

३) आकृत्या काढणे

४) शाब्दिक अहवाल

५) मानसशास्त्रीय मापन पद्धती

मुलाखत पद्धत तज्ज्ञांना प्रत्येक कृती किंवा कार्य पूर्ण करण्यासाठी कुठल्या प्रकारची मानसिक प्रक्रिया वापरली आहे, हे समजण्यासाठी मदत होते.

संघ संप्रेषणामध्ये नेमून दिलेली कृती पूर्ण करण्यासाठी संबंधित संघाने कुठली मानसिक प्रक्रिया वापरली आहे व संप्रेषण कसे झाले आहे, हे समजते.

आकृतीकरणामध्ये कृतीच्या विविध आकृत्या दर्शविल्या जातात. उदा. माहिती संकलन आकृत्या किंवा कृतीसंबंधी आकृत्या दर्शविणे.

शाब्दिक अहवालामध्ये तज्ज्ञांना कृती करताना कृतीशी संबंधित विचारांचे प्रकटीकरण करावे लागते. उदा. एखाद्या व्यवस्थापकाला एखाद्या उत्पादनात किंवा सेवेत गुंतवणूक करण्याचा निर्णय घ्यावा लागला तर तो निर्णय कसा घेतला गेला, हे समजण्यासाठी ही पद्धत मदत करते.

मानसशास्त्रीय मापनपद्धतीमध्ये तज्ज्ञ कृतीमध्ये अंतर्भूत असलेले विविध घटक (ज्यांचे सामान्यत: एकत्रीकरण केलेले असते.) अशा घटकांची क्रमवारी लावू शकतात. उदा. एखाद्या पोलीस अधिकाऱ्याला एखाद्या गुन्ह्यासंदर्भात आरोपीला अटक करताना येणाऱ्या अडचणीशी संबंधित वेगवेगळ्या समस्या असलेली ३० कार्ड्स दिली जातात नंतर या समस्यांमध्ये काही समस्यांची वैशिष्ट्ये एकसारखी असतात. त्यांचे वर्गीकरण करून या ३० समस्यांची ५ ते ६ घटकांमध्ये क्रमवारी लावली जाते. उदा. उपकरणांशी संबंधित, जनतेशी संबंधित न्यायालयाशी संबंधित समस्या.

२.१.३ भरती तंत्रे (Recruitment Techniques)

भरतीप्रक्रिया ही औद्योगिक किंवा संघटनेमध्ये अत्यंत महत्त्वाची प्रक्रिया आहे. पूर्वी औद्योगिक मानसशास्त्रज्ञांचा सहभाग भरती प्रक्रियेमध्ये अल्प स्वरूपाचा होता. सध्या मात्र भरती प्रक्रियेशी संबंधित अनेक मुद्द्यांच्या बाबतीत हा सहभाग वाढला आहे. कर्मचारी काम शोधण्यासाठी कोणते स्रोत वापरतात, निवड करणाऱ्यांची वैशिष्ट्ये, इच्छुकांना दिल्या जाणाऱ्या माहितीचे प्रकार, महाविद्यालयीन पातळीवर होणारी भरती, अशा अनेक मुद्यांशी औद्योगिक मानसशास्त्रज्ञांचा संबंध येतो. भरती प्रक्रियेमध्ये योग्य व वस्तुनिष्ठ भरती होण्यासाठी, विशिष्ट गुणवत्ता धारण केलेली व्यक्ती निवडण्यास ते मदत करतात.

भरतीतंत्राचा संबंध प्रामुख्याने तीन घटकांशी येतो.

१) भरती कोणाची होणार आहे. (आवेदक अथवा अर्जदार)

२) भरतीची घोषणा कुठे व कधी केली जाते. (संधी कशा घोषित केल्या जातात. विविध माध्यमे उदा. वर्तमानपत्र रोजगार, केंद्रे खाजगी रोजगार पुरवठा केंद्रे, आंतरजाळे Internet, रोजगार वार्तापत्र रोजगार केंद्रे.

३) जाहिरातीत कोणती माहिती समाविष्ट केली जावी

१) भरती कोणाची होणार, हा भरती प्रक्रियेतील खूप महत्त्वाचा प्रश्न मानला जातो. कार्याच्या गरजा काय आहेत? कोणत्या कर्मचाऱ्याकडून त्या पूर्ण होतील,

इतर महत्त्वाची व आवश्यक कौशल्ये कोणती, होकारात्मक वृत्ती व ध्येये इत्यादींचा विचार भरती करताना आवश्यक ठरतो.

नोकरी किंवा संधीची घोषणा कुठे करावी या प्रश्नाचे उत्तर महत्त्वाची वृत्तपत्रे, व्यापारी जर्नल्स, रेडिओ, दूरदर्शन, सरकारी व खाजगी सेवायोजन केंद्रे, महाविद्यालयातील प्लेसमेंट कार्यालये, कंपनीचे स्वत:चे माहितीपत्रक. रोजगारवार्ता इत्यादी माध्यमातून शोधले जाते.

जाहिरातीमध्ये कोणती माहिती समाविष्ट करावी याबाबतीत बार्बर आणि रोहेलिंग (Barber and Roehling 1993) यांनी पुढील बाबींचा उल्लेख केला आहे.

कंपनी कोणत्या ठिकाणी आहे. वेतन किती दिले जाईल.

कार्याच्या गरजा, आवश्यक कौशल्ये काय आहेत, भरपाई व इतर फायदे कोणते दिले जातील. अर्ज करण्याची पद्धती व कंपनीची माहिती इत्यादी बाबी व्यवस्थितपणे दिली जावी. जाहिरातीमध्ये दिली जाणारी माहिती अपुरी किंवा कमी असेल तर अर्जदार नकारात्मक प्रतिक्रिया देतात.

भरतीच्या पारंपरिक व लोकप्रिय पद्धती

भरतीसाठी पुढील दोन पारंपरिक पद्धतींचा वापर केला जातो.

१) उपलब्ध होणाऱ्या कोणत्याही व्यक्तीकडून अर्ज स्वीकारणे.

२) कामावर असणाऱ्या कर्मचाऱ्यांकडून शिफारस केलेल्या जाणाऱ्या उमेदवारांचे अर्ज घेणे.

काही औद्योगिक संघटनांमध्ये या पारंपरिक पद्धती खूप परिणामकारक ठरतात. ज्या कार्यासाठी विशेष कौशल्ये लागत नाहीत तिथे पहिल्या पद्धतीचा अवलंब करता येतो. ज्या कार्याला कौशल्यांची आवश्यकता असते तिथे शिफारशीच्या माध्यमातून भरती करता येते. अशा प्रकारच्या अनौपचारिक पद्धतीमधून नेमल्या गेलेल्या कर्मचाऱ्यांना त्यांच्याकडून काय अपेक्षा आहेत याची कल्पना असते.

भरतीचे दोन प्रकार पडतात -

१) अंतर्गत भरती (Internal Recruitment)

२) बहि:स्थ भरती (External Recruitment)

१) अंतर्गत भरती (Internal Recruitment)

या भरतीच्या प्रकारात संघटनेमध्ये अगोदरच काम करीत असलेल्या कर्मचाऱ्यांमधून भरती केली जाते. भरतीबाबत संघटनेमध्ये घोषणा केली जाते व इच्छुक उमेदवारांना अर्ज करण्यास सांगितले जाते.

२) बहि:स्थ भरती (External Recruitment)

भरतीच्या या प्रकारात अंतर्गत स्रोतांव्यतिरिक्त वर्तमानपत्रातील जाहिराती, महाविद्यालयीन कॅम्पसमध्ये होणारी प्रतिनिधी केंद्रामार्फत भरती, वास्तव कार्य पूर्व प्रदर्शनातून होणारी भरती, रोजगार कार्यकारी शोध केंद्रे, सार्वजनिक रोजगार सेवा केंद्रे, इलेक्ट्रॉनिक माध्यमे (Mail) अशा बाह्य स्रोतांच्या मार्फत भरती प्रक्रिया राबविली जाते.

अ) वर्तमानपत्रातील जाहिराती (Adevertisements in Newspapers) : क्षमताधिष्ठित कर्मचाऱ्यांना आकर्षित करण्यासाठी मोठ्या प्रमाणात या तंत्राचा अवलंब केला जातो. वर्तमानपत्रे अथवा व्यापारी रोजगार पुस्तिकांमधून छापील स्वरूपात जाहिराती देऊन संगणकीय संकेत स्थळांमार्फत जाहिराती देऊन वर्तमानपत्रे अथवा संकेत स्थळांमार्फत होणाऱ्या या तंत्राची भरती प्रक्रियेतील भूमिका खूप मोलांची ठरली आहे. (Cober, Brown, Levy, Cober and Keeping, 2003) जाहिरातीची आकर्षकता, शब्दांची मांडणी, आकार, रंगसंगती व तपशील इत्यादी घटकदेखील अशा जाहिरांतीमध्ये महत्त्वाचे ठरतात.

ब) महाविद्यालयीन भरती (College Recruiting) : या प्रकारात अनेक उद्योग किंवा संघटना महाविद्यालयांशी संपर्क करतात तसेच महाविद्यालये देखील उद्योगांशी संपर्क करतात व परस्पर समन्वयातून जे विद्यार्थी वेगवेगळ्या क्षेत्रात पदवीधर होतात, प्रावीण्य प्राप्त करतात, त्यांच्या मुलाखती महाविद्यालयांमध्ये घेतल्या जातात. भरतीच्या या तंत्राला 'कार्य व्यापार' (Job Marketing) म्हणून ओळखले जाते.

भरतीप्रक्रियेचा हा एक चांगला मार्ग असला तरी ही पद्धती पूर्णत: समाधानकारक पद्धती सिद्ध झालेली नाही; कारण काम सोडून जाण्याचे प्रमाण या प्रकारात खूप अधिक दिसून आले आहे (Rendero, 1980).

या भरतीतंत्रामधील उणीव म्हणजे भरती करणाऱ्या व्यक्तीमध्ये प्रशिक्षणाचा अभाव होय. त्यामुळे भरती होणाऱ्या विद्यार्थ्याला कार्यप्रणाली, कार्यविषयीची मूल्ये, कार्य संस्कृती यांची पुरेशी माहिती दिली जात नाही, भरती केल्या जाणाऱ्या विद्यार्थ्यांच्या योग्यतेचे मूल्यमापन योग्य प्रकारे होत नाही. अर्जदार व्यक्तीची कार्यमूल्ये व संघटनेची कार्यमूल्ये यांच्यातील एकरूपता, मूल्यमापन करण्याची क्षमता भरती करणाऱ्यांमध्ये नसेल तर समस्या उद्भवतात. व्यक्तिगत गुणवैशिष्ट्यांनी भरतीकर्ता प्रभावित होऊ शकतो. भरती करणाऱ्याची आंतरवैयक्तिक कौशल्ये, लिंग समानता, शिक्षण समानता इ. चा परिणाम भरतीवर होऊ शकतो.

क) वास्तव कार्य-पूर्व प्रदर्शन (Realistic Job Previews) : भरती प्रक्रियेतील

हे एक नावीन्यपूर्ण तंत्र आहे. भरती होऊ इच्छिणाऱ्या व्यक्तिला या तंत्रामध्ये, प्रत्यक्ष संघटना व त्यातील निश्चित कार्य काय आहे हे दाखविले जाते व कामाबद्दलच्या अर्जदाराच्या प्रतिक्रिया पाहिल्या जातात. या तंत्रानुसार उमेदवाराला कामाविषयी अधिक नेमकेपणाने माहिती मिळत असल्यामुळे अर्जदाराला तसेच अधिकाऱ्याला योग्य निर्णय घेणे सोपे जाते. कार्याच्या पूर्व प्रदर्शनात कार्याचे तोटे प्रामाणिकपणे सांगितले गेल्यास उमेदवार कार्याच्या वास्तव परिस्थितीत नमुन्यादाखल कार्य करून पाहतो व योग्य निर्णय देऊ शकतो. कंपनीबद्दल, कंपनीतील आपल्या स्थानाबद्दल तो तर्कशुद्ध निर्णय घेऊ शकतो. पर्यायाने काम सोडून जाण्याचे प्रमाण घटते. 'वापरा आणि टाकून द्या' ही वृत्ती कमी होते. नोकरी स्वीकारण्याच्या अगोदरच कार्य पाहिल्यास अथवा अनुभवल्यास कार्याविषयीच्या अपेक्षा वास्तव होतात त्यामुळे कार्य समाधान प्राप्त होणे सोपे जाते. (Wanous 1997, Remack and Wanous 1985).

मेगलिनो आणि त्याच्या सहकाऱ्यांनी असे स्पष्ट केले की, कामासंबंधीच्या अतिअपेक्षा व अतिनकारात्मक भावना कमी करण्यासाठी कार्य-पूर्व देखाव्याची रचना केलेली असते. जेव्हा अर्जदारांना फायदा व तोटा या दोन्ही प्रकारची माहिती मिळते तेव्हा काम सोडून जाण्याचे प्रमाण घटते. केवळ कोणत्याही एका बाजूची माहिती मिळून हे साधत नाही.

ड) रोजगार प्रतिनिधी संस्था (Employment Agencies) : काम मिळवू इच्छिणारे उमेदवार या संस्थांमध्ये नावनोंदणी करतात. या संस्था उद्योग व संघटनांना संपर्क करतात व त्या माध्यमातून भरती प्रक्रिया राबविली जाते. या प्रतिनिधी संस्था आपल्या सेवेचे मूल्य उद्योगाकडून किंवा अर्जदारांकडून किंवा दोघांकडून घेतात. सर्वसाधारण १०% ते ३०% भरती प्रक्रिया या प्रकारे होत असते.

इ) सार्वजनिक रोजगार संस्था (Public Employment Agencies) : दोन प्रकारच्या सार्वजनिक रोजगार संस्थामार्फत भरती प्रक्रिया होते - १) राज्य रोजगार संस्था २) स्थानिक रोजगार संस्था. या संस्था बेरोजगार उमेदवारांना रोजगार शोधून देण्यास मदत करतात. कारकीर्द मार्गदर्शन, अर्ज कसा करावा इत्यादींचे मार्गदर्शनदेखील करतात.

फ) संकेत स्थळामार्फत भरती (Recruitment through Website) : काही उद्योग, संघटना व रोजगार विनिमय केंद्रे संकेत स्थळामार्फत कार्याविषयी माहिती प्रसारित करतात. संकेत स्थळावर अर्ज दाखल करतात व उमेदवारांपर्यंत पोहचून भरती प्रक्रिया राबवितात. विशेष ज्ञान किंवा विशेष कौशल्ये आवश्यक असलेल्या कार्यासाठी हे तंत्र खूप प्रभावी ठरते.

२.२ मुलाखत, मानसशास्त्रीय मापन आणि गरजांचे मूल्यमापन

२.२.१ मुलाखती (Interviews)

क्वचितच एखाद्या व्यक्तीस, एकाही मुलाखतीशिवाय कामावर घेतले जात असेल. खरे तर नवीन कर्मचाऱ्याला अनेक मुलाखतींना सामोरे जावे लागते. सेवायोजन कार्यालयातील कर्मचारी, कंपनीतील भरती अधिकारी, कर्मचारी विभागातील मुलाखतकार आणि शेवटी कामावरील पर्यवेक्षक अशा अनेक मुलाखती नवीन कर्मचाऱ्याला द्याव्या लागतात. अगदी प्रारंभीची मुलाखत ही कर्मचारी शोधासाठी असते, तर उशिराची मुलाखत ही घेतलेला कर्मचारी योग्य आहे का, हे ठरवण्यासाठी असते.

निवड मुलाखतीचे प्रमुख दोन हेतू असतात. एक अर्जदाराकडून माहिती प्राप्त करणे आणि दुसरा त्या माहितीच्या आधारे अंदाज घेणे, निवड करणे. मुलाखत घेणारी व्यक्ती ही कर्मचाऱ्याला 'घेण्याचा' निर्णय करणारी असेल तर मुलाखती नंतर त्वरित निवड केली जाते. अर्जदाराचे मूल्यांकन करणाऱ्या इतर व्यक्तीशी चर्चा करून मूल्यमापन करावयाचे असेल तर, निवड उशिरा केली जाते. वास्तव माहिती जसे, अगोदरचे शिक्षण, अनुभव, मुलाखतीतून प्राप्त होऊ शकते. तथापि, मुलाखतीतून आंतरवैयक्तिक माहिती प्राप्त होते; जसे अर्जदाराचा सामाजिक मोकळेपणा व आत्मविश्वास, भाषिकक्षमता, इतरांबरोबर वागण्याच्या पद्धती (मॅनर्स) इ. तथापि, कार्याला अनुकूल असणारी माहितीच मुलाखतीतून प्राप्त करावी. वय, वंश, धर्म, वैवाहिक दर्जा अशा प्रकारची माहिती कार्यास अनावश्यक असते; म्हणून ती प्राप्त करण्याचे टाळावे. सामान्यत: कार्य विश्लेषणाचा आधार घेऊन कार्याशी संबंधित मुलाखतीचे प्रश्न निश्चित करावेत.

मुलाखतीची उचितता (Interview Validity)

इतर निवड पद्धती प्रमाणेच, मुलाखत पद्धतीचा खरेपणा किंवा उचितता अभ्यासण्याचा प्रयत्न मानसशास्त्रज्ञांनी केला आहे. त्यांच्या अभ्यासातून मुलाखतीच्या बाजूने काही फारसा अनुकूल पुरावा उपलब्ध झालेला नाही. अर्थात, तरीही मुलाखत ही पद्धती लोकप्रिय आहे. निवड करण्यासाठी ह्या पद्धतीचा उपयोग करण्याचे थांबलेले नाही; म्हणून नवीन संशोधकांनी कायम टिकून राहणारी निवड पद्धती म्हणून, मुलाखत पद्धतीचा स्वीकार केला आहे. नवीन संशोधकांनी आणि व्यावसायिकांनी ह्या लोकप्रिय असणाऱ्या मुलाखत पद्धतीचा विकास करण्यावर भर दिला आहे. ह्या नवीन विकसित आवृत्तीमध्ये मुलाखत ही जास्तीत जास्त सुरचित व मुलाखतकार अधिक नियंत्रित अशी रचना असते. मुलाखतीत कार्याशी संबंधित अशा सुसंगत प्रश्नांचा समावेश दिसून येतो.

नेहमी मुलाखत ही, मुलाखत घेणाऱ्या समितीकडून (पॅनलकडून) घेतली जाते. समिती मधील मुलाखत घेणाऱ्या व्यक्ती प्रश्न विचारतात, टिपणे घेतात व अर्जदाराचे मूल्यमापन करतात.

संशोधनातून दिसून आले आहे, अरचित मुलाखतीपेक्षा सुरचित, सुरचित मुलाखतीची उचितता अधिक आहे. 'हंटर आणि हंटर' (Hunter and Hunter 1984) यांनी संशोधनाचा आढावा घेतला. त्यात असे दिसून आले, सुरचित पद्धतीने मुलाखत घेतल्यास जास्तीत जास्त अचूक निर्णय शक्य होतात.

नियुक्तकांनी जर नियंत्रित, सुरचित मुलाखतीचा आराखडा, ज्याचे संशोधनातून मूल्यमापन करता येईल-स्वीकारला तर ती एक निश्चितच उचित निवड पद्धती ठरेल; तथापि, असे होत नाही. अरचित मुलाखत पद्धती अधिक वापरली जाते. चांगल्या कर्मचारी निवडीसाठी सुरचित मुलाखत पद्धत वापरण्यासंदर्भात नियुक्तकांना समजावणे आवश्यक आहे.

मुलाखत समस्या आणि उपाय (Interview Problems and Solutions) : विविध परिवर्तनांमुळे मुलाखतीची परिणामकारकता कमी होते त्यांपैकी काही सामान्य समस्या व त्यावरील उपाय तक्ता नं.२.३ मध्ये दर्शविले आहेत -

तक्ता क्र. २.३ : निवड मुलाखतीतील सामान्य समस्या आणि प्रमादांचा सारांश.

समस्या	समस्यांचा उद्गम	उपाय
सुसंगत नसलेली, अपुरी माहिती प्राप्त होणे.	अनियोजित, अरचित मुलखतीचा आराखडा उपयोगात आणणे. मुलाखतकार लवकर आणि केवळ नकारात्मक माहिती गृहीत धरतात.	सुरचित मुलाखत आराखडा. प्रशिक्षित मुलाखतकार मुलाखतकारांकडून चिकित्सक निर्णयाची अपेक्षा करू नये.
असमर्पक गुणांचे पदनिश्चयन.	सर्वच मुलाखतीसाठी सामान्य पदनिश्चयन आणि प्रमाणित घटकांचाच उपयोग.	कार्य विश्लेषणाद्वारे अतिशय काळजीपूर्वक कार्याशी संबंधित पदनिश्चयन घटक घ्यावेत.

समस्या	समस्यांचा उद्‌गम	उपाय
मुलाखतकारामध्ये एकवाक्यतेचा अभाव दिसणे; सुसंगती नाही.	मुलाखतीतील निरीक्षणातून गुण न दिसणे. मुलाखत-काराच्या पक्षपाती व पूर्वग्रहदूषितपणामुळे पदनिश्चयन दूषित होणे.	सुरचित मुलाखत. निरीक्षणजन्य गुणांचे पदनिश्चयन करावे. योग्य तुलना करण्यास सुचवणे. पक्षपातीवृत्ती टाळण्याचे प्रशिक्षण.
पदनिश्चयन. परस्पर विरोधी परिणाम धारण करतात.	इतरांच्या बरोबरीने मुलाखत दिल्यामुळे/परस्पर विरोधामुळे सहजगत्या कमी किंवा अधिक श्रेणी दिली जाते.	मुलाखतीचा क्रम बदलावा. परस्पर विरोधी प्रमाद टाळण्यासाठी मुलाखतकारांना शिकवावे. योग्य प्रमाणित तुलना करण्याचे सूचित करावे.

त्यांपैकी काही समस्या ह्या दुसऱ्या व्यक्तीच्या थोड्याशा वर्तन नमुन्यावरून तिचे मूल्यमापन करताना होणारे मानवी प्रमाद (Error) यामधून निर्माण होतात. इतर काही समस्या ह्या मुलाखतीच्या स्वरूपामुळे निर्माण होतात. कधी कधी दोन उद्दिष्टांमुळेही समस्या निर्माण होतात. ती उद्दिष्टे म्हणजे मुलाखतकाराला मुलाखत प्रक्रियेदरम्यान दिसून न आलेल्या गुणांचे मूल्यमापन करण्यास सांगितले जाते आणि नंतर त्या माहितीच्या आधारे अर्जदार कामास योग्य आहे की नाही, हा चिकित्सक निर्णय घेण्यास सांगितले जाते. काही गुणांच्याबाबत मुलाखतकार अचूक निर्णय घेऊ शकतो- जसे संभाषणक्षमतेत- पण कार्य प्रेरणेसारखे गुण मुलाखतीद्वारे दिसून येत नाहीत. मुलाखतीच्या थोड्याशा कालावधीमध्ये जे गुण दिसून येतात त्याचे मूल्यमापन शक्य होते. उदा. आंतरवैयक्तिक व भाषिक कौशल्याचे अचूक मूल्यमापन मुलाखतीत होऊ शकते (Graves and Karren,1992).

सुसंगत माहितीची उणीव (Lack of Consistent Information)

जेव्हा मुलाखत ही निष्काळजीपणे, सहज आणि भरकटलेल्या स्वरूपात घेतली जाते तेव्हा अनेक समस्या निर्माण होतात. त्यातील प्रमुख समस्या म्हणजे, सुसंगत नसलेली माहिती प्राप्त होणे. कधी कधी मुलाखतीची सुरुवात संदिग्ध स्वरूपाच्या विनंतीने होते.

उदा. 'मला तुमच्याबद्दलची काही माहिती द्या.' अशा प्रकारच्या प्रश्नातून अर्जदाराकडून मिळणारी माहिती व्यापक स्वरूपाची असू शकते. कोणत्या माहितीची निवड करावयाची हे अर्जदारांवर अवलंबून असते आणि अशी माहिती कार्याशी संबंधित असेलच असे नाही; अशा माहितीमुळे मुलाखतीचे मूल्यमापन पक्षपातीपणाचे होऊ शकते.

सुरचित मुलाखतीद्वारे ही समस्या दूर करता येऊ शकते; कारण सुरचित मुलाखतीचे नियंत्रण मुलाखतकाराकडून होते. कॅम्पिअन (Campion) आणि त्यांच्या सहकाऱ्यांनी सुरचित मुलाखतीचे अनेक मार्ग दाखवले आहेत. प्रथम, कार्यविश्लेषणातून मिळालेल्या माहितीच्या आधारे प्रश्नांची यादी तयार करावी नंतर कार्याशी संबंधित काही महत्त्वाची माहिती मिळवण्यासाठी आवश्यक प्रश्न त्या यादीत सामील करावेत. सर्व अर्जदारांना हे सर्व प्रश्न त्याच क्रमाने विचारावेत. मुलाखत घेणाऱ्या गटाकडून अर्जदाराच्या प्रतिक्रियेचे रेकॉर्ड तयार करून त्याप्रमाणे पदनिश्चयन करावे; अशा प्रकारे सर्व अर्जदारांसाठी सारखीच पद्धती वापरावी आणि सारख्याच माहितीच्या आधारावर अर्जदारांत तुलना करावी.

कधी कधी मुलाखतकार, अर्जदाराची मुलाखत घेण्याअगोदर अर्जदाराचा अर्ज किंवा सारांश (Resumes) पाहतो; पण ही पद्धत योग्य नव्हे; कारण ह्यामुळे मुलाखतीचे मूल्यांकन पक्षपाती होते असे संशोधनातून दिसून आले आहे. दीपबॉयनी (Dipboye,1982) असे दाखवून दिले, मुलाखती अगोदरच्या पूर्व मुलाखतीचा ठसा संपूर्ण मुलाखत प्रक्रियेत दिसून येतो. ह्या गृहीतकास अनेक संशोधनातून पुरावा मिळाला आहे. एका क्षेत्रीय अभ्यासात फिलिप्स व दीपबॉय (Phillips and Dipboye,1989) यांना दिसून आले, व्यवस्थापकाचा मुलाखतपूर्व मूल्यमापनाच्या मुलाखतीनंतरच्या मूल्यमापनाशी धनात्मक संबंध आहे. थोडक्यात, प्रथम निर्माण झालेला ठसा नंतरच्या मूल्यमापनावर परिणाम करतो. दुघर्टी, तुरबन आणि कॅलेण्डर (Dougherty, Turban and Callender,1994) यांनी मुलाखतकाराच्या वर्तनशैलीचे विश्लेषण केले; त्यांना असे दिसून आले, मुलाखतकार आपल्या अर्जदाराबाबतचे मुलाखतीअगोदरचे मतचं नंतर कायम करतात. उदा. जर प्रथम अर्जदाराबद्दल धनात्मक मत बनले तर मुलाखतीतही आपले धनात्मक मत व्यक्त करतात.

प्रमाणित गुणांचा कार्यसंबंध (Job Relevance of Rated Traits)

अरचित मुलाखतीची दुसरी समस्या म्हणजे, असंबंधित माहिती जमा होणे; जरी मुलाखतीमधून अर्जदाराच्या गुणवैशिष्ट्याचे अचूक मूल्यमापन झाले तरी जोपर्यंत ही गुणवैशिष्ट्ये कार्याशी समर्पक नाहीत तोपर्यंत त्यांचा उपयोग होणार नाही. कार्याला जी

विशिष्ट गुणवैशिष्ट्ये आवश्यक आहेत तीच गुणवैशिष्ट्ये मुलाखतीमधून दिसून यायला हवीत. उदा. किरकोळ विक्रेत्याच्या ठिकाणी उत्तम आंतरवैयक्तिक कौशल्ये हवीतच. किरकोळ विक्रेत्याचे केलेले मूल्यमापन व नंतर त्याचे विक्री निष्पादन यात साहचर्य दिसायला हवे तरच मुलाखतीच्या भविष्य कथानात्मकतेची उचितता दिसून येईल. (Arvey et al.1987). सर्वच कार्याला आंतरवैयक्तिक कौशल्याची आवश्यकता नसते. तथापि, आवश्यकता नसताना ह्या कौशल्याचे मापन केल्यास मुलाखतीची उचितता कमी होते. त्यामुळे योग्य कर्मचाऱ्याकडे दुर्लक्ष होण्याचीही शक्यता असते. उदा. काही मुलाखतकार 'प्रसन्न व्यक्तिमत्त्वाच्या' शोधात असतात. अशी गुण-वैशिष्ट्ये बहिर्मुख व्यक्तीत नेहमी दिसून येतात; पण कार्यास बहिर्मुख व्यक्तिमत्त्वाची गरज नसते. अशा वेळी कर्मचाऱ्याला निवडण्यासंबंधीचा निर्णय हा अंतर्मुखव्यक्तीवर अन्याय करणारा असतो; (Fletcher,1987).

योग्य प्रकारे कार्यविश्लेषण करून, मुलाखतीचे योग्य प्रश्न विकसित करण्यासाठी त्या माहितीचा उपयोग केल्यास, माहितीच्या समर्पकतेची समस्या दूर होऊ शकेल. (Campain et al.1988). कार्य अभ्यासातून निर्माण झालेले प्रश्न दोन प्रकारचे असतात. १) अर्जदाराच्या कार्यानुभवासंबंधी भूतकालीन अनुभव विचारणारे प्रश्न आणि २) भविष्याभिमुख किंवा अभ्युपगमात्मक प्रश्न. 'परिस्थितीजन्य मुलाखत' म्हणून ओळखल्या जाणाऱ्या सुरचित आराखड्यात अर्जदारांसमोर काल्पनिक परिस्थिती मांडली जाते व त्या परिस्थितीत कशी प्रतिक्रिया द्याल असे विचारले जाते. ह्या दोन्ही मुलाखतीत अर्जदाराच्या उत्तराची तुलना यशस्वी कर्मचाऱ्याच्या उत्तराशी करून मूल्यमापन केले जाते. (Latham et al.1980). प्रत्येक प्रश्नाचे उदाहरण टेबल २.४ मध्ये दिले आहे.

सुरचित मुलाखतीत कार्याशी समर्पक प्रश्न समाविष्ट केल्यास मुलाखत परिणामकारक होते. खरे तर काही संशोधकांनी सुचवले आहे, काळजीपूर्वक घेतलेली सुरचित मुलाखत, बोधात्मक चाचणी प्रमाणेच निवडीसाठी उपयुक्त ठरते. सुरचित मुलाखतीत चाचणीपेक्षाही विविध प्रकारची माहिती प्राप्त होते. त्या माहितीचा उपयोग चाचणी बरोबर करता येतो.

निर्णयाची सुसंगतता (Reliability of Judgment)

तक्ता क्र. २. ४ : सुरचित मुलाखत नमुना प्रश्न - उत्तर

भविष्याभिमुख प्रश्न -

समजा, गुणवत्ता वाढीसाठी कार्यआराखड्यात बदल होणार ह्याची तुम्हाला कल्पना आहे; पण समस्या ही आहे, तुमच्या कार्यगटातील काही सदस्य कोणत्याही बदलाच्या विरोधी आहेत. अशा परिस्थितीत तुम्ही काय कराल?

उत्तर

१) उत्तम उत्तर	: बदलाचे स्पष्टीकरण करेन. बदलापासून होणारे फायदे दाखवेन. मीटिंगमधे मनमोकळी/उघड चर्चा घडवून आणेन.
२) चांगले उत्तर	: ते बदलाच्या का विरोधी आहेत हे त्यांना विचारेन. त्यांना पटवून देण्याचा प्रयत्न करेन.
३) सीमारेषेवरील उत्तर	: पर्यवेक्षकांना सांगेन.

भूतकाळाभिमुख प्रश्न -

- तुमच्या सहकाऱ्याबरोबर झालेली सर्वांत मोठी मतभिन्नता कोणती? त्यावर कशी मात केलीत?

उत्तर

१) उत्तम उत्तर	: आम्ही परिस्थिती पाहिली, समस्या शोधली आणि भिन्नतेचे विश्लेषण केले. त्या व्यक्तीबरोबर अतिशय प्रामाणिकपणे संभाषण केले.
२) चांगले उत्तर	: तडजोड केली. मागे वळून समस्येची सोडवणूक केली किंवा मी माझ्या बाजूने समस्या अतिशय काळजीपूर्वक स्पष्ट करून सांगितली.
३) सीमारेषेवरील उत्तर	: मला वेड लागण्याची वेळ आली. मी सहकाऱ्याला 'चालता हो' म्हणून सांगितले किंवा आम्ही पर्यवेक्षकांकडे समस्या सोडवण्यास गेलो किंवा माझी कधीही कोणाबरोबरही मतभिन्नता झाली नाही.

निर्णयाची विश्वसनीयता (Reliability of Judgements)

मुलाखतीच्या काही समस्या ह्या मानवी निर्णयातील प्रमादांमुळे दिसून येतात. मुलाखत घेणाऱ्या गटांमध्ये मुलाखतीच्या मूल्यमापन निर्णयासंबंधी जेव्हा एकवाक्यता नसते तेव्हा निर्माण होणारी समस्या ही मानवी प्रमादाची असते. ही निर्णय सुसंगततेची समस्या आहे; जर अर्जदारासंबंधीचे मूल्यमापन अचूक आणि योग्य व खरे असेल तर निर्णयातील तफावत फारशी असत नाही; पण जर अरचित मुलाखत असेल तर निर्णयातील तफावत इतक्या मोठ्या प्रमाणात दिसून येते, पदनिश्चयन करणाऱ्यांच्या प्रमादामुळे मुलाखतीचे महत्त्व खालावते.

यावरून तुम्ही तर्क करू शकाल, सुरचित मुलाखत प्रक्रिया उपयोगात आणल्यास, अर्जदाराच्या वर्तनासंबंधी, मुलाखत घेणाऱ्या गटाची (Panels) निर्णयक्षमता सुधारते आणि सुसंगत पदनिश्चयन शक्य होते. सुरचितपणामुळे मुलाखत घेणाऱ्या गटास दिशा मिळते आणि कार्यास समर्पक असणाऱ्या गुणांवरच प्रश्नांचे केंद्रीकरण होते आणि तसे गुण मुलाखतीतील निरीक्षणात घेतले जातात. ह्या दृष्टिकोनाला पुरावा उपलब्ध आहे. उदा. परिस्थितीजन्य मुलाखतीत पदनिश्चयनाच्या विश्वसनीयतेत सुधारणा दिसून आली. (Maurser and Fay 1988)

तुलना प्रमाणितता (Standards of comparison)

कधी कधी वेगवेगळ्या प्रमाणित आधारामुळे मुलाखतकाराचे पदनिश्चयन विश्वसनीय होत नाही. नेहमी मूल्यमापन हे कुणाशीतरी तुलना करूनच केले जाते. साधारणतः तुलना करण्यासाठी घेतलेले प्रमाण व्यक्त नसते आणि ते प्रत्येक मुलाखत घेणाऱ्यामध्ये बदलते. उदा. जेव्हा एखादा मुलाखतकार आदर्श अर्जदाराची कल्पना करतो, तेव्हा तो, आदर्श ह्या कल्पनेत काही गुण गृहीत धरतो. त्याच्याशी काही मुलाखतकार सहमत असतात; तर काही सहमत नसतात. (Mayfield and Carlson, 1966). ज्या क्षेत्रात प्रमाणितता नसते त्या ठिकाणी मूल्यमापनातही सहमती नसते. हे एक अविश्वसनीयतेचे कारण बनते.

संघटना नेहमीच, 'आदर्श कर्मचारी' ह्या मुलाखतकाराच्या कल्पनेवर विसंबून राहतात. तथापि, गुणाने परिपूर्ण असा चांगला उमेदवार असू शकत नाही. आदर्शपणा हा कार्यावर अवलंबून असतो. सर्व मुलाखतकारांनी एकाच प्रमाण तुलना कर्मचाऱ्यांशी तुलना करणे योग्य ठरते. त्यासाठी सुरचित मुलाखतीत 'आदर्श कामगारां'ची व्याख्या देणे फायद्याचे ठरते. योग्य कामगारांची निवड करण्यासाठी कार्याशी संबंधित असणाऱ्या गुणांबाबत मुलाखतकारास अवगत केल्यास त्याद्वारे केलेल्या मूल्यमापनाची विश्वसनीयता सुधारेल.

जेव्हा एका अर्जदाराची दुसऱ्या अर्जदारांबरोबर तुलना केली जाते तेव्हा अशा तुलनेमधून समस्या निर्माण होतात. निश्चितच आपण एकाच कार्यासाठी, एका कर्मचाऱ्याचे-चाचणीतील निष्पादन, कार्य इतिहास आणि मुलाखतीतील वर्तन ह्याची तुलना दुसऱ्या उमेदवारांबरोबर करतो. तथापि, अशी तुलना प्रमाणित व काळजीपूर्वक केली नाही तर आपण अडचणीत येतो. उदा. आपण कदाचित अर्जदारातील फरक विपर्यस्तपणे मांडतो. हीच परस्पर विरोधी चूक होय. जेव्हा एका अर्जदाराचे मूल्यमापन अनाहूतपणे दुसऱ्या अर्जदारावर प्रभाव टाकते तेव्हा ही चूक घडून येते. हे टाळण्यासाठी, अनेक मुलाखतकारांचा उपयोग करावा. मुलाखतदारांचा(मुलाखत देणारा) क्रम बदलावा, मुलाखतीचे आणि स्वतंत्रपणे पदनिश्चयन करणाऱ्या समूहाचे रेकॉर्डिंग करावे.

साचेबद्धता आणि मुलाखतकारांचा पक्षपात (Stereotypes and Interviewer Bias) : कार्य निष्पादनासाठी कामगारांच्या वंश, वय, लिंग व शारीरिक आकर्षकता हे घटक प्रासंगिक आहेत. तथापि, पूर्वी साचेबद्धपणामुळे हे गुण कामगारांच्या निवडीत प्रभाव टाकत होते; पण आता जागरूकतेत झालेली वाढ आणि कामगारांचा मुक्त स्वीकार इ. मुळे मुलाखतकार हे भेद करणाऱ्या वांशिक गुणांबद्दल अति संवेदनशील दिसून येतात. उदा. म्युलीन्सला (Mullins, 1982) दिसून आले, समान शिक्षण असणारे गोरे लोक व आफ्रिकन-अमेरिकन यात आफ्रिकन-अमेरिकन जोड्यांना उच्च मूल्यांकन दिले गेले. थोडक्यात, वांशिकप्रभाव कर्मचारी निवडीत कमी दिसून आला. तथापि, साचेबद्धपणामुळे मुलाखतकाराकडून आजही स्त्री - पुरुषांत भेद केला जातो. उदा. स्त्रियांचा प्रभाव असणाऱ्या व्यवसायासाठी पुरुषांनी अर्ज केल्यास मुलाखतीत त्यांना टाळले जाते. त्याचप्रमाणे पुरुष प्रभावाच्या व्यवसायात स्त्रियांना टाळले जाते. (Arvey at el. 1987).

मुलाखतीच्या निर्णयावर, मुलाखतकार व मुलाखतदार या दोघांच्याही गुण-वैशिष्ट्यांचा प्रभाव पडतो. उदा.मुलाखतकाराच्या मनःस्थितीचा अर्जदाराच्या मूल्यमापनावर परिणाम होतो. विशेषतः जेव्हा अर्जदाराची शैक्षणिक गुणवत्ता उघड दिसत नाही तेव्हा हा प्रभाव अधिक पडतो. मुलाखतकाराची मनःस्थिती चांगली नसल्यास कमी गुणांकन दिले जाते. उलट, चांगली मन:स्थिती असेल तर उच्च गुणांकन दिले जाते. (Baron, 1993). मुलाखतदारांची गुणवैशिष्ट्ये - मुलाखतकारांच्या पदनिश्चयनांवर प्रभाव टाकतात. उदा. मुलाखतदाराची शारीरिक आकर्षकता त्याला कामावर घेण्याच्या निर्णयावर प्रभाव टाकते. विद्यार्थी आणि अनुभवी मुलाखतकार दोघांवरही मुलाखतदाराच्या शारीरिक आकर्षकतेचा प्रभाव दिसून आला. (Gilmore, Beehr and Love, 1986).

ह्या दोषांवर मात करण्यासाठी सुरचित मुलाखत उपयुक्त ठरते. तथापि, हे प्रमाद मुलाखतकरांच्या विचारात किंवा बोधनिक संरचनेतून दिसून येतात. ह्यासंबंधी

मुलाखतकारास प्रशिक्षण दिल्यास हे प्रमाद टाळता येतात किंवा कमी होतात. ह्या संशोधनातून असे दिसून आले आहे, प्रशिक्षणामुळे अचूक मूल्यमापन होण्यास मदत होते. विशेषत: सामान्य प्रमाद कसे टाळावेत ह्याचे प्रशिक्षण अधिक उपयुक्त ठरते.

मुलाखतीसाठी शिफारशी (Interviewing Recommendations)

थोडक्यात निष्कर्ष असा काढता येईल, अरचित मुलाखत हा कर्मचारी निवडीचा उचित मार्ग नाही. अशा मुलाखतीमधून अनेक गंभीर समस्या निर्माण होतात. अशा मुलाखतीचे नियंत्रण मुलाखतदाराच्या हाती असल्यामुळे, त्याच्याकडून विविध प्रकारची माहिती दिली जाते; अशी माहिती कार्याला समर्पक असेलच असे नाही. कार्य विश्लेषण न करता मुलाखतकार स्वतःच्या आवडीचे प्रश्न विचारून, कर्मचारी वर्तनाचे मूल्यमापन करण्याचा प्रयत्न करतो. इतर समस्या म्हणजे, कोणत्या गुणांचे मूल्यमापन करावे ह्याची दिशा न दाखवल्यामुळे, मुलाखतकाराचा निर्णय सुसंगत व उचित होईलच असे नाही. अशा वेळी मुलाखतकार आपल्या कल्पनेतील 'आदर्श कामगार' ह्या कल्पनेवर आधारित निर्णय घेतो; जर त्यांना मुलाखतीतील निर्णयामधील प्रमाद कसे टाळावेत ह्याचे प्रशिक्षण नसेल तर कर्मचारी मूल्यमापनातील पक्षपातीपणा त्यांना थांबवता येत नाही.

ह्या सर्व चर्चेमधून अशी शिफारस योग्य ठरते, ह्या सर्व समस्या दूर करण्यासाठी नियुक्तकांनी मुलाखती ह्या सुरचित कराव्यात आणि कर्मचारी निवडीतील 'मुलाखत' हे साधन सशक्त करावे. संशोधनातून असे दिसून आले आहे, जर सुरचित असेल तरच मुलाखत ही उचित व योग्य ठरते. अनुभवांवर आधारित किंवा कार्य विश्लेषणातून विकसित केलेले प्रासंगिक प्रश्न इ. चा उपयोगही योग्य ठरतो; त्याचप्रमाणे ह्या सुरचित आराखड्याचा कसा वापर करावा ह्याचे प्रशिक्षण आवश्यक आहे, तरच निर्णयातील प्रमाद टाळता येतील.

२.२.२ मूल्य निर्धारण केंद्रे (Assessment Centers)

कर्मचाऱ्यांची निवड करण्यासाठी व पदोन्नतीसाठी 'मूल्य निर्धारण केंद्र' ही व्यापकपणे वापरली जाणारी पद्धती आहे. ह्या केंद्रात, तणाव परिस्थितीत कर्मचाऱ्यांच्या वर्तनाचे निरीक्षण व मूल्यमापन करण्यासाठी, प्रतिरूप कार्य परिस्थिती निर्माण केली जाते. प्रारंभी ह्या प्रकारास 'परिस्थितीजन्य प्रशिक्षण' असे म्हटले जात असे. ह्या पद्धतीचा विकास, जर्मन सैन्यात उच्च दर्जाचे अधिकारी निवडण्यासाठी १९२०मध्ये केला गेला; जेव्हा दुसऱ्या महायुद्धादरम्यान,अमेरिकेच्या गुप्तचर संस्थेने (Oss-Office of the Strategic Services) (आजची CIA - Central Inteligence Agencies) ह्या पद्धतीचा निवड साधन म्हणून स्वीकार केला, तेव्हा अमेरिकेतील मानसशास्त्रज्ञांनी ही पद्धती अतिशय व्यापक स्वरूपात वापरली.

मूल्य निर्धारण केंद्रात, एका वेळी ६ ते १२ उमेदवार सहभागी होतात. त्या ठिकाणी त्यांना कित्येक दिवस, सलग विविध कार्यांचा अभ्यास करावा लागतो; प्रथम उमेदवाराची व्यापक स्वरूपात मुलाखत घेतली जाते. त्यांना बुद्धिमत्ता व व्यक्तिमत्त्व चाचण्याही दिल्या जातात; पण त्यांचा पुष्कळसा वेळ, उच्च पातळीवरील कार्याच्या समस्येसंबंधी तयार केलेल्या प्रतिरूप कार्य आराखड्याच्या अभ्यासातच जातो; त्यासाठी पुढील दोन तंत्रांचा वापर केला जातो.

१) टोपलीतील तंत्र : In-Basket Technique

२) नेतृत्वविहीन समूहचर्चा : Leaderless Group Discussion

१) टोपलीतील तंत्र (In-Basket Technique) :

प्रत्येक अर्जदाराला 'टोपलीतील तंत्राला' सामोरे जावे लागते. ह्या तंत्रात, खऱ्या व्यवस्थापकाच्या टेबलावर दिसून येणारी टोपली, प्रत्येक उमेदवारास दिली जाते. ही टोपली, व्यवस्थापकाच्या टेबलवरील ट्रेच्या स्वरूपात असेल किंवा कम्प्युटरवरील फाईलच्या स्वरूपात असेल. अशी टोपली मूल्य निर्धारण केंद्रात सरावासाठी उपयोगात आणली जाते.

एखादा व्यवस्थापक सुट्टीवरून परत ऑफिसमध्ये आल्यानंतर ह्या टोपलीत काय असेल? व्यवस्थापकाच्या गैरहजेरीत जमा झालेले प्रश्न, वैशिष्ट्यपूर्ण समस्या, अधिकृत हुकूम, विनंत्या, पत्र व्यवहार आणि विशिष्ट कालावधीत हाताळावीच लागेल अशी विविध प्रकारची माहिती; अशा प्रकारे समस्यांनी भरलेली टोपली मूल्य निर्धारण केंद्रात, सहभागी झालेल्या उमेदवारास दिली जाते. उमेदवाराने ह्या टोपलीत जमा झालेल्या कार्याचा महत्त्वक्रम लावावा असे अपेक्षित असते. काही विनंत्यांकडे त्वरित अवधान देणे आवश्यक असते, काही निर्णय त्वरित घ्यावे लागतात. काही प्रश्न त्वरित हाताळावे लागतात; काही माहिती महत्त्वाची तर काही कामे महत्त्वाची असतात. त्याप्रमाणे त्यांचा महत्त्वक्रम लावावा; अशी उमेदवाराकडून अपेक्षा असते. त्याचप्रमाणे ह्या प्रश्नाच्या सोडवणुकीसाठी, फोन कॉलचा वापर, पत्र व्यवहार किंवा वैयक्तिकरीत्या प्रश्न हाताळणे किंवा दुसऱ्यास अधिकार देणे असे विविध उपाय करणे आवश्यक असते. अर्जदाराने ह्या टोपलीतील सर्व घटकांवर, ठरावीक कालावधीत, प्रक्रिया करावी अशी अपेक्षा असते. थोडक्यात, कार्यासंबंधीचे प्रश्न व समस्या कशा प्रकारे हाताळतात हे उमेदवाराने दाखवून द्यावे.

दोन दिवसांच्या कृती कार्यक्रमात भूमिका वठवण्याचा सराव अंतर्भूत असतो; जसे मुलाखत. उदा. एखाद्या त्रासदायक कामगाराबरोबर व्यवहार करण्यास उमेदवारास सांगितले जाते; किंवा एखादी मुलाखत घेण्यास सांगितले जाते. ह्या सरावानंतर,

मूल्यनिर्धारकास (Assessor) आपला मुलाखतीतील निर्णय कसा बरोबर होता हे पटवून देणे अपेक्षित असते.

टोपलीतील सराव कार्यक्रमात प्रत्येक उमेदवाराला व्यवस्थापकाची भूमिका करण्यास सांगितले जाते. त्यात ई-मेल संदेश, कार्यकारी आदेश, पत्र व्यवहार, ह्या सारख्या २५ घटकांवर प्रक्रिया करण्यासाठी तीन तास वेळ दिला जातो. प्रशिक्षित मूल्य निर्धारक उमेदवाराच्या सर्व भूमिकांचे निरीक्षण करतो. उमेदवार किती पद्धतशीरपणे कार्याचे महत्त्वक्रम कसा प्रस्थापित करतो, सहकाऱ्यांकडे किती अधिकार प्रदान करतो किंवा एखाद्यास जाळ्यात अडकवण्याचा शूद्र विचार करतो, ह्या सर्व गोष्टींचे निरीक्षण तो करतो.

२) नेता-विरहित समूह चर्चा (Leaderless Group Discussion) :

समूह सरावामध्ये नेता विरहित समूहचर्चेचा समावेश केला जातो. यात उमेदवार समूहाबरोबर काम करतो. त्यासाठी त्यांना, काही संघटनात्मक समस्या सोडवण्यासाठी, कोणतीही निश्चित भूमिका सुचवलेली नसते; कोणत्या वर्तनाचे मूल्यमापन करावयाचे आहे, त्यावर समस्येचे स्वरूप अवलंबून असते. तथापि, सामान्यत: समूहाला एक निश्चित कालावधी दिला जातो आणि त्या दरम्यान काही अनपेक्षित घटना उद्भवतात. उदा. समूह हा उत्पादनासंबंधीच्या अनेक समस्येवर चर्चा करतो आणि त्याचवेळी त्यांना अती परिणामकारक अशा आर्थिक बदलांना हाताळावे लागते. इतर काही नेता-विरहित समूह चर्चा ह्या अंतर्गत समस्यांवर केंद्रित होतात जसे, संघटनेतील मर्यादित साधनांबाबत सदस्यांमधील स्पर्धा.

दुसऱ्या एका उदाहरणात, सहा उमेदवारांच्या एका समूहास सांगितले, तुम्ही संघटनेचे व्यवस्थापक (Managers) आहात आणि तुम्हाला ठरावीक कालावधीत नफा वाढवण्याचे निर्देश दिलेले आहेत. त्यासाठी त्यांना कंपनीची माहिती व बाजाराची माहिती दिली गेली; पण हे उद्दिष्ट गाठण्यासाठी कोणतेच नियम निर्माण केले नाहीत व कुणाचीही नेता म्हणून नेमणूक केली नाही. अशा वेळी असे दिसून आले आहे, साधारणत: एक व्यक्ती नेत्याची भूमिका करते आणि इतर व्यक्ती सहकार्य करतात. अशा परिस्थितीत नेता बनलेल्या व्यक्तीच्या क्षमतांचे मूल्यमापन केले जाते. समूहातील इतर व्यक्तींचे मूल्यमापन हे, सहकार्य करणे आणि नेत्याने दिलेली कार्ये पूर्ण करणे, ह्या आधारावर केले जाते. ह्या शिवाय अतिरिक्त ताण वाढवण्यासाठी, समूहसदस्यांना वेळोवेळी किमतीतील बदल आणि बाजाराची परिस्थती सांगितली जाते. कधी कधी संपूर्ण समस्या सुटल्यानंतर ताबडतोब हे बदल सांगितले जातात. ही नवीन माहिती लक्षात घेऊन त्वरित त्या माहितीचा उपयोग नियोजनात होणे आवश्यक असते. हे सर्व होत असताना वेळ पुढे जात असतो, मूल्यांकन

करणारा निरीक्षण करत असतो आणि ताण वाढत जातो. अशा वेळी समूहातील काही सदस्य रागवतात, समूहाची एकजुटीने काम करण्याची क्षमता भंग पावते; तणावाखाली शांतपणे काम करणारे आणि तणावात अशांत बनणारे यांच्यात विरोध निर्माण होतो.

मौखिक सादरीकरण आणि भूमिका वठवणे यांचा उपयोगही मूल्यनिर्धारण केंद्रात केला जातो. मौखिक सादरीकरण सरावात उमेदवाराला एक सामूहिक क्रियांच्या माहितीचे पाकीट दिले जाते. जसे, नवीन उत्पादनाचा विकास किंवा नवीन विक्री मोहीम इ. उमेदवाराने हे पाकिटातील साहित्य संघटित करून ते समूहासमोर, कार्यकारी अधिकाऱ्याच्या जबाबदारीने, सादर करावयाचे असते.

भूमिका वठवण्यामध्ये प्रतिरूप कार्य परिस्थितीत, उमेदवारास व्यवस्थापकाची भूमिका पार पाडावी लागते. उदा. कार्य मुलाखती कशा चालवल्या (Conduct) जातात, अक्षम कामगारास कसे सुनावता किंवा नकोशा वाटणाऱ्या (Irate Boss) वरिष्ठांबरोबर कसे वागता?

खर्च वाचवण्यासाठी मूल्यांकन केंद्रात कम्प्युटर आणि व्हिडिओ कॅमेऱ्याचा वापर केला जातो. उमेदवारांना कम्प्युटरद्वारे माहिती दिली जाते आणि नंतर मूल्यनिर्धारिक (Assessor) उमेदवारांच्या वर्तनाची व्हिडीओ टेप पाहून अधिक व्यापक, सखोल मूल्यांकन करतो.

दुसऱ्या एका पद्धतीत, उमेदवाराला कार्य समस्येबाबत लेखी विवरण दिले जाते. दिलेल्या ५ पर्यायातून अतिआवडणारी आणि कमीत कमी आवडणारी समस्या सोडवण्यासाठी निवडण्यास सांगितले जाते. संशोधनात नंतर असे दिसून आले आहे की, ह्या विविध समस्या परिहार परिस्थितीतील अपेक्षित वर्तनाच्या नंतरच्या कार्य निष्पादनाशी लक्षणीय (उच्च) धन सहसंबंध आहे (Weekly and Jones, 1999).

मूल्यनिर्धारण केंद्राची पूर्वकथनात्मक यथार्थता Predictive Validity of assessment centers

मूल्यनिर्धारण केंद्राच्या परिस्थितीत, वर्तनाच्या कोणत्या गुणांचे किंवा कोणत्या मापनीय अंगाचे, मूल्यांकन करावे ह्याबाबत संशोधकांना खात्री नसली तरी, त्यांना दिसून आले आहे, हे तंत्र नंतरच्या कार्य यशस्वीतेचे पूर्वकथन करण्यास उपयुक्त आहे. उदा. एका मोठ्या विमा कंपनीतील २०६ व्यवस्थापकांचा १० वर्षे मागोवा घेऊन अभ्यास केला असता असे दिसून आले, मूल्य निर्धारण केंद्राने, ज्ञान व कौशल्याच्या केलेल्या पदनिश्चयनापेक्षा, प्रेरणांचे पूर्वकथन त्यांच्या प्रगतीसाठी जास्त परिणामकारक होते (Jones and Whit more, 1995).

संशोधने असे दर्शवतात, मूल्यनिर्धारण केंद्रातील कार्याचे निष्पादनात, डाव्या आणि

गोऱ्या अर्जदाराच्या नेतृत्व वर्तनात आणि कौशल्यात, बोधनिक क्षमता चाचणीपेक्षा कमी फरक दिसून आला. सात संघटनांमधील ६०० व्यवस्थापकांवर केलेल्या एका अभ्यासात काळ्या आणि गोऱ्या व्यवस्थापकाच्या व्यवस्थापन कौशल्यात लक्षणीय भेद दिसून आला नाही. (Goldstein, Yusko, Braverman, Smith and Chung, 1998). औद्योगिक संघटनात्मक मानसशास्त्रज्ञांनी निष्कर्ष काढला आहे, मूल्य निर्धारण केंद्रातील सराव हा, विविध जाती आणि वांशिक पार्श्वभूमी असणाऱ्या उमेदवारांमधील व्यवस्थापकीय कौशल्याचे मूल्यमापन करणारा, एक सक्षम मार्ग आहे; कारण त्यात कार्यासाठी आवश्यक असणाऱ्या क्रिया करण्याच्या व्यक्तीमधील क्षमतांवर प्रत्यक्ष लक्ष केंद्रित केले जाते.

२.२.२ मानसशास्त्रीय मापन (Psychological Testing)

मानवी सामर्थ्याचे आणि गुणवैशिष्ट्यांचे मूल्यमापन करण्याची जी विविध साधने मानसशास्त्रज्ञांनी तयार केलेली आहेत; त्या सर्वांमध्ये 'मानसशास्त्रीय चाचण्या' हे एक प्रमाणित साधन आहे. निवड आणि मूल्यमापन करण्याच्या इतर साधनांपेक्षा मानसशास्त्रीय चाचण्या अधिक वस्तुनिष्ठ असल्यामुळे त्यांची वैधता अधिक असते. मुलाखत किंवा पदनिश्चयन पद्धतीने केलेले मूल्यमापन व्यक्तीपरत्वे बदलते. उदा. एकाच उमेदवाराची मुलाखत दोन वेगवेगळ्या मुलाखतकारांनी घेतल्यास त्यांच्या मूल्यमापनात फरक पडतो; पण मानसशास्त्रीय चाचण्या कोणत्याही प्रशिक्षित व्यक्तींनी दिल्यास मूल्यमापनात असा फरक येत नाही; म्हणूनच मानसशास्त्रीय चाचण्यात पूर्वग्रहांना थारा नसतो.

काही चाचण्या पूर्ववृत्तीचे (Aptitude) मापन करणाऱ्या असतात तर काही उपलब्धीचे (Achievement) मापन करणाऱ्या असतात. एखादे विशिष्ट कार्य शिकण्याचे सुप्त सामर्थ्य व्यक्तीमध्ये आहे किंवा नाही, प्रशिक्षणाने ते कार्य ती संपादन करू शकेल किंवा नाही, ह्याचे मापन करण्यासाठी पूर्ववृत्ती चाचण्या (Aptitude tests) उपयुक्त ठरतात. त्याचप्रमाणे एखादे विशिष्ट कार्य किती संपादन केले आहे, हे पाहण्यासाठी उपलब्धी चाचण्या (Achievements Tests) उपयुक्त ठरतात. जेव्हा कामगारांना कामासंबंधीचा कोणताच अनुभव नसतो तेव्हा पूर्ववृत्ती चाचण्यांच्या साहाय्याने त्या विशिष्ट कामासाठीच्या कामगारांच्या ठिकाणी असणाऱ्या सुप्तक्षमतांचे मापन करणे आवश्यक ठरते; जर सुप्तक्षमता नसतील तर प्रशिक्षणाचा अनावश्यक खर्च टाळता येतो. मात्र, त्याच कार्याचा कामगारांचा पूर्वानुभव असेल तर उपलब्धी (Achievement) चाचण्यांच्या साहाय्याने त्या कार्याचे कितपत संपादन आहे हे मापन करता येते.

पूर्ववृत्ती चाचण्या (Aptitude Tests) आणि संपादन चाचण्या (Achievement Tests) ह्या नेहमीच एकमेकांपासून स्वतंत्र अशा ओळखता येत नाहीत. काही चाचण्या

अशा असतात, त्यांचे स्वरूप कोणत्या प्रकारे त्यांचा उपयोग केला जातो त्यावर अवलंबून असते. उमेदवार काय करू शकेल हे पाहण्यासाठी चाचणी दिली गेल्यास ती पूर्ववृत्ती (Aptitude) चाचणी बनते; मात्र, उमेदवाराने काय संपादन केले आहे हे पाहण्यासाठी तीच चाचणी दिली गेल्यास ती संपादन (Achievement) चाचणी बनते; कारण उमेदवार काम करू शकेल हे पाहण्यासाठीही त्याची उपलब्धीच पहावी लागते व त्यावरूनच तो काय संपादन करू शकेल ह्याचा अंदाज घ्यावा लागतो.

औद्योगिक संघटनांमध्ये वेगवेगळी उद्दिष्टे डोळ्यांपुढे ठेऊन मानसशास्त्रीय चाचण्यांचा उपयोग केला जातो. नवीन कर्मचाऱ्यांची निवड, वेगवेगळ्या कार्यासाठी कर्मचाऱ्यांची नियुक्ती, बदली व पदोन्नती, प्रशिक्षणांच्या गरजांची निश्चिती व प्रशिक्षण कार्यक्रमांच्या परिणामकारकतेचे मूल्यमापन, कर्मचाऱ्यांना सल्ला अशा विविध उद्दिष्टांसाठी चाचण्यांचा उपयोग केला जातो. तथापि, औद्योगिक क्षेत्रांत प्रामुख्याने कर्मचाऱ्यांची निवड व नियुक्तीसाठी मानसशास्त्रीय चाचण्यांचा सर्वांत अधिक उपयोग केला जातो.

कर्मचारी निवडीसाठी कार्यानुसार चाचण्यांची तीन विभागात विभागणी करतात.

१) क्षमतांचे मापन - Measures of Ability

२) व्यक्तिमत्त्वाचे मापन - Measures of personality

३) कौशल्याचे आणि संपादनाचे मापन : Measures of skills and Achievements.

क्षमता मापन (Measurement of Ability)

ह्या भागात बुद्धिमापन कसोट्यांचा समावेश होतो. व्यवसायाच्या कोणकोणत्या क्षेत्रांत बुद्धिमत्तेचा उपयोग होऊ शकतो ह्यासंबंधी बरीच माहिती उपलब्ध झालेली आहे. बुद्धिमत्ता ही एकजिनसी नसून त्यात अनेक मानसिक सामर्थ्यांचा समावेश होतो. थर्स्टनने अशा अनेक बुद्धिमत्तेच्या अंगांचा उल्लेख केलेला आहे. उदा. १) भाषिक आकलन क्षमता २) शब्दचातुर्य ३) स्मृती ४) उद्गामी तर्क ५) संख्या विषयक सामर्थ्य ६) प्रत्यक्षीकरणाची गती ७) दृक्संबंधी आकलन होण्याची क्षमता. इ. थर्स्टनच्या मते, ह्या विविध मानसिक किंवा बौद्धिक क्षमतांचे स्वतंत्र चाचण्यांची योजना करून मापन करता येते. वेगवेगळ्या परिस्थितीत ह्या बौद्धिक क्षमतांचा उपयोग होऊ शकतो.

अनेक मानसशास्त्रज्ञांनी बुद्धिमत्ता मापन कसोट्या तयार केल्या आहेत. त्यांपैकी काही पुढील प्रमाणे -

१) वेश्लरची (प्रौढांसाठी) बुद्धिमापन चाचणी - (Wechsler's Intelligence scale-Adult)

वेश्लरने प्रौढांसाठी तयार केलेल्या बुद्धिमत्ता चाचणीची १९८१ साली सुधारित आवृत्ती तयार केली. त्यात शाब्दिक आणि कृतीपर - अशा चाचण्यांच्या दोन श्रेण्या आहेत.

१) शाब्दिक श्रेणी - शाब्दिक श्रेणीत माहिती, अंकविस्तार, शब्दसंग्रह, अंकगणित, आकलन आणि साधर्म्य अशा एकूण सहा श्रेण्या असून प्रत्येक श्रेणीत काही प्रश्न आहेत.

२) कृतीपर श्रेणी – ह्या श्रेणीत, चित्रपूर्ती, चित्ररचना, ठोकळा अनुकृती (Block Design) वस्तू जुळवणी आणि अंक प्रतीक इ. कृती चाचण्यांच्या एकूण पाच श्रेण्या आहेत.

ह्या चाचण्यांची श्रेणी सोडवल्यानंतर त्याचे गुणांकन करून सविस्तर अर्थ विवेचन करता येते.

२) ओरीस चाचणी

ह्या चाचणीचा औद्योगिक क्षेत्रात मोठ्या प्रमाणात उपयोग करण्यात आलेला आहे. ह्या चाचणीत चार समतुल्य चाचण्यांच्या दोन वेगवेगळ्या श्रेण्यांचा समावेश होतो. पहिल्या श्रेणीचा उपयोग महाविद्यालयात प्रवेश घेण्याच्या वयात होतो. दुसऱ्या श्रेणीचा उपयोग इयत्ता ४ थी ते ९ वी मधील व्यक्तींसाठी होतो.

सामान्यत: निम्न स्तरांवरील कार्यासाठी ही चाचणी अधिक उपयुक्त दिसून आली आहे.

३) थर्स्टनची मानसिक चपलता चाचणी

ह्या चाचणीने भाषिक (Verbal), परिमाणात्मक (Quantitative) आणि एकूण गुणमान अशी वेगवेगळी गुणमाने प्राप्त होतात. ह्या चाचणीत एका नंतर एक भाषिक आणि परिमाणात्मक घटकांची चढत्या प्रमाणात कठीण होत जाणारी योजना असते. ही चाचणी २० मिनिटांत पूर्ण करावयाची असते. विक्री कार्य आणि लिपिक कार्यांच्या बाबतीत ह्या चाचणीची वैधता जास्तीत जास्त दिसून आली आहे.

४) संकल्पना प्रावीण्य कसोटी (Concept Mastery test)

उच्च व्यक्तीतील बौद्धिक व्यक्तीभेद मापन करणे हा ह्या चाचणीचा मुख्य उद्देश आहे. ह्या कसोटीत क्लिष्ट प्रश्नांची रचना केलेली आहे; त्यामुळे व्यक्तीमधील बुद्धिमत्ताभेद

ओळखता येतात. कसोटीत समानशब्द किंवा विरुद्धशब्द यांच्या जोड्या ओळखणे ह्यावर अधिक भर दिला आहे; त्याचप्रमाणे सादृश्यानुमान आधारित प्रश्नांचाही समावेश आहे. कार्यासाठी बुद्धिमान व्यक्तीची आवश्यकता असेल तर ही कसोटी उपयुक्त ठरते.

५) लघु शाब्दिक चाचणी

निवड विषयक निर्णय कमी वेळात घेण्यासाठी, कर्मचाऱ्यांची छाननी करण्यासाठी ही चाचणी वापरतात. ह्या चाचणीत अनेक बहुपर्यायी प्रश्न असून चाचणीतील प्रश्नांची काठिण्य पातळी क्रमश: वाढत जाते. चाचणीच्या शेवटी सर्वांत कठीण प्रश्न असतात. ह्या चाचणीचे निष्कर्ष अत्यंत उपयुक्त दिसून आले आहेत. ही चाचणी केवळ १० मिनिटांत सोडवली जाते.

२) व्यक्तिमत्त्वाचे मापन (Measurement of Personality)

औद्योगिक क्षेत्रात बुद्धिमत्तेबरोबरच विशिष्ट व्यक्तिमत्त्वाचीही आवश्यकता असते. उदा. संरक्षण किंवा पोलीसदलात धाडसी, हिम्मतवान व्यक्ती आवश्यक असतात तर मार्केटिंग क्षेत्रात बोलक्या व इतरांत मिसळून काम करणारी बहिर्मुख व्यक्तिमत्त्वाची व्यक्ती उपयुक्त ठरते. थोडक्यात, पदाचे स्वरूप व त्यास अनुरूप व्यक्तिमत्त्व असेल तर त्या कार्यात ती व्यक्ती जास्त यशस्वी ठरते.

व्यक्तिमत्त्वाचे मापन करण्याच्या दोन पद्धती आहेत.

१) व्यक्तिमत्त्व सूची २) प्रक्षेपण तंत्र

१) व्यक्तिमत्त्व सूची (Personality Inventories)

ह्या प्रकारात व्यक्ती स्वत:च आपले वर्णन करते. व्यक्तिमत्त्व मापनाच्या अनेक सूची मानसशास्त्रज्ञांनी तयार केलेल्या आहेत. त्यात कुडर प्रिफरन्स रेकॉर्ड - व्होकेशनल, स्ट्राँगची व्होकेशनल इंटरेस्ट ब्लॅक. ह्याशिवाय व्यक्तिमत्त्वाच्या विविध पैलूंचे मापन करण्यासाठी (MMPI) मिनेसोटा मल्टीफेजीक पर्सनॅलिटी इन्व्हेंटरी, गिलफर्ड - शीमरन - टेम्पराईमेन्ट सर्व्हे, गार्डन पर्सनल प्रोफाईल ॲण्ड पर्सनल इन्व्हेंट्री. अशा प्रकारच्या सर्व सूचींचा कर्मचारी निवडीसाठी उपयोग होतो; उदाहरण म्हणून पुढील एका सूचीचा विचार करू.

एडवर्ड पर्सनल प्रीफरन्स शेड्यूल : ह्या सूचीमध्ये सक्तीच्या निवडतंत्राचा (Forced Choice Technique) वापर केलेला आहे. ह्यात प्रत्येक प्रश्नातील एक पर्याय निवडावाच लागतो. ह्यातील पर्यायांची निवड सामाजिक इष्टतेनुसार (Social Desirability) केलेली आहे. ह्या सूचीद्वारे एकूण १५ प्रेरकांचे मापन केले जाते. ते प्रेरक पुढीलप्रमाणे-

१) संपादनाची गरज २) वरिष्ठ निष्ठा ३) क्रम ४) प्रदर्शनीयता ५) स्वायत्तता ६) आपुलकी ७) व्यक्तिलक्षितता ८) जिव्हाळा ९) प्रबलता १०) लघुत्व स्वीकृती ११) पुष्टीकरण १२) बदल १३) सहनशक्ती १४) विषम लिंगत्व १५) आक्रमण. व्यवसायाशी निगडित यशस्वीतेशी ह्या सूचीचा सहसंबंध चांगला आहे, म्हणूनच ही सूची जास्त विश्वासार्ह आहे.

ॲक्टिव्हिटी व्हेक्टर ॲनॅलिसिस (AVA) : विशेष प्रशिक्षणानेच ही सूची देता येते. ह्या सूचीत ८१ विशेषणे आहेत. ही विशेषणे उमेदवारांचे यथार्थ वर्णन करतात. स्वतःचे वर्णन करणारी विशेषणे निवडण्याचे कार्य परीक्षार्थी म्हणजेच उमेदवार करतो. निवडलेल्या विशेष गुणांचे गुणांककीकरण करून त्यावरून निर्देशक काढता येतात. ते निर्देशक पुढीलप्रमाणे - १) आक्रमक २) समाजाभिमुखता ३) भावनिक नियंत्रण ४) सामाजिक जुळवणी ५) क्रिया.

व्यक्तिमत्त्वाचे मापन करणारी ही एक चांगली सूची आहे. हिची वैधताही चांगली दिसून येते.

ह्या चाचण्यात पूर्वग्रह दोष टाळता येत नाही. तो असू नये ह्यासाठी प्रक्षेपण तंत्रांचा उपयोग करतात.

२) प्रक्षेपण तंत्रे (Projective Techniques)

प्रक्षेपणतंत्रात संदिग्ध उद्दिपक दिला जातो. त्याने काय मोजतात, ह्याची परिक्षार्थीला कल्पना नसते म्हणून तो उद्दीपकांवर खऱ्या प्रतिक्रिया नोंदवितो; त्यामुळे सामाजिक वांछनीयतेचा प्रभाव ह्या चाचण्यात टाळता येतो.

प्रक्षेपण तंत्रात - TAT चाचण्या, रोर्शा चाचणी, वाक्यपूर्ती चाचणी इ. चाचण्यांचा समावेश होतो.

मरेची TAT चाचणी : Thermetic Apperception Tests

प्रासंगिक अंतर्बोध चाचणी : (TAT)

पूर्वानुभवाच्या प्रभावानुसार एखाद्या परिस्थितीचे होणारे संवेदन म्हणजे अंतर्बोध. प्रत्येकाचा पूर्वानुभव भिन्न भिन्न असतो त्यामुळे परिस्थितीचे संवेदनही भिन्न प्रकारे होते व वप्रत्येक व्यक्तींच्या प्रेरणेनुसार प्रसंगांचा अर्थबोध प्राप्त होतो.

ह्या चाचणीत विविध प्रसंगांची, विविध भावछटा असणारी छायाचित्रे घेतली आहेत. ही छायाचित्रे ठरावीक क्रमाने व्यक्तीला दाखवण्यात येतात. प्रत्येक चित्राला अनुसरून व्यक्तीला गोष्ट लिहिण्यास सांगितली जाते. चित्रातील प्रसंग कसा निर्माण झाला, चित्रातील व्यक्ती - व्यक्तींना काय वाटत असावे आणि पुढे काय घडेल ह्या तीन मुद्यांना अनुसरून प्रत्येक गोष्ट ५ मिनिटांत लिहिण्याची सूचना केली जाते. ही गोष्ट लिहिताना व्यक्तीच्या

स्वाभाविक इच्छा, भावना, स्थायी भाव व्यक्त होतात. अनुभवी मानसशास्त्रज्ञ ह्या गोष्टींचे विश्लेषण करून व्यक्तींच्या अंतर्मनात असलेल्या खळबळींची, प्रेरणांची, मनोरथांची माहिती करून घेतो.

मरेच्या ह्या तंत्राचा वापर करून मॅक्लीलॅण्ड ॲटकिन्सन, प्रयाग मेहता इ. नी चाचण्या तयार केल्या आहेत.

रोर्शा चाचणी (Inkblot test)

ह्या चाचणीत शाईच्या डागांची, काही रंगीत व काही काळ्या डागांची कार्डे उपयोगात आणली जातात. व्यक्तिमत्त्वाचे परीक्षण करण्यासाठी व्यक्तीसमोर एका वेळेला एक ह्याप्रमाणे ती ठेवली जातात. डागात काय दिसते, ह्यासंबंधी व्यक्तीस विचारले जाते. कार्डाचे निरनिराळ्या दृष्टिकोनातून निरीक्षण करता येते. सर्व कार्डे एकदा पाहून झाल्यानंतर तीच कार्डे पुन: दाखवली जातात व त्याने अगोदर सांगितलेल्या गोष्टी डागात कोणत्या ठिकाणी आढळल्या, हे त्याला विचारण्यात येते व प्रतिक्रियांची नोंद ठेवण्यात येते. ह्या प्रतिक्रियांचे विश्लेषण करून निष्कर्ष काढला जातो.

प्रतिक्रियांतील संकेतांवरून शांत दिसणाऱ्या व्यक्तींमध्ये भावनांचा कल्लोळ दिसून येऊ शकतो. मात्र, व्यक्तीच्या आत्मनियंत्रणामुळे व्यक्ती शांत दिसून येते. व्यक्तीची विधायक क्षमता, अंतर्मुखता, आत्मसंयम, कल्पनाशक्ती, विचारातील विविधता अशा व्यक्तिमत्त्व वैशिष्ट्यांचे परीक्षण ह्या चाचणीद्वारे होऊ शकते.

वाक्यपूर्ती चाचणी -

ह्या चाचणीत अर्धवट वाक्ये दिलेली असतात. ही वाक्ये उमेदवाराला पूर्ण करण्यास सांगितले जाते. ही वाक्ये पूर्ण करताना व्यक्तीच्या स्वत:च्या विचारांचा, अंतर्मनातील भाव-भावनांचा, वृत्तींचा प्रभाव पडतो व ह्याचा शोध ह्या चाचणीद्वारे घेता येतो. ह्या चाचणीत पुढीलप्रमाणे अपूर्ण वाक्ये असतात.

१) माझ्या मनात असे आहे...

२) मला असे वाटते...

अशी वाक्ये पूर्ण करावी लागतात.

रॉटरच्या वाक्यपूर्ती चाचणीच्या मदतीने व्यक्ती आपल्या जीवनातील अडचणींशी व समस्यांशी कसे जुळवून घेते हे जाणून घेता येते. विश्वनाथ मुखर्जींनी तयार केलेल्या वाक्यपूर्ती चाचणीतून संपादन प्रेरणेचे मापन केले जाते.

कौशल्य मापन कसोट्या

कोणत्याही व्यवसायासाठी काही कौशल्यांची आवश्यकता असते. व्यवसायाच्या स्वरूपानुसार कौशल्यात बदल होत जातात; त्यामुळे अनेक संघटना कार्याला लागणाऱ्या कौशल्याचे मापन करण्यासाठी स्वत:च काही आपली तंत्रे विकसित करतात. तरीही औद्योगिक संघटनेत उमेदवार निवडण्याच्या हेतूने मानसशास्त्रज्ञांनी काही कसोट्या तयार केल्या आहेत; त्यातील काही नमुना चाचण्या पुढीलप्रमाणे -

ओहिओ व्यवसाय शिक्षण संपादन कसोटी (Ohio Vocational Education Achievement Tests)

ह्या कसोटीत ३८ प्रकारच्या व्यवसायाशी संबंधित प्रश्न तयार केले आहेत. उदा. शेती व्यवस्थापन, लहान इंजिन दुरुस्ती अशा व्यवसायांचा समावेश आहे.

कार्य नमुना चाचण्या (Work Sample Test)

ह्या चाचणीत उमेदवाराला कार्यासाठी ज्या विशिष्ट क्रिया कराव्या लागतात, त्या क्रिया नियंत्रित परिस्थितीत कराव्या लागतात. प्रत्यक्ष उपकरणे हाताळावी लागतात. खर्चिक व धोकादायक उपकरणे असतील तर त्यासाठी प्रतिरूप (Simulated) उपकरणांची योजना केली जाते अशा अनेक चाचण्या तयार झाल्या आहेत. उदा. इन बास्केट टेस्ट, ही कार्य नमुना चाचणी व्यवस्थापकीय क्षमता मोजण्यासाठी उपयोगात आणतात. ह्या चाचणीत व्यवस्थापकांचा ट्रे किंवा बास्केटमध्ये विविध कार्ये जसे अहवाल, पत्रव्यवहार, स्मरणपत्रे, हुकूम, माहिती इ. असते. त्या कार्याचे वर्गीकरण नियंत्रित वेळेत उमेदवाराने करावे अशी अपेक्षा असते. स्वत: व्यवस्थापक आहे असे समजून प्रत्येक पत्र, माहिती वाचून काय कृती करावी हे ठरवून निर्णय घ्यावा लागतो. त्या निर्णयाचे विश्लेषण करून उमेदवारातील व्यवस्थापकीय कौशल्याचे मापन केले जाते.

मनोकारक चाचण्या (Psychomotor Tests)

काही कार्यास कारक क्षमतेची आवश्यकता असते. उदा. मोटार ड्रायव्हिंग, विमान चालन इ. यासाठी मनोभौतिक चाचण्या उपयुक्त ठरतात.

१) ओकोनरची अंगुली - चिमटा - नैपुण्य चाचणी (Oconnor Finger and Tweezer Dexterity Test)

ह्या चाचणीत एक चौरस बोर्ड असून त्यावर दहा ओळीत एका ओळीत दहा याप्रमाणे शंभर छिद्रे असतात. उमेदवारास त्या छिद्रात (नियंत्रित वेळात) टाचण्या घालावयाच्या असतात. ह्या सर्व छिद्रात टाचण्या घालण्यास लागणारा वेळ म्हणजे त्याचे

गुण होत. ह्या चाचणीद्वारे उमेदवाराच्या बोटाचे व हाताचे चापल्य मोजता येते.

२) मॅक्केरीची अभियांत्रिकी क्षमता मापन चाचणी

ही एक पेपर पेन्सिल टेस्ट असून ह्यात काही उपचाचण्या आहेत. ह्यात ट्रेसिंग, टॅपिंग, डॉटिंग, कॉपिइंग, लोकेशन, ब्लॉक्स ह्या उपचाचण्या आहेत.

ट्रेसिंग - दिलेली सरळ रेष गिरवणे.

टॅपिंग - कागदावर जास्तीत जास्त बिंदू काढणे.

डॉटिंग - अनियमित आकृतीत बिंदू काढणे.

कॉपिइंग - वेगवेगळ्या आकृत्यांची कॉपी करणे.

लोकेशन - मोठ्या उद्दिपकातील छोट्या भागात बिंदू काढणे.

ब्लॉक्स - एकावर एक ठोकळे रचणे.

ही चाचणी अनेक व्यवसायात वापरली जाते.

३) मिनेसोटा हस्तोपयोजन गती चाचणी

ह्या चाचणीचे दोन भाग आहेत. ह्या चाचणीसाठी ५८ गोलाकार ठोकळे व तितकीच छिद्रे असणारा लाकडी तक्ता उपयोगात आणला जातो. पहिल्या भागात प्रत्येक छिद्रांत ठोकळा टाकला जातो त्यास प्लेसिंग (placing) असे म्हटले जाते. दुसऱ्या भागात हा १॥ इंच व्यासाचा ठोकळा प्रत्येक छिद्रातून काढून, उलटा करून त्याच छिद्रात टाकावयाचा असतो त्यास Turning असे म्हणतात. हे कार्य पूर्ण करावयास लागणारा वेळ हे 'गुणमान' होय. ह्या चाचणीद्वारेही हाताचे कौशल्य मोजले जाते.

कर्मचारी प्रशिक्षण (Personnel Training)

कार्यविश्लेषणाच्या कार्य वर्णन आणि कार्य विशेषीकरण या दोन प्रक्रियांच्या साहाय्याने कार्याच्या गरजा आणि कर्मचाऱ्यांच्या वैशिष्ट्यांचे विश्लेषण झाल्यानंतर योग्य कामासाठी योग्य व्यक्ती कोण हे ठरविणे सोपे होते, त्यातून कर्मचारी निवडीस मदत होते. उत्तमातील उत्तम कर्मचाऱ्यांची निवड केली तरी प्रत्यक्ष काम करताना त्याला अनेक अडचणी येऊ शकतात. सातत्याने बदलत जाणाऱ्या कार्यांच्या स्वरूपामुळे, प्रगत तंत्रज्ञानामुळे नवीन ज्ञान, नवीन कौशल्ये, बदलांकडे पाहण्याचा सकारात्मक दृष्टिकोन आत्मसात करणे अत्यंत आवश्यक असते. संपादित ज्ञानाला अनुभवांची जोड आवश्यक असते. बदलत्या कार्यपरिस्थितीच्या अनुषंगाने विचार करणे, समायोजित प्रतिक्रिया देणे, वेळप्रसंगी प्रतिक्रियांमध्ये बदल करणे आवश्यक असते आणि त्यासाठी प्रशिक्षण अनिवार्य असते.

आपण पाहतो की केंद्रीय लोकसेवा किंवा राज्यसेवा किंवा तत्सम निवड मंडळामार्फत अगदी काटेकोर पद्धतीने उमेदवाराची निवड केल्यानंतरही त्यांना कार्य स्वरूपानुसार दोन-तीन वर्षाचे प्रशिक्षण दिले जाते, एखाद्या अधिकाऱ्याच्या देखरेखीखाली वर्षभर साहाय्यक म्हणून कार्य करावयास दिले जाते व नंतरच महत्त्वाची जबाबदारी सोपविली जाते अगदी तद्वतच उद्योग व संघटनांमध्ये देखील प्रशिक्षणाचे आयोजन केले जात असते. उद्योग व संघटनांना प्रशिक्षित आणि अनुभवी कर्मचारी हवे असतात. स्पर्धेच्या जगात पुढे जाण्यासाठी असे मनुष्यबळ महत्त्वाचे असते.

बकले आणि केपल (Buckley and Caple 2007) यांनी प्रशिक्षणात एखाद्या विशिष्ट कामासाठी आवश्यक असणाऱ्या वर्तनप्रणाली, कौशल्ये व संकल्पनाचे ग्रहण इत्यादींचा समावेश महत्त्वाचा मानला आहे. त्यांनी शिक्षण आणि प्रशिक्षण यातील भेद स्पष्ट केला आहे. त्यांच्या मते, प्रशिक्षण हे कार्यकेंद्री असते त्यामध्ये कामासाठी आवश्यक असणाऱ्या क्षमता व कौशल्ये शिकविण्यावर भर असतो; तर शिक्षण हे व्यक्तिकेंद्री असते. शिक्षणात ज्ञानसंपादनावर भर दिला जातो. शिक्षणात ज्ञानात वाढ होणे गृहीत धरले आहे तर प्रशिक्षणात कौशल्यामध्ये वाढ व विकास अभिप्रेत आहे. शिक्षण आणि प्रशिक्षण या संकल्पनाचे अर्थ जरी वेगळे असले तरी त्यांना वेगळे करणे योग्य नाही. उदा. वाहन चालविण्यास शिकणे. जर तुम्हाला वाहनाचे कार्य कसे चालते किंवा रस्त्यावरील वाहतुकीशी संबंधित विविध चिन्हांचे अर्थ काय आहेत याचे ज्ञान नसेल तर केवळ वाहन चालविण्याची कौशल्ये आत्मसात करणे पुरेसे नाही. शस्त्रक्रिया करण्याचे कौशल्य वैद्यकीय ज्ञानाशिवाय आत्मसात करणे पुरेसे नाही म्हणून या शिक्षण आणि प्रशिक्षण या एकत्रितपणे बरोबरीने जाणाऱ्या संपादनक्रिया आहेत.

प्रशिक्षणाचे औपचारिक, अनौपचारिक आणि कार्यरत प्रशिक्षण असेही वर्गीकरण केले जाते. औपचारिक प्रशिक्षणात प्रशिक्षणाचे काळजीपूर्वक नियोजन केले जाते, निश्चित अशी उद्दिष्टे ठरविली जातात, प्रशिक्षणाचा आशय व प्रशिक्षण देण्याची साधने व माध्यमे ठरविली जातात. विविध पद्धतींचा वापर करतात व शेवटी प्रशिक्षणाचे मूल्यमापन केले जाते. अनौपचारिक प्रशिक्षण उत्स्फूर्त स्वरूपाचे असते त्याची जागा निश्चित नसते. घरी, कामाच्या ठिकाणी तसेच कर्मचाऱ्यांमध्ये होणाऱ्या आंतरक्रियांमधून ते सहजपणे दिले जाते. सहकर्मचाऱ्याबरोबर होणाऱ्या चर्चांमधून अनौपचारिक पद्धतीने ही प्रक्रिया चालते. या प्रशिक्षणाचे मूल्यमापन केले जात नाही. कार्यरत प्रशिक्षणामध्ये (On The Job Training) प्रत्यक्ष काम करीत असतानाच कौशल्ये शिकविली जातात. इतरांचे निरीक्षण करून, शाब्दिक किंवा लिखित सूचना स्वीकारून कौशल्ये आत्मसात केली जातात. अनुभवी कर्मचारी प्रशिक्षण घेऊ इच्छिणाऱ्या कर्मचाऱ्यांना असे प्रशिक्षण देतात.

कर्मचारी प्रशिक्षणाच्या गरजा (Need for Employee Training)

उद्योग किंवा संघटनेच्या फायद्यासाठी तसेच कर्मचाऱ्याच्या फायद्यासाठी प्रशिक्षणाची गरज असते. पुढील कारणांसाठी प्रशिक्षण आवश्यक असते.

१) प्रशिक्षणामुळे उत्पादन खर्चात बचत होते, संघटनेचा लाभ होतो.

२) कर्मचाऱ्यांच्या कौशल्यांचा स्तर प्रशिक्षणामुळे वाढतो. परिणामी कार्यसमाधानात वाढ होते. कर्मचारी कार्यात रुची दर्शवितात.

३) कर्मचारी व संघटना यांचे संबंध सकारात्मक बनतात.

४) कर्मचाऱ्यांचे ज्ञान, कौशल्ये, अभिवृत्ती आणि सामाजिक वर्तनात बदल होतात.

५) नवीन कर्मचाऱ्यांची भरती केल्यानंतर निर्वर्तन कार्याची ओळख होण्यासाठी प्रशिक्षण आवश्यक असते.

६) जेव्हा एखाद्या नवीन कामाचा वा उत्पादन प्रक्रियेचा विकास होतो, जुने कर्मचारी निवृत्त होतात किंवा राजीनामा देतात, वर्तमान कर्मचाऱ्यांकडे निर्वर्तन कौशल्यांचा अभाव असतो. तेव्हा प्रशिक्षण कार्यक्रमांची गरज निर्माण होते.

७) नवीन ज्ञानप्रवाहांची ओळख व त्याचा प्रत्यक्ष वापर करण्यासाठी प्रशिक्षण उपयुक्त ठरते.

२.३. अ) प्रशिक्षणामधील मानसशास्त्रीय तत्त्वे (Pshychological Principles in Training)

मानसशास्त्रातील अध्ययन व अध्यापन सिद्धान्ताचा प्रशिक्षणाच्या आखणीमध्ये उपयोग होत असतो. (बाऊमन 1977). लोक शिकतात कसे किंवा कोणत्या गोष्टीमुळे शिक्षण प्रभावी होते हे अध्ययन सिद्धान्तामुळे स्पष्ट होते. थॉर्नडाईक (1932) याने शिकण्याचे तीन मूलभूत नियम सांगितले आहे 1) तयारीचा नियम 2) सरावाचा नियम 3) परिणामाचा नियम, हे ते नियम होत.

१) तयारीचा नियम (Law of Readiness) : अध्ययनाचा हा नियम असे सूचवितो की कोणतेही ज्ञान आत्मसात करण्यासाठी, नवीन कौशल्ये संपादित करण्यासाठी व्यक्ती शरीराने, मनाने आणि भावनिकदृष्ट्या तयार असली पाहिजे आणि आपल्याला का शिकायचे आहे, याचे कारणही त्याला माहीत असले पाहिजे.

थोडक्यात शरीर मन आणि भावनिक सज्जता महत्त्वाची आहे. व्यक्तीच्या या सज्जतेसाठी शिकण्याचे मूल्य काय आहे हे दर्शविले पाहिजे उदा. पदोन्नती, वैयक्तिक विकास.

२) सरावाचा नियम (Law of Practice) : हा नियम प्रयत्नांच्या सातत्याचे महत्त्व सांगतो. थॉर्नडाईकच्या मते, सततच्या प्रयत्नामुळे कोणतेही कौशल्य आत्मसात

करता येते व उत्तरोत्तर प्रभुत्व प्राप्त करता येते.

३) परिणामाचा नियम (Law of Effect) : अध्ययनाचा हा नियम शिकणाऱ्याच्या भावनेशी संबंधित आहे. प्रशिक्षणार्थीच्या भावनिक प्रतिक्रियेवर तो आधारित आहे. नवीन कौशल्य शिकल्यामुळे जर प्रशिक्षणार्थीला समाधान वाटले किंवा आनंद झाला तर त्याचे रूपांतर धन प्रबलनात होऊन कौशल्य अधिक चांगल्याप्रकारे आत्मसात करण्याची प्रेरणा निर्माण होते. त्या अध्ययनाची पुनरावृत्ती होण्याची संभाव्यता वाढते.

थॉर्नडाईकने सांगितलेल्या अध्ययनाच्या या तीन मानसशास्त्रीय तत्त्वांबरोबरच इतरही अनेक घटक अध्ययनावर प्रभाव पाडीत असतात. सालास आणि कॅनन बोवर्स (Salas and Cannon - Bowers 2001) यांनी प्रशिक्षणपूर्व क्रिया शिकण्याच्या क्रियेत कशा महत्त्वाच्या असतात हे प्रतिपादन केले आहे. त्यांनी प्रशिक्षणपूर्व क्रिया (Pre-Training Activities) तीन प्रकारात विभागून सांगितल्या आहेत -

१) प्रशिक्षणास प्रवृत्त करण्यास कारणीभूत ठरणारी प्रशिक्षणार्थीची वैशिष्ट्ये.
२) प्रशिक्षणार्थीला शिकण्यासाठी व सहभागी होण्यासाठी भाग पाडणारी परिवर्तके
३) अध्ययनाचा अनुभव विस्तारीत करण्यासाठी प्रशिक्षण आखणी कशी केली आहे.

प्रशिक्षणार्थीच्या वैशिष्ट्यांमध्ये त्याच्या बोधनिक क्षमता (बुद्धिमत्ता), वैयक्तिक ध्येये, आत्मविश्वास (एखादे कार्य करण्याविषयी स्वत:वरची श्रद्धा अथवा खात्री) इ. चा समावेश होतो. सहभागी होण्यासाठी भाग पाडणाऱ्या घटकांमध्ये शिकण्याची प्रेरणा, ज्ञान, कौशल्ये आणि क्षमतांचा वापर करण्याची प्रेरणा, प्रशिक्षणातून होणारे फायदे, इ. समावेश होतो. प्रशिक्षणार्थीच्या या वैयक्तिक वैशिष्ट्यांचा प्रशिक्षणाच्या यशामध्ये फार मोठा वाटा असतो; असे संशोधकांना (Tai 2006, Bell Ford 2007, Chiaburu and Lindsay 2008) आढळून आले आहे. अध्ययनाचा अनुभव विस्तारीत करण्यासाठी प्रशिक्षणाची तयारी कशी असली पाहिजे यांचे सालास आणि ब्रोअर्स (२००१) यांनी चार विभाग पाडले आहेत.

१) जे शिकायचे आहे त्याविषयीची माहिती, संकल्पना सादर करणे (प्रशिक्षणाची उद्दिष्टे आणि अभ्यासक्रमाद्वारे बाबी दिल्या जातात.)
२) माहिती, कौशल्ये क्षमतांची प्रात्यक्षिके दाखविणे.
३) कौशल्यांच्या सरावाची संधी देणे.
४) सरावादरम्यान किंवा सरावानंतर चूक काय आणि बरोबर काय याविषयी माहिती देणे. (Feedback to Trainee by Trainer)

नवीन कौशल्ये शिकण्यासाठी, कौशल्ये शिकत असताना होणाऱ्या चुकांच्या

दुरुस्त्यांसाठी अशी माहिती देणे आवश्यक असते; जर अशी माहिती मिळाली नाही तर बऱ्याच वेळा प्रशिक्षणार्थी असे गृहीत धरतो की आपण करीत असलेली कृती बरोबर आहे.

अध्ययन शैली

प्रशिक्षणाची पूर्वतयारी करताना प्रशिक्षणार्थींच्या अध्ययन शैली विचारात घेणे आवश्यक असते.

व्यक्तिभिन्नतेच्या मानसशास्त्रीय तत्त्वानुसार माहिती ग्रहण करण्याच्या तसेच संवेदीत करण्याच्या वेगवेगळ्या व्यक्तींच्या वेगवेगळ्या शैली असतात बच आणि बार्टले (Buch and Bartley, 2002), यांनी हनी आणि ममफोर्ड (Honey and Mumford, 1982) यांनी चार प्रकारच्या अध्ययनशैली सांगितल्या आहेत.

१) कृतिशील (Activist) : कामाच्या अनुभवामध्ये समाविष्ट व्हायला या व्यक्तींना आवडते. ते नवीन अनुभवांचा आनंद घेतात. मात्र, कृतीच्या संभाव्य परिणामांचा बऱ्याच वेळा ते विचार करत नाहीत. त्यांचा दृष्टिकोन लवचीक असतो व ते मनमोकळे असतात. या प्रकारच्या कर्मचाऱ्यांना मेंदूमंथन, समस्या निराकरण, समूहचर्चा आणि भूमिका वठविणे ही प्रशिक्षणाची तंत्रे उपयुक्त असतात.

२) उपयुक्तवादी (Pragmatist) : कामाच्या ठिकाणी कार्यरत असताना तंत्रे, सिद्धान्त आणि संकल्पनाचा ते अवलंब करतात. उपयुक्तवादी व्यक्ती या वास्तववादी असतात आणि समस्या सोडविण्यात त्यांना आनंद वाटतो. त्यांना त्याच त्याच गोष्टी करणे आवडत नाही. या प्रकारच्या कर्मचाऱ्यांसाठी व्यक्तिवृत्त अभ्यास पद्धती, समस्या निराकरण कृती आणि चर्चा पद्धती प्रशिक्षण तंत्रे उपयुक्त ठरतात.

३) सैद्धांतिक अथवा सिद्धान्तवादी (Theorists) : या व्यक्ती समस्येचा तात्त्विक अंगाने विचार करतात. समस्येतील गृहीतकांविषयीची तथ्ये ते गोळा करतात व त्यांचे विश्लेषण करतात. त्यांच्या स्वतःच्या मनाच्या चौकटीत बसणाऱ्या गोष्टीच ते स्वीकारतात नाहीतर नाकारतात. या व्यक्ती अध्ययनाच्या अनुभवांमध्ये गोष्टींचा वापर करतात. सांख्यिकीय माहिती व पार्श्वभूमीवर आधारित माहितीचा उपयोग यांच्याबाबतीत होतो.

४) विचारवादी (Reflectors) : एखाद्या कामाचा अथवा समस्येचा विविध अंगांनी विचार करतात या व्यक्ती सावध परंतु विचारी असतात. एखाद्या गोष्टीविषयीच्या सर्व संभाव्यता व परिणामांचा विचार ते करतात. स्वतःचा दृष्टिकोन मांडण्यापूर्वी इतरांचे दृष्टिकोन ते नीट ऐकून घेतात. निरीक्षण, चर्चापद्धती, प्रतिसादात्मक माहिती इ. तंत्रे यांच्याबाबतीत खूप उपयुक्त ठरतात.

कोल्ब (Kolb 1984) याने देखील प्रशिक्षणातील अध्ययन शैलीच्या पुढीलप्रमाणे चार व्यक्तिमत्त्व शैली सांगितल्या आहेत :

१) गतिशील (Convergers) : या व्यक्ती अमूर्तपणे माहिती संवेदित करतात व सक्रिय सहभाग घेऊन त्या माहितीवर प्रक्रिया करतात. या प्रकारच्या कर्मचाऱ्यांना व्याख्यान पद्धतीपेक्षा चर्चा पद्धती, द्विमार्गी संप्रेषण आवडते; केवळ एकाच बाजूने माहिती देणारी व्याख्यानपद्धती त्यांना आवडत नाही.

२) समायोजित (Accomodators) : या व्यक्ती मूर्त स्वरूपाची माहिती संवेदित करतात आणि त्यावर प्रयोग करून माहितीवर प्रक्रिया करतात. या प्रकारच्या व्यक्तींना स्वदिग्दर्शित अध्ययन, भूमिका वठविणे, कार्याचा थेट अनुभव या गोष्टी आवडतात.

३) स्वतंत्र शैलीचे अथवा विभक्तवादी (Divergers) : माहिती मूर्त स्वरूपात संवेदित करतात व निरीक्षणातून कृती शिकतात; यांच्यासाठी व्याख्यान पद्धती, मेंदूमंथन पद्धती उपयुक्त ठरते.

व्यक्तीची अध्ययन शैली वरील चार प्रकारांपैकी कोणत्या प्रकारची आहे, हे शोधण्यासाठी एक १२ कलमे असलेली वाक्यपूर्ती चाचणी तयार केली आहे. ही चाचणी चार प्रकारच्या अध्ययन अवस्थांचे मापन करते.

१) अनुभवातून शिकणे आणि व्यक्ती व त्यांच्या भावनांविषयी संवेदनक्षम असणे.

२) पर्यायी दृष्टिकोन विचारात घेऊन कृती करणे.

३) तार्किक पद्धतीने विचार करणे, योजना व विश्लेषण करणे.

४) धोका पत्करून एखादी कृती करण्यास तयार आहोत हे दर्शविणे.

या चाचणीचा उपयोग प्रशिक्षणार्थी व प्रशिक्षक या दोघांनाही होतो. वेगवेगळ्या प्रकारच्या व्यक्तींना कोणते अध्ययन तंत्र व अध्ययन साहित्य उपयुक्त ठरेल हे ठरविण्यासाठी ही चाचणी उपयोगी ठरते.

वेगवेगळी अध्ययनशैली असलेल्या व्यक्तींना वेगवेगळ्या प्रकारच्या माध्यमातून प्रशिक्षण देता येते. फ्लेमिंग (Fleming 1995) याच्या मते, व्यक्ती माहिती कशी ग्रहण करते व ग्रहण केलेल्या माहितीवर कशी प्रक्रिया करते यावर प्रशिक्षणपद्धती ठरविणे गरजेचे असते. त्याने VARK नावाचे अध्ययनशैली तंत्र सांगितले आहे. खालील तक्त्यामध्ये ते स्पष्ट होईल.

तक्ता क्र. २.५

अध्ययन शैली	अध्यापन तंत्र
दृश्य Visual	चित्रे, आलेख, आकृत्या, रंगीत जाहिराती, इ.
श्राव्य Auditory	व्याख्याने, समूहचर्चा सत्रे, गोष्टीरूप निवेदने, भूमिका निर्वाह, शाब्दीक उजळणी
वाचन / लेखन Read / write	पुस्तके, टिपणे, याद्या, पुस्तिका, कार्यपुस्तीका महत्त्वाच्या शब्दांचे लेखन, पांढरे फळे (लेखन)
स्नायविक वेदन Kinesthetic	प्रत्यक्ष, कार्य, कृत्रिम प्रतिरूपण वातावरणातील अनुभव, प्रात्यक्षिके

२.३. ब) ज्ञान आणि कौशल्यांसाठी प्रशिक्षण (Traing for Knowledge and Skills)

प्रशिक्षण पद्धती (Training Methodology)

प्रत्यक्ष प्रशिक्षणाला सुरुवात करण्यापूर्वी, प्रशिक्षण कक्षात जाण्यापूर्वी काही मूलभूत बाबी विचारात घ्याव्या लागतात. त्यामध्ये कोण-कोणत्या निर्वर्तन कौशल्यांचे प्रशिक्षण द्यावयाचे आहे, त्यासाठी किती प्रशिक्षण पाठ आणि प्रात्यक्षिके घ्यावी लागतील, त्यांचा आशय आणि प्रशिक्षण-पद्धती कशी असावी, त्याला किती कालावधी लागेल इत्यादींचा समावेश होतो. त्याचप्रमाणे प्रशिक्षण कार्यक्रमाचे ध्येय आणि विस्तार डोळ्यांसमोर ठेवून अध्ययन कार्याची यादी तयार करणे, प्रशिक्षण-पाठांचा आराखडा तयार करणे इत्यादींचीही दखल घ्यावी लागते. प्रत्येक प्रशिक्षण पाठ रचनाबद्ध असला पाहिजे कारण त्यामुळे प्रशिक्षणार्थींची अभिरुची टिकवून ठेवणे आणि अतिरिक्त मानसिक व शारीरिक थकवा टाळणे शक्य होते.

१) प्रशिक्षण तंत्रांची निवड करणे (Choosing Training Techniques) सुयोग्य प्रशिक्षण तंत्राची निवड करणे हा प्रभावी प्रशिक्षण पाठाचा एक अत्यंत महत्त्वाचा घटक आहे. काही प्रशिक्षण तंत्रांचा उपयोग केवळ माहिती व्यक्त करण्यासाठी आणि त्याआधारे ज्ञानात भर पडावी म्हणून केला जातो; तर तंत्रे मात्र निर्वर्तन कौशल्ये विकसित करण्याच्या हेतूने वापरली जातात. खूप मोठ्या प्रमाणावरील विस्तारित माहिती परिणामकारकपणे सादर करण्यासाठी व्याख्यान आणि वाचनतंत्राचा उपयोग केला जातो. त्याचप्रमाणे त्यासाठी मार्गदर्शक चर्चा, प्रश्न-उत्तरांचे सत्र, चित्रफीत अथवा इतर दृक्श्राव्य साहित्य इत्यादी तंत्रांचाही उपयोग केला जातो. वरीलप्रमाणे केवळ वैचारिक पातळीवरील तंत्रांद्वारे

आवश्यक तितक्या प्रमाणात निर्वर्तन कौशल्यांचा विकास साधता येत नाही तथापि, प्रतिभरणयुक्त मार्गदर्शक सराव, विशेष प्रशिक्षण, प्रत्यक्ष यंत्रावर सरावाची संधी, प्रात्यक्षिक इत्यादी तंत्राद्वारे प्रशिक्षणार्थींच्या ठिकाणी अधिक परिणामकारकरीत्या निर्वर्तन कौशल्यांचा विकास साधता येतो; तर आंतरवैयक्तिक अथवा सामाजिक कौशल्यांचे प्रशिक्षण देण्यासाठी भूमिका वठविणे, वर्तन-प्रतिरूपण (Modeling) आणि रचनाबद्ध अनुभव इत्यादी तंत्रांचा उपयोग केला जातो.

२) ज्ञान आणि कौशल्य विकासासाठी तंत्रे (Techniques for Training Knowledge and Skill) - औद्योगिक मानसशास्त्राच्या कार्यक्षेत्रात वापरली जाणारी विविध प्रकारची प्रशिक्षण तंत्रे घेतलेली आहेत व ती प्रशिक्षक आणि प्रशिक्षणार्थी या दोहोंच्याही प्रशिक्षणासाठी उपयोजिली जातात. (बाऊमन - १९७७). काही प्रशिक्षण तंत्रे सामान्य स्वरूपाची आहेत. ती प्रशिक्षण आशयाचे (Content) सादरीकरण करण्यासाठी अधिक उपयोगी ठरतात; तर काही तंत्रे मात्र विशेष स्वरूपाची आहेत. ती आशयात्मक आणि प्रात्यक्षिकात्मक सादरीकरणासाठी उपयुक्त असतात. उदा. प्रशिक्षण अभ्यासक्रमातील समाविष्ट आशय वा माहिती सादरीकरणासाठी सामान्य स्वरूपाचे 'व्याख्यान-तंत्र' वापरले जाते तर आंतरवैयक्तिक कौशल्यांचे प्रशिक्षण देण्यासाठी विशेष प्रकारचे वर्तन-प्रतिरूपण (Behaviour Modification) हे तंत्र वापरले जाते. कर्मचारी प्रशिक्षण कार्यक्रमांमध्ये आशय सादरीकरण आणि कौशल्य बांधणी अशा दोन्ही पातळीवरील तंत्रांना समाविष्ट करून घेतले जाते. त्यांची संक्षिप्त माहिती खालीलप्रमाणे-

१) व्याख्यान तंत्र (Lecture)- एखाद्या मुद्याशी निगडित माहिती मौखिक पद्धतीने विशेषतः भाषण वा संभाषणाच्या माध्यामातून सादर करण्याला व्याख्यान तंत्र म्हणून ओळखले जाते. व्याख्यानाद्वारे जो मुद्दा प्रशिक्षणार्थींसमोर मांडावयाचा असतो, त्याची प्रशिक्षक अत्यंत काळजीपूर्वक आणि उत्तम प्रकारे तयारी करतो व अधिकाधिक परिणामकारक सादरीकरण करतो. व्याख्यानांमुळे श्रोत्यांचे उद्दीपन होऊ शकते, त्यांच्या ठिकाणी जोश, स्फूर्ती निर्माण होऊ शकते वा त्यांचे मनोरंजन होऊ शकते. विशिष्ट विषय वा मुद्यावर प्रभावी आणि यशस्वी चर्चा घडवून आणण्यासाठी, त्याचप्रमाणे मोठ्या संख्येने उपस्थित असलेल्या श्रोत्यांपर्यंत आपला आशय पोहचविण्यासाठी व्याख्यान तंत्राचा उपयोग होतो.

२) सपरीक्षक तज्ज्ञ चमूची चर्चा (Moderated Panel Discussion) - कामाच्या ठिकाणी सपरीक्षक (Moderator) म्हणून कार्य करणाऱ्या काही तज्ज्ञांना एकत्रितपणे आमंत्रित केले जाते. त्यांना एखादा मुद्दा वा विषय दिला जातो व त्यावर

प्रशिक्षणार्थींसमोर चर्चा करायला सांगितली जाते, असे या तंत्राचे स्वरूप असते. चर्चेसाठी घेतलेला मुद्दा केंद्रभागी राहील, तो सोडून चर्चा भलत्या दिशेने भरकटणार नाही याची तज्ज्ञांकडून दक्षता घेतली जाते. त्याचप्रमाणे घेतलेल्या विषयावर सखोल चर्चा केली जाते. अत्यंत शिस्तबद्ध पद्धतीने विविध मुद्द्यांना हाताळत-हाताळत प्रशिक्षणार्थींना भरपूर प्रमाणात माहिती पुरविली जाते. अथवा समस्या निरसनाचे वेगवेगळे पर्याय सुचविले जातात.

३) सोदाहरण-सादरीकरण (Demonstration) - ज्या निर्वर्तन कौशल्याचे प्रशिक्षण द्यावयाचे आहे ते तज्ज्ञ व्यक्तींमार्थत प्रशिक्षणार्थींसमोर करून दाखविणे आणि प्रशिक्षणार्थींकडून त्याची प्रत्यक्ष पुनारावृत्ती करून घेणे असे या तंत्राचे स्वरूप असते. जेव्हा कार्य-निर्वर्तनाची पद्धती समजावून सांगावयाची असते वा कार्य-निर्वर्तन पद्धतीचा परिणाम तपासून पहावयाचा असतो तेव्हा प्रशिक्षक या तंत्राचा अवलंब करतात. प्रत्यक्ष निर्वर्तनाच्या वेळी काय करायचे आहे, याबाबतची चर्चा आणि प्रत्यक्ष कृती हे दोन्ही घटक परस्परांच्या बरोबरीने सादर केले जातात. मनोकारक कौशल्यांचे प्रशिक्षण देण्यासाठी हे तंत्र उपयुक्त ठरते.

४) प्रश्नोत्तर तंत्र (Question-Answer) - प्रशिक्षित झालेल्या विशिष्ट मुद्द्याचे स्पष्टीकरण मिळविण्याच्या हेतूने, शिकविलेला भाग किती प्रमाणात समजला याबाबत प्रतिभरण घेण्याच्या हेतूने प्रशिक्षणार्थींना प्रश्न विचारून त्याचे उत्तर मिळविणे असे या तंत्राचे स्वरूप असते. व्याख्यान आणि तज्ज्ञव्यक्तींची चर्चा या पद्धतीद्वारे माहिती किती परिणामकारकपणे सादर केली ते तपासून पाहण्यासाठी या तंत्राचा उपयोग केला जातो. प्रश्नोत्तराच्या रूपाने श्रोत्यांचा सक्रिय सहभाग वाढविण्यासाठीही हे तंत्र उपयोगी पडते.

५) व्यक्ती - वृत्त (Case-Study) - या तंत्रानुसार विशिष्ट कर्मचाऱ्याच्या निर्वर्तनाविषयी सविस्तर माहिती मिळविली जाते. कर्मचाऱ्याला कामाच्या ठिकाणी प्रत्यक्ष काम करतेवेळी कोण-कोणत्या वास्तव अथवा गृहीत समस्या उद्भवू शकतात याचे सविस्तर वर्णन प्रशिक्षणार्थींना मिळावे म्हणून हे तंत्र अवलंबिले जाते. कार्य-समस्येचे विश्लेषण करून त्यावर सुयोग्य उपायात्मक कृती आराखडा सुचविण्यासाठी व्यक्ती-वृत्त कधी वैयक्तिक पातळीवर मिळविले जाते तर कधी सामूहिक पातळीचाही आधार घेतला जातो. कर्मचाऱ्यांना विश्लेषण कौशल्य आणि समस्या-निरसन कौशल्य शिकविण्यासाठी हे तंत्र उपयुक्त ठरते.

६) गट-चर्चा (Discussion Groups) - प्रशिक्षणार्थी कर्मचाऱ्यांचे छोटे छोटे समूह तयार केले जातात. प्रत्येक गटाला विशिष्ट कार्य-निर्वर्तनविषय वा समस्या दिली

जाते व त्यावर मत-प्रदर्शन करण्यास सांगितले जाते. प्रशिक्षण-कार्यक्रमात प्रशिक्षणार्थींचा प्रत्यक्ष सहभाग वाढवून कार्य-समस्या वा निर्वर्तन कौशल्यांचे अध्ययन करण्याचा हा एक अनौपचारिक मार्ग आहे. या तंत्राचा महत्त्वाचा फायदा असा होतो प्रत्येक प्रशिक्षणार्थी स्वत:चा गटचर्चेतील सहभाग अधिक परिणामकारक आणि यशस्वी करण्यासाठी क्रमिक अभ्यास साहित्याबरोबरच इतर बाह्यज्ञान मिळविण्याचा प्रयत्न करतो. समूहातील प्रत्येक सदस्य प्राप्त माहितीच्या आधारे समस्येचे विश्लेषणही करतो व त्यावर उपाय योजनाही सुचवितो. अर्थात, प्रत्येक कर्मचारी समूह-चर्चेत सहभागी होईल आणि दिलेला मूळ मुद्दा नेहमी चर्चेच्या केंद्रस्थानी राहील यासाठी प्रशिक्षकाला विशेष दक्षता घ्यावी लागते.

७) भूमिका वठविणे (Role Play) - गट - चर्चेप्रमाणेच हे तंत्र देखील प्रशिक्षणार्थींच्या छोट्या समूहासाठी वापरले जाते. कार्य-निर्वर्तनाच्या विकासाला पोषक ठरेल अशी वास्तव परिस्थिती अथवा निर्वर्तन प्रसंगी उद्भवणाऱ्या समस्या परिस्थिती एक विषय म्हणून प्रशिक्षणार्थींच्या छोट्या गटाला दिला जातो व त्यावर आधारित नाट्याभिनय करण्यास सांगितले जाते. परिस्थिती यशस्वीपणे हाताळण्यासाठी वा समस्या निरसनासाठी काय करावे लागेल ते विविध भूमिकांच्या माध्यमातून प्रदर्शित केले जाते. औद्योगिक परिस्थितीतील आंतरवैयक्तिक कौशल्ये विकसित करण्यासाठी आणि सामाजिक वर्तनाची जाण (Awareness) वाढविण्यासाठी या तंत्राचा उपयोग होतो.

८) वर्तन-प्रतिरूप (Modeling) -या तंत्रानुसार ज्या निर्वर्तनाचे प्रशिक्षण द्यावयाचे असते ते प्रशिक्षकांद्वारे प्रत्यक्षपणे केले जाते व प्रशिक्षणार्थींना त्याचे प्रति-अनुकरण करण्यास सांगितले जाते. वर्तनात्मक प्रक्रिया सादरीकरणाचे व त्यानुरूप सराव करून घेण्याचे हे एक संकीर्ण स्वरूपाचे तंत्र आहे. यामध्ये प्रथम प्रशिक्षणार्थीद्वारे आत्मसात करावयाच्या निर्वर्तनाचे प्रति-अनुकरण केले जाते त्यानंतर सरावाचे प्रयत्न केले जातात आणि प्रत्येक प्रयत्नातील अचूकतेची माहिती प्रतिभरणाच्या स्वरूपात प्रशिक्षणार्थीला दिली जाते. आंतर-वैयक्तिक कौशल्यांचा विकास साधण्यासाठी हे तंत्र प्रभावीपणे वापरले जाते.

९) संरचित / रचनाबद्ध अनुभव (Structured Experiences) - या तंत्रानुसार कर्मचाऱ्यांना कार्य - निर्वर्तनासंदर्भात पूर्व-रचित क्रमबद्ध कार्य अनुभव - परिस्थितीत सहभागी करून घेतले जाते. मिळणाऱ्या अनुभवातून प्रशिक्षणार्थींना आंतरवैयक्तिक कौशल्ये आणि संभाषण कौशल्ये अत्यंत सहज-सुलभपणे शिकणे शक्य होते. सहभागी प्रशिक्षणार्थींच्या ठिकाणी विशिष्ट आंतरक्रिया होईल अशी परिस्थिती निर्माण करण्यावर येथे भर दिला जातो. येथे कर्मचाऱ्याला समूहातील इतरांच्या वर्तनाचे निरीक्षण करून त्या

आधारे स्वत:च्या निर्वर्तनाचे ज्ञान प्राप्त होते.

१०) तद्नुरूपन (Simulation) - वास्तव कार्य परिस्थितीच्या गुण वैशिष्ट्यांनी युक्त अशी परिस्थिती निर्माण करून ती प्रशिक्षणार्थीला अनुभवायला देणे असे या तंत्राचे स्वरूप असते. उदा. कामाच्या ठिकाणी उद्‌भवणारी समस्या वा संघर्षाच्या संदर्भात कृत्रिम परिस्थिती निर्माण करून ती प्रशिक्षणार्थींना हाताळण्यासाठी देणे. येथे प्रशिक्षणार्थी अनुभव - परिस्थिती संदर्भात परस्परांशी आंतरक्रिया करून निरसन मार्ग काढण्याचा प्रयत्न करतात.

११) आखीव सूचना (Programmed Instruction) - हे एक स्व-सूचन स्वरूपाचे तंत्र आहे. त्यासाठी मुद्रित साहित्य, उदा. - कार्य-पुस्तिका अथवा संगणकाद्वारे दिलेल्या सूचनांचा (CAI) उपयोग केला जातो.

२.४ प्रशिक्षण कार्यक्रमाचे मूल्यमापन (Evaluation of Training programme)

मूल्यमापन हा कोणत्याही प्रशिक्षण कार्यक्रमाचा एक अत्यंत महत्त्वाचा भाग आहे. व्यक्ती आणि संघटनेच्यादृष्टीने प्रशिक्षणाची मूल्ये, प्रशिक्षणाची परिणामकारकता जाणून घेणे गरजेचे असते. मूल्यमापन हा साधारणपणे प्रशिक्षण कार्यक्रमाचा अंतिम भाग असतो. परंतु मूल्यमापनातून प्रशिक्षणातील कोणत्या गोष्टी उपयुक्त ठरल्या व कोणत्या निरर्थक ठरल्या हे कळते व पुढील प्रशिक्षण कार्यक्रम घेताना त्याचा उपयोग होतो व योग्य असे बदल करता येतात; म्हणून खरेतर प्रशिक्षण ही एक निरंतर प्रक्रिया आहे. सातत्याने उपयुक्त असे बदल प्रशिक्षण कार्यक्रमात करता येतात. प्रशिक्षणातील फायद्या-तोट्यांचे मूल्यमापन किंवा प्रशिक्षणाची परिणामकारकता ठरविणे हे अवघड कार्य आहे. जेव्हा थेट परिणाम दिसतात तेव्हा कोणत्याही प्रशिक्षणाच्या उपयुक्ततेचे मूल्यमापन करणे सोपे असते.

प्रशिक्षणाचे मूल्यमापन करण्याची एक नेहमी वापरली जाणारी पारंपरिक पद्धत म्हणजे प्रशिक्षण संपल्यानंतर प्रशिक्षणार्थीकडून प्रश्नावलीच्या साहाय्याने माहिती भरून घेणे. प्रशिक्षणाच्या आशयाच्या विविध घटकांशी संबंधित माहितीवर प्रश्न विचारून प्रशिक्षणार्थीकडून उत्तरे मिळविली जातात. उदा. प्रशिक्षणातील अभ्यासक्रमाचा दर्जा कसा होता, दिलेली प्रात्यक्षिके गुणात्मकदृष्ट्या कशी होती. इ. माहिती लिकर्टच्या पंचबिंदू गुणानुक्रम पद्धती (Five Point Rating Scale) नुसार (खूप समाधानकारक, समाधानकारक, सांगता येत नाही, असमाधानकारक, अत्यंत असमाधानकारक) नुसार अभ्यासली जाते.

फिलीप्स (Phillips 1991) याने प्रशिक्षण कार्यक्रमाचे मूल्यमापन करण्याचे ध्येयावर

आधारित मूल्यमापन व प्रक्रियेवर आधारित मूल्यमापन (Goal Based and System Based) असे दोन दृष्टिकोन सांगितले आहेत.

किर्कपॅट्रीक (Kirkpatrick 1959) याने ध्येयावर आधारित दृष्टिकोन मांडला असून प्रशिक्षण मूल्यमापनाचे चार निकष (मापके) त्यांनी सूचविली आहेत. प्रतिक्रिया (Reaction), अध्ययन (Learning) वर्तन (Behaviour) आणि निष्पत्ती (Result) ही ती चार मापके होत. या चारपैकी प्रतिक्रिया व अध्ययन ही आंतरिक मापके आहेत तर वर्तन आणि निष्पत्ती ही बाह्य मापके आहेत.

प्रतिक्रिया मापकामध्ये प्रशिक्षण कार्यक्रमाच्या बाबतीत पसंती किंवा नापसंती, समाधान किंवा असमाधान विचारात घेतले जाते; तर अध्ययनाच्या मापकामध्ये प्रशिक्षणार्थीने आत्मसात केलेले ज्ञान व कौशल्य संपादन विचारात घेतले जाते.

वर्तनमापकामध्ये प्रशिक्षणातून प्राप्त झालेल्या ज्ञानाचा प्रत्यक्ष काम करताना कितपत उपयोग झाला, अध्ययनाचे संक्रमण किती झाले, वर्तनात काय बदल झाला याचा विचार केला जातो तर निष्पत्ती मापकामध्ये वस्तूच्या उत्पादनातील वाढ, उत्पादन खर्चातील बचत, वस्तूच्या विक्रीच्या मूल्यातील घट, उद्योग किंवा संघटनेच्या वार्षिक उलाढालीत झालेला बदल विचारात घेतला जातो.

प्रक्रियेवर आधारित मूल्यमापनामध्ये प्रशिक्षणातून निर्माण झालेली जाणीव जागृती, निर्णय प्रक्रियेमध्ये समाविष्ट होणाऱ्या घटकांमधील बदल पद्धतशीरपणे काम करण्याच्या बाबतीत व्यक्तीमध्ये दिसणारे बदल, संख्यात्मक व गुणात्मक बदल (गुंतवणूक, प्रक्रिया व उत्पादनाच्या बाबतीत इत्यादींचे मूल्यमापन केले जाते.

थोडक्यात, प्रशिक्षण कार्यक्रमाची उद्दिष्टे पूर्ण झाली की नाही, खर्च व लाभ याच्या गुणोत्तरातील बदल कर्मचारी व संघटना यांना झालेले फायदे, प्रशिक्षणाची बलस्थाने व क्षीण स्थाने काय होती. प्रशिक्षणातून काय हाती लागले (Output) इत्यादींचा पद्धतशीर आढावा मूल्यमापनातून घेतला जातो व भविष्यातील प्रशिक्षण आयोजनात योग्य असे बदल करण्यासाठी त्याचा उपयोग केला जातो.

२.५ उपयोजन-जीवनविषयक सूची (Bio Data) गोषवारा (Resume) आणि शैक्षणिक प्रगती (Curriculum Vitae) आणि संदर्भ पत्रे (Reference Cheek)

वैयक्तिक वृत्तेतिहासाचे मूल्यमापन (Personal History Assessment)

अर्ज प्र-पत्राद्वारे व्यक्तीच्या शैक्षणिक व कार्यानुभवाचे मूल्यमापन करणे, ही एक जुनी पण आजही सर्वत्र वापरली जाणारी निवड पद्धती आहे. व्यक्तीच्या भूतकाळात पाहण्याचा महत्त्वाचा फायदा म्हणजे जर व्यक्तीने भूतकाळात काही केलेले असेल तर ती

व्यक्ती भविष्यातही काही करू शकेल. व्यक्तीचा भूतकाळच व्यक्तीचा उत्तम भविष्यवेत्ता असतो. हे तत्त्व संपूर्ण मानसशास्त्रात भरतीसाठी वापरले जाते.

भूतकाळातील अनुभवाकडे दोन मार्गांनी पाहता येते. एक म्हणजे नमुना (Sample) म्हणून व दुसरा चिन्ह किंवा खूण (Sign) म्हणून पाहता येते; म्हणजेच अर्जदारास त्याच्या मागील अनुभवातील एखाद्या विशिष्ट घटनेचे वर्णन करण्यास सांगून, त्या घटनेकडे एक नमुना (Sample) म्हणून आपण पाहू शकतो किंवा मागील अनुभवातील एखादी खूण किंवा चिन्हावर (Sign) आपण विश्वास ठेवतो आणि असा अनुभव घडला असेल असे अनुमान करतो. उदा. चिन्ह किंवा खूण म्हणून सारख्या असणाऱ्या कार्यावर, त्यांच्या शैक्षणिक ज्ञानाचा व अनुभवांचा उपयोग करण्यास सांगतो आणि आवश्यक असणारे ज्ञान व कौशल्ये व्यक्तीत आहेत हे पाहिले जाते.

वैयक्तिक वृत्तेतिहास पद्धतीचा वापर करून निवड करताना 'नमुना' (Sample) या पेक्षा, 'चिन्ह किंवा खूण (Sign)' ह्याचाच वापर केला जातो व त्या द्वारे व्यक्ती कशी आहे हे ठरवले जाते. संशोधकांनी हे दाखवून दिले आहे की, बरेच अर्ज प्र-पत्रे (Letters of Application) आणि सारांश स्वरूपातील माहिती (Resumes) ही, अव्यक्त अंदाजावर अवलंबून असते. मात्र, चांगल्या कार्य निष्पादनासाठी, शिक्षणाचे प्रमाण आणि अनुभव हे चांगले चिन्ह (Sign) आहे. (Schmidt et. al., 1979) तथापि, अर्जदाराची शैक्षणिक गुणवत्ता व कार्यानुभव ह्यात फरक असू शकतो. काही व्यक्ती, त्यांच्या शैक्षणिक कार्यात अतिशय चांगल्या असतात मात्र इतर कार्यात अव्यवस्थित व गोंधळलेल्या असतात; त्याचप्रमाणे कार्य निष्पादनाशी संबंधित असलेले ज्ञान, कौशल्य, क्षमता हे घटक थोड्याशा औपचारिक अनुभवातून प्राप्त करता येतात. जसे : स्वयंसेवक कार्य, समाजसेवेचे कार्य इ. पण अशा प्रकारच्या अनुभवांकडे नेहमीच दुर्लक्ष केले जाते.

२.५.१ अर्ज प्र-पत्र व चरित्र विषयक प्रश्नावली : (Application and Bio Graphical Inventories)

अर्जदाराची भूतकाळातील माहिती जमा करण्यासाठी विविध पद्धती अस्तित्वात आहेत. प्रमाणित अर्ज, हा मार्ग शैक्षणिक व कार्यअनुभवांचे मूल्यमापन करण्यासाठी परंपरेने वापरला जातो. प्रमाणित अर्जातील प्रश्नांची वैधता तपासण्यासाठी, औद्योगिक व संघटनात्मक मानसशास्त्रज्ञांनी इतर तंत्रे विकसित केली आहेत. त्यामध्ये भारयुक्त अर्ज प्र-पत्र, चरित्र विषयक प्रश्नावली, वर्तन सुसंगतता पद्धती इ. अनुभवांवर आधारित माहिती मिळवण्याच्या पद्धती उपयोगात आणल्या जातात.

प्रमाणित अर्ज प्र-पत्र (Standard Application Blank)

ह्या साधनाद्वारे नेहमीची माहिती मिळवली जाते, तथापि अर्ज हे काही फारसे प्रमाणित तंत्र नाही.

नाव, पत्ता, सामाजिक सुरक्षा नंबर, शैक्षणिक पदव्या, कार्यानुभव आणि सैन्यातील अनुभव, असे प्रश्न त्यात अंतर्भूत असतात. ह्या शिवाय इतर प्रश्न हे संघटनेला भूतकाळातील कोणती माहिती हवी आहे, ह्यावर अवलंबून असतात आणि इतर कंपन्या काय विचारतात, त्यावरही अवलंबून असतात.

अर्ज प्र-पत्रात विचारलेले प्रश्न हे, रोजगार कायद्याला अनुसरून विचारलेले असावेत. अर्जदाराचा वंश, राष्ट्रीयत्व, धर्म, वय, वैवाहिक दर्जा आणि अगोदरचे अटक झाल्या संबंधीचे रेकॉर्ड इ. अशा प्रकारचे प्रश्न १९५० ते १९६० ह्या दशकात विचारले जात असत. तथापि, मुक्त रोजगार कायद्यानुसार असे प्रश्न कायद्यास धरून होत नाहीत. अटकेसंबंधीचे प्रश्न हे भेद करणारे व पक्षपाती असतात; कारण अल्पसंख्याक उमेदवाराला वारंवार अटक झालेली असू शकते. पण, अटक म्हणजे गुन्हा सिद्ध झालेला असतोच असे नाही, म्हणून तो गुन्हेगार होत नाही; म्हणून सिद्ध झालेल्या गुन्ह्याबद्दल विचारणे योग्य आहे, पण अटकेबद्दल विचारणे योग्य नाही.

अलीकडे वयासंबंधीचा प्रश्न आवश्यक बनला आहे कारण काम करण्याच्या कायदेशीर वयामध्ये - वय वर्षे १८ ते ७० दरम्यानचा उमेदवार असणे आवश्यक आहे. ह्यापेक्षा जास्त वयासंबंधीचा प्रश्न महत्त्वाचा नसावा. अर्जदाराचे लिंग, वंश इ. संबंधीचे प्रश्न नकारात्मक प्रभाव निर्माण करतात, म्हणून असे प्रश्न अर्जात असू नयेत.

कायदेशीर बाबींची पूर्तता करण्यासाठी उद्योजकांनी अर्जातील प्रश्नांची वारंवार पुनर्रचना केलेली दिसून येते. बूरिंगटन (Burrington, 1982) यांनी, राज्यसरकारांनी उपयोगात आणलेल्या अर्जांच्या नमुन्याचा आढावा घेतला व दाखवून दिले, अर्ज प्रपत्रातील अनेक प्रश्न बेकायदेशीर किंवा ज्याबद्दल प्रश्नचिन्ह निर्माण होईल असे होते; कारण अशा प्रश्नाने व्यक्तिभेद करता येतो. उदा. तुम्ही विवाहित आहात काय? तुमचे वय किती? तुमचा जन्म केव्हा झाला? शाळा कधी सोडली? तुमचा वंश कोणता? तुम्ही जन्माने इंग्रजी भाषिक आहात काय? तुम्हाला किती वेळा अटक झाली होती? काही अपंगत्व आहे काय? हे आणि अशा प्रकारचे अर्ज प्र-पत्रातील प्रश्न अयोग्य आहेत; कारण असे प्रश्न व्यक्तिगत माहिती देणारे व त्यामुळे निवड निर्णयात पक्षपातीपणा निर्माण करणारे आहेत; त्यामुळे असे प्रश्न अर्ज प्र-पत्रात असू नयेत.

अर्जदार हा कार्याला आवश्यक असणाऱ्या कमीत कमी गरजा पूर्ण करू शकतो का? हे पहाण्यासाठी प्रमाणित अर्ज प्रपत्र उपयोगात आणले जाते. जे पात्र उमेदवार

नाहीत त्यांना टाळण्यासाठी अशा प्रकारची अर्जाद्वारे केलेली छाननी काटकसरीची ठरते. चाचण्या किंवा मुलाखतीसारखा खर्चीक प्रकार टाळण्यासाठी याचा उपयोग होतो. मात्र, उमेदवाराची अपात्रता ही उचित किंवा योग्य असावी.

भविष्यकालीन कार्य निष्पादनाचा अंदाज बांधण्यासाठी अगोदरच्या कार्यअनुभवाचा उपयोग केला जातो, असे संशोधनातून दिसून येते. तथापि, भूतकाळातील अनुभव व भविष्यकाळातील निष्पादन, ह्या दोन्हींमधील संबंधांवर काही घटकांचा निश्चितपणे परिणाम होतो. मॅक्डॅनियल, स्मिट आणि हंटर (Mcdaniel, Schmidt and Hunter, 1988) यांना दिसून आले, भविष्यकालीन वर्तनाचा अचूक अंदाज हा, कार्याची क्लिष्टता आणि अनुभवांची वर्षे यावर अवलंबून असतो. अंदाज हा तेव्हाच प्रभावी असतो जेव्हा कार्यक्लिष्टता कमी असते व तुलनात्मकरीत्या अनुभवही कमी असतो.

अर्जाची छाननी करताना भूतकालीन वर्तनाकडे वरवर न पाहता, कार्याला आवश्यक असणारे घटक भूतकालीन वर्तनात दिसतात का, हे पाहिल्यास, छाननी निर्णयाची गुणवत्ता वाढते (स्मिट व सहकारी, १९७९; वेरनीमोन्ट व कॅम्पबेल, १९६८) (Schmidt et al, 1979; Wernimont and Camp bell, 1968). उदा. जर कार्याला निर्मितीक्षम समस्या परिहाराची आवश्यकता असेल तर अर्जामध्येही ही क्षमता दर्शवणाऱ्या घटनेची माहिती असायला हवी; म्हणूनच अर्ज प्र-पत्रातील बरेच प्रश्न हे, कार्य यशाशी संबंधित असावेत; त्यामुळे उमेदवाराच्या आधीच्या कार्य इतिहासावरून, प्रस्तुत कार्यात तो किती यशस्वी होऊ शकेल ह्याचा अंदाज घेता येतो.

भारित प्र-पत्र व जीवन विषयक सूची (Weighted Application and Biographical Inventories)

अर्जदाराच्या वर्तनाचा भविष्यकालीन अंदाज अचूक वर्तवण्यासाठी, अर्ज प्र-पत्रच एखाद्या वैध चाचणीप्रमाणे तयार करण्याचा प्रयत्न (Owens and Schoenfeldt, 1979; Owens, 1968) यांनी केला. त्यासाठी त्यांनी अर्ज प्र-पत्रात पुढील दोन बदल सुचवले.

१) भारित प्र-पत्र (Weighted Application)

२) जीवन विषयक सूची (Biographical Inventories)

वरील दोन्ही प्रकारात, त्यांच्या लांबीत, प्रश्नांच्या व्यापकतेत व सामान्य स्वरूपातच फरक आहे.

भारित आवेदन पत्र हे प्र-पत्राप्रमाणेच असते. मात्र, जीवन विषयक सूची ही अधिक मोठी, व्यापक व एखाद्या व्यक्तिमत्त्व चाचणीप्रमाणे असते. जीवन विषयक सूचीतील प्रश्न हे बहुपर्यायी प्रश्न असतात. एकाच प्रश्नाला अनेक सारखी वाटणारी पर्यायी उत्तरे

दिलेली असतात व त्यातून योग्य उत्तराची निवड करावयाची असते. याला अपवाद फक्त भविष्यकालीन जीवनविषयक प्रश्नांचा असतो; असे प्रश्न हे खुले प्रश्न असतात. अशा प्रश्नांद्वारे अर्जदाराच्या भविष्यकालीन योजना, भविष्याबाबत वाटणाऱ्या आशा, या बद्दलची माहिती प्राप्त होईल असे प्रश्न असतात. (टुलर आणि बॅरेट Tullar and Barrett, 1976).

भारित प्र-पत्र आणि जीवनविषयक सूचीच्या विकासासाठी अनुभवाधिष्ठित संशोधनाची गरज असते.

१) प्रथम नमुना गटाची, शक्यतो संघटनेत काम करणाऱ्या कर्मचाऱ्यांमधून, निवड केली जाते व त्या नमुन्याकडून वैयक्तिक किंवा जीवनविषयक माहिती जमा केली जाते.

२) त्यानंतर निवडलेल्या नमुना गटातील प्रत्येक कर्मचाऱ्याच्या कार्य निष्पादनाचे मापन करून एक 'कार्य मापन निकष' तयार केला जातो.

३) नंतर वैयक्तिक माहितीतील प्रत्येक घटक निष्पादन घटकांशी जुळवून पाहिला जातो. त्यासाठी वैयक्तिक माहितीतील प्रत्येक घटकांचे अंकामध्ये रूपांतर करून, त्याचा मापन केलेल्या निष्पादन गुणांशी सहसंबंध पाहिला जातो. हा सहसंबंध गुणांक अर्जदाराच्या, कार्य व यशासंबंधी, वर्णन करणाऱ्या वैयक्तिक घटकांचा निर्देशक होईल.

अर्ज प्र-पत्रातील व जीवन विषयक सूचीतील अशा प्रकारे विकसित केलेले प्रश्न हे वैधता वाढवण्याच्या अभ्यासाचाच भाग आहे; त्यामुळे भविष्यातील कार्य वर्तनाचा अचूक अंदाज शक्य होईल.

जीवन विषयक सूचीमध्ये व्यापक स्वरूपातील वैयक्तिक माहिती अंतर्भूत असते. काही माहिती ही सत्य घटनांवर आधारित म्हणून तपासून पाहता येणारी असते. उदा. शिक्षण, अगोदरची नोकरी, सैनिकी नोकरी, आर्थिक परिस्थिती आणि राहण्याचे ठिकाण इ. बाबींची माहिती ही पुष्कळशी दृष्टिकोनावर आधारित आणि तुलनात्मकरीत्या कमी तपासता येणारी असते.

जीवनवृत्तांत अभ्यासात उपयोगात आणले जाणारे निकष हे कर्मचारी हा चांगला कामगार आहे, ह्याचे निदर्शक असतात. उदा. निष्पादन मूल्यांकन, कामाचा कार्य काळ आणि त्यात किती वेळा काम सोडून दिले, अपघातांचे प्रमाण आणि सलग सेवा इ. अभ्यासाचा उपयोग हा, ती व्यक्ती ही किती चांगली संघटनात्मक नागरिक आहे, ह्याचा निर्देशक होऊ शकतो.

अभ्यासासाठी मापनीय निकष निवडताना, संशोधकाने कोणता मापन निकष प्राप्त होण्यास सोपा आहे एवढाच विचार न करता, प्रत्येक मापनातून कोणत्या वर्तनाचे स्पष्टीकरण मिळते ह्याचाही विचार करायला हवा. उदा. जर अभ्यासाचा मुख्य उद्देश, कोण दीर्घ काळ सलग सेवेत राहील हे शोधणे, हा असेल तर, काम बदलण्याचे रेकॉर्ड तपासणे योग्य ठरेल; पण जर उत्पादनक्षमता आणि सुरक्षित वर्तनाचा अंदाज घेणे, हा उद्देश असेल तर, पर्यवेक्षकाने दिलेली श्रेणी व अपघाताचे रेकॉर्ड पाहणे हे जास्त योग्य ठरेल.

मापन निकष व जीवन विषयक घटक यातील संबंधांचा अर्जदाराच्या छाननीसाठी उपयोग होतो. ज्या प्रश्नांचा, मापन निकषातील प्रश्नांशी प्रभावी संबंध दिसून येतो, ते प्रश्न भविष्यातील कार्य वर्तनाविषयी अंदाज व्यक्त करू शकतात; पण ज्या प्रश्नांचा असा संबंध दिसून येत नाही त्या प्रश्नातून असा अंदाज व्यक्त होत नाही. थोडक्यात, मापन निकष व जीवन विषयक प्रश्न यातील संबंधांच्या प्रमाणावरूनच भविष्यातील अंदाजाचे प्रमाण निश्चित होते; म्हणून प्रश्नाचा सहसंबंध हा, प्रश्नाच्या प्रतिक्रियेचा भारित प्राप्तांक निर्देशक म्हणून उपयोगात आणता येतो.

जीवन विषयक प्रश्नावली हे साधन, आश्चर्य वाटेल इतका कार्यवर्तनाचा अचूक अंदाज वर्तवते; जर हे साधन काळजीपूर्वक विकसित केले तर ते अतिशय उपयुक्त ठरू शकते. रेली आणि चाओ (Reilly and Chao, 1982) यांनी अनेक जीवन विषयक अभ्यासाचा, विविध व्यावसायिक समूहाच्या अभ्यासाचा आढावा घेतला. सामान्यत: ह्या अभ्यासातून यशदायक परिणाम दिसून आले आहेत. उदा. ऑफिस कामगारांची कार्य निष्पादन पातळी आणि गळती ह्याचा अचूक अंदाज ह्या साधनाद्वारे घेता येतो. (Cascio, 1976; Brush and Owens, 1979). प्रशिक्षण यशस्वीतेचा अंदाजही ह्या साधनाद्वारे घेता येतो (Drakeley, Herriot and Jones, 1988). त्याचप्रमाणे जीवन विषयक प्रश्नावली हे साधन सैनिकी व्यवसायाच्या निवडीतही उपयुक्त म्हणून सिद्ध झाले आहे. (Hoiberg and Pugh, 1978; Webster et. al. 1978).

जीवन विषयक सूची (Biodata Items)

जीवन विषयक सूची विकसित करण्यासाठी पुढील विविध मार्गाने जीवन विषयक माहिती मिळू शकेल. ते मार्ग म्हणजे कंपनीने उपयोगात आणलेल्या अर्ज प्र-पत्रातील घटकांचे मूल्यमापन करून जीवनविषयक सूचीत ते घटक घेता येतील. त्याचप्रमाणे जीवन विषयक संशोधन साहित्यातून जीवनविषयक सूचीसाठी घटक प्राप्त होऊ शकतील. रसेल, मॅटल्सन, देवलीन आणि अटवाटर (१९९०) (Russell, Matlson, Devlin and Atwater, 1990) यांनी एक कार्यपद्धती सुचवली आहे. त्यांनी सूचीतील घटक विकसित करण्यासाठी जीवनचरित्रातील तरुणपणातील विषयांचा उपयोग केला. व्यक्तिगत

जीवन चरित्रात माध्यमिक शाळेतील अनुभव महत्त्वाची भूमिका वठवतात. जेव्हा कर्मचाऱ्याला कामाचा कोणताच पूर्वानुभव नसतो तेव्हा जीवन इतिहासातील कार्यपद्धती उपयोगी ठरू शकते.

कर्मचारी निवडीसाठी जेव्हा जीवनविषयक माहिती जमा केली जाते तेव्हा दोन प्रश्न निर्माण होतात. १) अर्जदार विचारलेल्या प्रश्नांना खरी उत्तरे देईल, स्वत:ला चांगले दाखवण्याचा प्रयत्न करेल? आणि जर अर्जदाराने खरी उत्तरे दिली नाहीत तर त्यासाठी काय करता येईल? मेल ने (Mael, 1991) असे सुचविले, खोट्या, बनावट व सामाजिकदृष्ट्या योग्य वाटणाऱ्या अर्जदाराच्या प्रतिक्रियेवर नियंत्रण ठेवण्यासाठी, बाह्य घटनांवर आधारित असे वेगळे, वस्तुनिष्ठ व पडताळून पाहता येतील असे घटक किंवा प्रश्न घ्यावेत. वस्तुस्थितीवर आधारित माहिती तपासून पाहता येते, तथापि अभिवृत्ती विषयक प्रश्नासंबंधी अर्जदार खरे सांगत आहे काय, हे ठरवणे कठीण बनते. अलीकडील फसवणुकीच्या संबंधीच्या संशोधनात सहज तपासून पाहता येणारे, घडलेल्या घटनांवर आधारित प्रश्न असतात. अशा प्रश्नांना दिली जाणारी उत्तरे अगदी अचूक असतात असे नाही, पण चुकाही फार मोठ्या प्रमाणावर नसतात. बहुतेक व्यक्ती अशा वस्तुनिष्ठ प्रश्नांना प्रमाणिकपणे उत्तरे देतात (Owens, 1976). ते वैयक्तिक प्रश्नांनाच थोडीशी चुकीची उत्तरे देतात (Shaffer, Saunders and Owens, 1987). क्लुगर आणि कोलेला (Kluger and Colella, 1993) यांना दिसून आले, नर्सिंगच्या नोकरीसाठी आलेल्या अर्जदारांना फसवणुकीसंबंधी सूचीत केले तेव्हा त्यांच्यात खरी उत्तरे देण्याचे प्रमाण वाढलेले दिसून आले.

जीवन विषयक माहिती संबंधीचा दुसरा प्रश्न हा नैतिक आणि कायद्याशी संबंधित आहे. जीवनातील खासगी क्षेत्राविषयी प्रश्न विचारलेले असतील तर, अर्जदार अशा प्रश्नाविषयी तक्रार करू शकतो. उदा. पालकांच्या शिस्त विषयक योजना संबंधीचे प्रश्न; जरी अशा प्रकारचे प्रश्न कार्याच्या यशासंबंधी असले तरी, असे प्रश्न अर्जामधून मागे घेण्यास अर्जदार सांगू शकतो. जीवनविषयक माहितीची प्रश्नावली तयार करताना, कंपनीने नमुना म्हणून कामावर असणाऱ्या कर्मचाऱ्यांचा उपयोग केल्यास, नवीन घेतले जाणारे कर्मचारीही पूर्वीप्रमाणेच घेतले जातील. ही प्रक्रिया कंपनीला प्रवाही ठेवणारी नाही. ह्या प्रक्रियेमुळे काही कर्मचारी वगळले जातील. ही प्रश्नावली तयार करताना जर काही अल्पसंख्याक कर्मचारी घेतले असतील आणि जर नवीन अल्पसंख्याक अर्जदारांचे व्यक्तिगत अनुभव वेगळे असतील तर त्यांना कंपनीचा फायदा होणार नाही. तथापि, असा निवडीतील फरक अद्याप पद्धतशीरपणे, संशोधनाने दाखवलेला नाही. (eg. Reilly and Chao, 1982).

O.P.M. ची वर्तन सुसंगतता पद्धती : (OPM'S Office of Personnel Management OPM'S Behavioral Consistency Method)

अमेरिकेतील कर्मचारी व्यवस्थापन कार्यालयाने (OPM) ही निवड पद्धती विकसित केली. वर्तन सुसंगतता पद्धतीही वैयक्तिक जीवन इतिहासासंबंधी माहिती जमा करणारी पद्धती आहे आणि गतआयुष्यातील अनुभवांवरून भविष्यकालीन अंदाज वर्तविता येतो. ही पद्धती तर्कशास्त्रावर आधारित आहे. ह्या पद्धतीचा वेगळेपणा असा, ही पद्धती निवडलेल्या नमुन्याच्या गत जीवनातील वर्तनाचा आधार घेते. केवळ गतजीवनातील चिन्हांचा नाही. त्याचप्रमाणे ह्या पद्धतीत खुले प्रश्नही विचारले जातात.

ह्या पद्धतीने कर्मचारी निवडीचे साधन विकसित करण्यासाठी प्रथम कार्य विश्लेषणाचा उपयोग करून, कार्याच्या मौलिक घटकांची क्रमवारी व त्याची परिमिती तयार करणे आवश्यक असते. मौलिक घटकांच्या परिमिती म्हणजे अशा परिमिती, ज्याद्वारे श्रेष्ठ आणि कनिष्ठ कर्मचाऱ्यांतील भेद निश्चित केला जातो. प्रत्येक परिमितीचा समावेश करून त्याचे थोडक्यात वर्णन करावे.

अर्जदाराला सूचना दिल्या जातात, ह्या परिमितीवरील अनुभवांप्रमाणे गत आयुष्यातील अनुभव सांगावेत. ह्याच्या जोडीला एखाद्या टीम प्रोजेक्टमध्ये केलेले काम व त्यात आलेला अनुभव द्यावा. त्याचप्रमाणे हा प्रोजेक्ट कोणी तपासून पाहिला त्याचे नावही द्यावे.

अर्जदाराच्या उत्तराचे गुणांकन करताना, प्रत्येक परिमितीच्या पातळीवर तुलना करून गुणांकन केले जाईल. प्रश्नावलीतील खुले प्रश्न हे सोपे असतात पण त्याचे गुणांकन कठीण असते. यासाठी गुणांकन करणारी व्यक्ती प्रशिक्षित हवी.

२.५.२ गोषवारा : (सारांश) Resumes

व्यवस्थापकीय व तंत्रज्ञ पदावरील व्यक्तीची निवड करण्यासाठी त्यांच्याकडून त्यांच्या कर्तृत्वाच्या गोषवाऱ्यासंबंधी (Resumes) त्यांना विनंती केली जाते. गोषवारा हा अर्ज प्र-पत्राचा विशेष प्रकार आहे. ह्या दोन्हीत महत्त्वाचा फरक म्हणजे गोषवाऱ्यात वैयक्तिक माहितीबरोबरच अर्जदाराच्या दूरदर्शीपणा बद्दलचेही प्रश्न असतात. कार्यानुभव व शिक्षण या संबंधीचे प्रश्न अर्ज प्र-पत्रात व गोषवाऱ्यात (Resumes) सारखेच असतात; पण ह्या दोन्हीतील वेगळेपणा मोठा आहे. काही गोषवारा लिहिणाऱ्या व्यक्ती आपल्या गोषवाऱ्याची (Resumes) सुरुवात जीवन विषयक ध्येयाने (Carrier Objectives) करतात.

कामाच्या शोधात असणाऱ्या काही व्यक्तींकडे दोन किंवा तीन वेगवेगळे गोषवारे असतात. दोन-तीन प्रकारच्या जीवन विषयक ध्येयांना योग्य होतील अशा प्रकारची,

आशयाची रचना बदलून, ते तयार केलेले असतात. इतर माहितीची यादी ही कार्याभिमुख संघटनेचे सदस्यत्व, कार्य क्रियातील उमेदवारी, छंद व आवडीचे विषय, प्रकाशित झालेली पुस्तके, लेख, संशोधने, मिळालेली बक्षिसे, विशेष अधिकार पत्रे व प्रमाणपत्रे आणि संदर्भपत्रे या संबंधीची असते.

अर्जदारांसंबंधीची माहिती मिळवण्यासाठीच गोषवारा (Resumes) आणि अर्ज प्र-पत्र (Letter of Application) ह्याची योजना केलेली असते. तथापि, निवडीचे साधन म्हणून गोषवारा (Resumes) संबंधी काही समस्या आहेत. पहिलीच समस्या म्हणजे गोषवाऱ्यातील माहिती कितपत प्रमाणित आहे, सत्य आहे, ही आहे; न पटणारी गोष्ट म्हणजे तुलना करण्यास योग्य असणारे सर्वच उमेदवारांचे गोषवारे असले तरी, ते त्यांनीच लिहिलेले असतात.

गोषवाऱ्यातील (Resumes) चूक ही दुसरी समस्या आहे. साधारणत: स्वत: संबंधी गोषवारा किंवा सारांशरूपात लिहीणारी व्यक्ती स्वत:ची धनात्मक प्रतिमा समोर ठेवण्याचा प्रयत्न करते आणि अशा उद्देशाने लिहिलेला गोषवारा चुकीचा असू शकतो. नकारात्मक माहिती वगळणे, चुकीच्या संदर्भासहित धनात्मक माहितीचा समावेश, इ. मुळे निवड साधन म्हणून गोषवारा (Resumes) हे साधन फारसे उपयुक्त ठरत नाही. तथापि, वैयक्तिक गोषवाराच्या अचूकतेसंबंधी फारच कमी संशोधन झालेले आहे. सामान्यत: शैक्षणिक व कार्येतिहासासंबंधी खोटी माहिती देण्याचे प्रमाण अधिक आहे. त्यासाठी तशा प्रकारची माहिती कंपनीने तपासून घेणे आवश्यक आहे. गोषवारा नमुना टेबल नं. २.२

गोषवारा नमुना : Sample Resume :

मधुकर आर. पाटील
२२/४, शिवतारा
चंदननगर, पुणे
पुणे - २०

उद्दिष्टे :

कर्मचारी चाचण्या आणि इतर निवड साधनांचा विकास, व्यवस्थापन आणि उचितता यातील कर्तव्यासह कर्मचारी निवडीतील स्थान प्राप्त करणे.

शिक्षण :

B. A. पदवी, पुणे विद्यापीठ, १९९१

अभ्यास विषय :- सामान्य मानसशास्त्र, सामाजिक मा. शा., कर्मचारी मा. शा., स्टॅटिस्टिक अभ्यासक्रम विषयाशिवाय, समाजशास्त्र आणि व्यापार.

M. A. : औद्योगिक व संघटनात्मक मानसशास्त्र, मुंबई विद्यापीठ

अभ्यासक्रम विषय :- औद्योगिक व संघटनात्मक मानसशास्त्र, व्यावसायिक परीक्षण, संशोधन पद्धती.

कार्यानुभव :

१९९४ पासून आजपर्यंत, कर्मचारी लेखनिक, एअर इंडिया विमान कंपनी.

त्यातील कर्तव्ये : नोकरीची नोटीस तयार करणे, अर्जांची छाननी करणे, मुलाखतीची तयारी व मुलाखती घडवून आणणे, नोकरीचे फॉर्म भरून घेणे, कर्मचारी क्रियांसंबंधीचे सर्व रिपोर्ट तयार करणे.

१९९१ ते १९९४ - अर्धवेळ कॅशिअर, विद्यार्थी संघटना, मुंबई विद्यापीठ.

सामाजिक सेवा :

१९८९ ते १९९१ - राष्ट्रीय सेवा योजनेत सक्रिय सहभाग R.M. महाविद्यालय, निगडी - पुणे.

२.५.३ संदर्भपत्रे (Letters of Reference) :

अर्ज प्र-पत्र, जीवन वृत्तांत, गोषवारा या साधनांप्रमाणेच संदर्भ पत्रे, हे साधनही, कर्मचाऱ्यांच्या पूर्वेतिहासावरून त्याच्या भविष्यकालीन वर्तनासंबंधी अंदाज बांधणारे आहे. अगोदरचे कंपनी मालक, अर्जदाराच्या कार्याशी संबंधित असणाऱ्या वर्तनाचे

मूल्यमापन संदर्भपत्रात देतात. त्याचप्रमाणे अर्जदाराने अगोदर दिलेली माहिती तपासून पहाण्यासाठीही संदर्भपत्रांचा उपयोग होतो. मात्र, परिपूर्ण व अचूक माहिती संदर्भपत्राद्वारे कशी प्राप्त करावी, हा महत्त्वाचा प्रश्न आहे.

संदर्भपत्राचे तंत्र अरचित पासून सुरचित पर्यंत बदललेले आहे. अरचित संदर्भ पत्रे ही सर्वाधिक प्रमाणात वापरली जातात. संदर्भ देणारी व्यक्ती ही, अर्जदाराबद्दल जी काही योग्य माहिती आहे ती पत्राद्वारे संभाव्य मालकाला कळवते. त्याचप्रमाणे संदर्भ व्यक्तीकडे पाठवण्यात येणाऱ्या काही प्रश्नावल्याही अरचित स्वरूपाच्या असतात. अशा प्रश्नावलीमध्ये अर्जदाराच्या चारित्र्याबद्दल व त्याच्या काम करण्याच्या क्षमतेबद्दल काही प्रश्न खुले असतात.

सुरचित संदर्भपत्रामध्ये, विशिष्ट माहितीसाठी किंवा प्रश्नावलीतील प्रश्नांना उत्तरे देण्यासाठी, संदर्भ देणाऱ्या व्यक्तीला विनंती केली जाते. सुरचित संदर्भपत्रात, थोडक्यात निबंध स्वरूप माहिती, पदनिश्चयन, सक्तीची निवड पद्धती, अशा प्रकारचे, कार्य वर्तनासंबंधी किंवा शिक्षणाविषयी माहिती प्राप्त करणारे व्यापक स्वरूपाचे प्रश्न उपयोगात आणलेले असतात. सक्तीच्या निवड प्रश्नात, अर्जदाराचे वर्णन करणारे दोन पर्याय दिलेले असतात. संदर्भ देणाऱ्या व्यक्तीस अर्जदाराचे वर्णन करणाऱ्या दोनपैकी एक योग्य पर्याय निवडावाच लागतो. हे दिलेले दोन्ही पर्याय सारखेच धनात्मक किंवा ऋणात्मक वर्णन करणारे असतात. संदर्भ देणारी व्यक्ती साधारणत: धनात्मक माहिती देते. तरीही सक्तीच्या निवडीमुळे संभाव्य मालकाला अर्जदारासंबंधी उपयुक्त माहिती मिळू शकते.

निवडीसाठी संदर्भ माहितीचा उपयोग केल्यास काही गंभीर समस्या समोर येतात. पहिली समस्या म्हणजे सुसंगती नसणे. एकाच अर्जदारासंबंधी वेगवेगळ्या व्यक्तींनी शिफारस केल्यास त्यात सारखेपणा नसतो; त्यामुळे कोणती शिफारस खरी हे ठरवणे अवघड जाते. स्नातक पातळीवरील विद्यार्थी अर्जदाराला दिलेली शिफारसपत्रेही अशीच सुसंगत नसतात. (Baxter at. el., 1981)

दुसरी समस्या म्हणजे, दिलेली माहिती ही नेहमीच अपूर्ण आणि असत्य असते. ही अपूर्ण व असत्य माहिती हेतुपूर्वक दिलेली असते असे नाही. कदाचित ज्या स्वरूपात ही माहिती मागवली जाते त्याचा हा परिणाम असू शकतो. उदा. अरचित शिफारस स्वरूपात माहिती मागवली तर, अर्जदारासंबंधीची ऋणात्मक माहिती देणे टाळले जाते कारण अशा वेळी कोणती माहिती द्यावी हे ठरवण्याचा अधिकार शिफारस देणाऱ्या व्यक्तीला असतो; म्हणूनच शिफारस देणाऱ्या व्यक्ती बदलल्या की, माहितीमध्येही बदल होतो. अशा प्रकारे शिफारसपत्राचे अरचित स्वरूप असेल तर, निर्णय प्रक्रियेतील प्रमाणीकरण कमी होते. हे टाळण्यासाठी शिफारसपत्राचे सुरचित स्वरूप उपयुक्त ठरते.

सुसंगत नसलेल्या व असत्य माहितीचे दुसरे कारण हे, शिफारसपत्र देणाऱ्या व्यक्तीच्या स्वत:च्या क्षमता व प्रेरणांशी संबंधित आहे. प्रत्येक व्यक्तीची, दुसऱ्याचे मूल्यमापन करण्याची क्षमता, प्रश्नावलीतील प्रश्न समजावून घेण्याची क्षमता, केलेले मूल्यमापन शब्दांत व्यक्त करण्याची क्षमता, भिन्न भिन्न असते; म्हणून अर्जदाराबद्दल नेमके काय म्हणावयाचे आहे, हे वाचकाला स्पष्ट होणे आवश्यक असते. कधी कधी अपुऱ्या माहितीच्या आधारावर अंदाज बांधला जातो. ज्या व्यक्तींना अर्जदारांच्या वर्तनाचे निरीक्षण करण्याची कमी संधी मिळालेली आहे, अशा व्यक्तींना शिफारस देण्याची विनंती केली जाते. उदा. शिफारस देणारी व्यक्ती अर्जदाराची वरिष्ठ असते; पण जवळचा पर्यवेक्षक नसतो. शिफारसपत्रे लिहिणाऱ्या व्यक्ती, त्यांच्या मूल्यमापनात दयाशीलता दाखवण्यामध्येही भिन्न भिन्न असतात. कोणते निष्पादन समाधानकारक आहे हे ठरवण्याच्या दृष्टिकोनातही भिन्नता असते.

अशा प्रकारच्या अनेक समस्यांसाठी, शिफारसपत्रांची सुरचित रचना उपयुक्त ठरते. अर्जदारांशी ज्यांचा जवळून संबंध येत नाही, निरीक्षणाची संधीही मिळत नाही, यांच्यासाठी 'निरीक्षणाची संधी मिळाली नाही' अशा प्रतिक्रिया देण्याची सुविधा असावी. अशी रचना शिफारसपत्राची असावी.

विनंती करूनही शिफारस करणारी व्यक्ती शिफारसपत्र देण्यास प्रेरित झाली नाही तर, शिफारसपत्राची उचितता कमी होते. रायन आणि लासेक (Rayan and Lasek, 1991) यांनी असे दाखवून दिले, शिफारस देणाऱ्याला अशी भीती असते, जर कर्मचाऱ्याबद्दल नकारात्मक माहिती दिली, तर तो बदनामीची फिर्याद करेल, त्यामुळेच कर्मचाऱ्याबद्दल असत्य किंवा प्रमाणापेक्षा अधिक धनात्मक माहिती शिफारस पत्रात दिली जाते; त्यामुळे नवीन नियुक्तकाची दिशाभूल होते.

ह्या समस्येवरती तीन उपायांची शक्यता आहे.

१) एक म्हणजे, रायन आणि लासेक (१९९१) यांच्या मते, अगोदरच्या नियुक्तकाजवळ जर माहितीच्या सत्यतेबद्दल कागदोपत्री पुरावा असेल, तर अब्रूनुकसानीच्या फिर्यादीविरोधात नियुक्तकास स्वत:चा बचाव करता येईल. उदा. काळजीपूर्वक, सातत्याने केले गेलेले निष्पादन मूल्यांकन, त्या संबंधीची कागदपत्रे, इतर कर्मचाऱ्यांबरोबरचा कामातील वाटा, याचा पुरावा म्हणून उपयोग करता येईल.

२) दुसरा उपाय म्हणजे, ज्या अर्जदाराचा कंपनी विचार करत आहे त्याची माहिती, पार्श्वभूमी पडताळून पाहणाऱ्या एजन्सीकडून घ्यावी व ती पडताळून पहावी.

३) तिसरा उपाय हा अलीकडच्या संशोधनातून प्राप्त झाला आहे. तो म्हणजे, प्रमाणित मुक्त स्वरूपाचे प्र-पत्रातील आशयाचे विश्लेषण करण्याची उचित पद्धती तयार

करणे. पिअर्स आणि गारसीआ (Peres and Garcia, 1962) ह्या, प्रारंभीच्या संशोधकांनी, शिफारसपत्र अधिक उपयुक्त बनवण्यासाठी विशिष्ट पद्धतीने मूल्यमापन करताना त्या पत्रातील केवळ घटनात्मक गोष्टी तपासण्यापेक्षा, त्या पत्राद्वारे नेमका कोणता संदर्भ प्राप्त होतो, हे पहाण्यास सांगावे. त्यांच्या पद्धतीत, शिफारसपत्रात, अर्जदारासंबंधी वर्णन करणारे गुण किती, त्यावर लक्ष केंद्रित करून, कार्याला आवश्यक असणाऱ्या गुणांच्या यादीतील गुणांशी हे शिफारस पत्रातील गुण पडताळून पहावेत असे म्हटले आहे. ॲमॉट, ब्रायन आणि विटकोम्ब (Aamodt, Bryan, Whitcomb, 1993) यांना त्यांच्या संशोधनात असे दिसून आले पत्रविश्लेषण, हे निष्पादनासंबंधी अंदाज बांधण्यास सक्षम आहे. अर्थात, अशा प्रकारचे विश्लेषण हे वेळ खाणारे आहे. तथापि, नियुक्तकास प्राप्त झालेल्या मुक्त शिफारसपत्राचा परिणामकारक उपयोग करण्यास त्याची आवश्यकता असते.

शैक्षणिक कारर्कीदीचा आढावा (C.V. (Curiculum Vitae))

व्यक्तिच्या कार्याविषयीचा अनुभव, शिक्षणाचा तसेच इतर संपादनावरील दृष्टिक्षेप म्हणजे सी. व्ही. होय. काही देशांमध्ये संभाव्य उद्योजक त्याला हव्या असलेल्या कर्मचाऱ्यांचा शोध घेण्यासाठी व अनेक कर्मचाऱ्यांमधून किंवा उमेदवारांमधून चाळणी करून सर्वांत योग्य उमेदवाराचा शोध घेण्यासाठी सी. व्ही. चा उपयोग करतात. एखाद्या विशिष्ट कार्यासाठी आवश्यक असणाऱ्या महत्त्वाच्या ज्ञान व कौशल्यांचा उल्लेख सी. व्ही. मध्ये आवश्यक असतो.

अमेरिकेमध्ये शैक्षणिक कार्यक्षेत्रामध्ये तसेच वैद्यकीय कार्यक्षेत्रामध्ये गोषवाऱ्याला (Resume) पर्याय म्हणून सी. व्ही. चा उपयोग करतात. भरतीच्या अनेक कार्यक्रमांमध्ये गोषवाऱ्याचा वापर करतात. गोषवाऱ्याच्या जोडीला शिक्षण, प्रकाशन व इतर संपादने (Achievements) यांची माहिती देण्यासाठी सी. व्ही. चा वापर करतात. सी. व्ही. मध्ये सद्य:स्थितीतील संपादनावर अधिक भर दिला जातो. कर्मचाऱ्यांची खूप पाठीमागील संपादने (भूतकाळीन प्रगती) विचारात घेण्याची जरुरी नसते.

सराव प्रश्न :

प्र. १) खालील प्रश्नांची थोडक्यात उत्तरे लिहा.

१) कार्यमाहितीचे उपयोग स्पष्ट करा.

२) भरतीच्या प्रकारांची माहिती द्या.

३) कर्मचारी निवडीमध्ये व्यक्तिमत्त्वाचे मापन कसे करतात?

४) कर्मचारी निवडीमधील कौशल्य मापन कसोट्यांची माहिती द्या.

५) प्रशिक्षणामधील मानसशास्त्रीय तत्त्वे स्पष्ट करा.
६) प्रशिक्षण कार्यक्रमाचे मूल्यमापन कसे करतात?
७) कर्मचारी प्रशिक्षणाच्या गरजा सांगा.

प्र. २) खालील प्रश्नांची सविस्तर उत्तरे लिहा.

१) कर्मचारी निवडीमधील भरतीतंत्रांचे वर्णन करा.
२) कर्मचारी निवडीमधील कार्य-विश्लेषण पद्धतीची चर्चा करा.
३) कर्मचारी निवडीमधील मुलाखततंत्राची सविस्तर माहिती द्या.
४) कर्मचारी निवडीमधील मानसशास्त्रीय परीक्षण (मापन) स्पष्ट करा.
५) कर्मचारी प्रशिक्षणामधील ज्ञान व कौशल्य विकासासाठी उपयोगात येणाऱ्या तंत्रांची चर्चा करा.

प्र. ३) टिपा लिहा.

१) कार्य रेखाचित्र.
२) टोपलीतील तंत्र.
३) जीवन विषयक सूची.
४) गोषवारा.
५) संदर्भपत्रे.
६) सी. व्ही. (शैक्षणिक कारकिर्दीचा आढावा).

३ कार्य-निर्वर्तनाचे मूल्यमापन

Evaluating Job Performance

३.१ निर्वर्तन मूल्यमापनाचे उपयोग (The Uses of Performance Evaluation)

३.२ मूल्यमापनाचे स्रोत (Sources of Evaluation)

३.३ मूल्यांकन पदनिश्चयन प्रणाली (Appraisal Rating System)

३.४ पदनिश्चयन - विरहित मूल्यांकन पद्धती (Non-Rating Evaluation Methods)

३.५ उपयोजन - ३६० अंशीय मूल्यमापन (Application - 360 Degree Evaluation)

प्रास्ताविक

एका औद्योगिक कारखान्यातील प्रशासकीय कार्यालयात काम करणाऱ्या व्यवस्थापक आणि पर्यवेक्षकाची ही गोष्ट आहे. कारखाना कोणताही असो तेथील प्रशासकीय कार्यालयातील प्रत्येक कर्मचारी परस्परांसाठी काहीतरी योगदान देत असतो. उत्तम कार्य-निर्वर्तनासाठी ते आवश्यकही असते. अर्थात, हा कारखानाही त्याला अपवाद नव्हता. तेथील पर्यवेक्षक कामात पूर्णपणे बुडालेला होता. कारखान्याच्या कार्य-पद्धतीनुसार तेथील व्यवस्थापक त्याच्या हाताखाली काम करणाऱ्या चाकराकरवी त्याचे सर्व आदेश पर्यवेक्षकांपर्यंत पोहचवीत होता व त्यासाठी तो प्रशासकीय पत्रव्यवहाराचे माध्यम औपचारिकपणे वापरीत होता. अर्थात, व्यवस्थापक आणि पर्यवेक्षक परस्परांच्या इतक्या दृष्टिक्षेपात होते की, ते अपरिहार्यपणे आणि अखंडितपणे एकमेकांना पाहू शकत होते. परंतु, त्यांचे परस्परांतील प्रत्यक्ष भाषिकसंबंध इतके दुर्बल होते की, आठवड्याच्या कालावधीत पाच-सहा शब्दांचेही त्यांच्यामध्ये आदान-प्रदान होत नव्हते. विशेष म्हणजे

ते परस्परांविरुद्ध प्रकट होणाऱ्या निराशेला टाळू शकत नव्हते; यामुळे व्यवस्थापकाकडून पर्यवेक्षकाचा सतत तिरस्कार व त्यातून त्याचे अवमूल्यन केले जात होते; त्याचप्रमाणे पर्यवेक्षकाच्या कामाविषयी तक्रारजनक फाईल कशी तयार करता येईल, याचा विचार व्यवस्थापकाकडून केला जात होता. परंतु, पर्यवेक्षकाचे कार्य-निर्वर्तन चांगले असल्यामुळे व्यवस्थापकाला तक्रारीसाठी योग्य विषय सापडत नव्हता. थोडक्यात, परस्परांच्या विरोधात कुढत बसणे हा त्या व्यवस्थापकाचा आणि पर्यवेक्षकाचा नित्यक्रम झाला होता, असे म्हटल्यास वावगे ठरू नये.

वरील उदाहरणात वर्णन केल्याप्रमाणे व्यवस्थापक आणि पर्यवेक्षकांचे परस्परांविषयीचे दृष्टिकोन, वरिष्ठांकडून कनिष्ठांचे केले जाणारे अतिमूल्यन वा अवमूल्यन इत्यादी प्रकार प्रत्येक कारखान्यात कमी-अधिक फरकाने पहावयास मिळतात. अशा सर्व बाबींचा कर्मचाऱ्यांच्या कार्य निर्वर्तनावर कधी अनुकूल तर कधी प्रतिकूल परिणाम होताना दिसतो. कार्योत्पादनाच्यादृष्टीने कर्मचाऱ्यांचे कार्य निर्वर्तन सतत उच्चतम पातळीवर राहणे आवश्यक असते. कर्मचाऱ्यांच्या कार्य निर्वर्तनाची उच्चतम वा निम्नतम पातळी ठरविण्याची वेळ येते तेव्हा निर्वर्तन - मूल्यमापन प्रक्रियेचा आधार घेतला जातो.

प्रस्तुत प्रकरणात आपण कार्य-निर्वर्तन मूल्यमापनाविषयी सविस्तर चर्चा करणार आहोत. निर्वर्तन मूल्यमापन पूर्वग्रहरहित, वास्तव आणि नि:पक्षपाती होण्यासाठी उपयोगात आणल्या जाणाऱ्या शास्त्रीय तत्त्वांचा अभ्यास करणार आहोत. कर्मचारी किती उत्तम प्रकारे काम करतो याचे मापन करण्यासाठी प्रस्तुत प्रकरणात निर्वर्तन मूल्यांकन (Performance Appraisal) आणि मूल्यमापन (Evaluation) या संज्ञांचा उपयोग केलेला आहे.

निर्वर्तन-मूल्यांकन ही एक प्रक्रिया आहे जी कार्य-अभ्यासापासून सुरू होते. जेव्हा आपल्याला कामामध्ये समाविष्ट असलेल्या कार्य-कृती ज्ञात असतात तेव्हा आपण कर्मचाऱ्यांच्या कार्य निर्वर्तनाचे अचूक मूल्यमापन करू शकतो. निर्वर्तन - मूल्यांकन प्रक्रियेत निरीक्षण आणि निर्वर्तन - मूल्यमापनाचा समावेश होतो. त्याचबरोबर त्यात कामगारांचे समुपदेशनही अंतर्भूत होते. निर्वर्तनात सुधारणा घडवून आणण्यास आवश्यक असलेली माहिती कर्मचाऱ्यांपर्यंत पोहचविणे आवश्यक असते व ते कार्य समुपदेशनाच्या मदतीने पार पाडले जाते.

३.१ निर्वर्तन मूल्यमापनाचे उपयोग (The Uses of Performance Evaluation)

निर्वर्तन मूल्यमापन ही अतिशय नाजूक बाब आहे. आपल्यापैकी प्रत्येकाचे कधी ना कधी, एकदा वा अनेकदा मूल्यमापन झालेले असते. मूल्यमापनाचा हा अनुभव कधी कामाच्या ठिकाणी, कधी शालेय शिक्षण घेत असताना, तर कधी विशिष्ट सामाजिक

प्रसंगात वा इतर तत्सम ठिकाणी जवळ-जवळ प्रत्येकाच्या वाट्याला आलेला असतो. उदा. - शैक्षणिक मूल्यमापनाच्या हेतूने घेतल्या जाणाऱ्या वर्ग-चाचण्या, ट्युटोरिअल्स, सत्रांत परीक्षा वा वार्षिक परीक्षा इत्यादी प्रकारचे मूल्यमापन शिक्षण घेत असलेल्या प्रत्येकाच्या वाट्याला आलेले असते. या ठिकाणी विशिष्ट विद्यार्थ्याने सोडविलेल्या उत्तरपत्रिकेचे इतर सर्व विद्यार्थ्यांसमोर वाचन करून समीक्षा करणाऱ्या शिक्षकाची आक्रमक प्रतिक्रिया आणि शिक्षकांसमोर नमते घेत आपले दोष स्वीकारणाऱ्या विद्यार्थ्याची बचावात्मक प्रतिक्रिया अशा दोन्ही प्रकारच्या वर्तन-प्रतिक्रियांचा मूल्यमापन प्रक्रियेत समावेश होतो. हेच औद्योगिक क्षेत्राबाबत सांगावयाचे झाल्यास समीक्षा वा टीका करणारा व्यवस्थापक वा पर्यवेक्षक आणि बचावात्मक पवित्रा घेणारा कामगार अशा दोहोंच्या वर्तन-प्रतिक्रियांच्या आधारे मूल्यमापन प्रक्रिया राबविली जाते असे म्हणता येईल. निर्वर्तन मूल्यमापन प्रक्रियेमुळे पर्यवेक्षकांच्या ठिकाणी द्विधा मन:स्थिती निर्माण होते; कारण मूल्यमापन करताना त्यांना न्यायाधीशाची भूमिका घ्यावी लागते की जी वठविताना असुखद भावनिक जाणिवा निर्माण होतात. अर्थात, संघटनेतील जीवंतपणा आणि संघटनेच्या सामर्थ्याची जोपासना करण्यासाठी निर्वर्तन मूल्यमापन करणे अत्यावश्यक असते हे विसरून चालणार नाही.

संघटनेच्या मूलभूत गरजांची पूर्तता करण्याच्या हेतूने निर्वर्तन - मूल्यमापन अतिशय उपयुक्त असते. जसे की, संघटनेच्या कार्यशक्तीत सुधारणा घडवून आणण्यासाठी कोणते बदल करावे, याविषयी निर्णय घेण्यासाठी आणि काही विशेष पातळीवरील प्रशासकीय कार्यांची तजवीज करण्यासाठी निर्वर्तन मूल्यमापन उपयुक्त ठरते. उदा. कारखान्याच्या मालकांकडून केल्या गेलेल्या एका संशोधन सर्वेक्षणात असे स्पष्टपणे दिसून आले आहे, कामगारांमधील बलस्थानांचा आणि न्यूनतांचा शोध घेण्यासाठी, कामगारांविषयी विशिष्ट निर्णय घेण्यासाठी, कामगारांच्या कार्यशैलीविषयी लेखी पुरावा प्राप्त करण्यासाठी आणि मानव - संसाधन प्रणालींचा विकास साधण्यासाठी मूल्यमापन अतिशय उपयुक्त ठरते.

मूल्यमापनाद्वारे प्राप्त होणाऱ्या संकलित पुराव्यांच्या आधारे कर्मचाऱ्याला तो विशिष्ट काम कसे पार पाडतो या विषयीची माहिती दिली जाते व वर्तमान कार्यशैलीत पुढे अधिकाधिक सुधारणा करण्यासाठी कोणते उपाययोजनात्मक मार्ग अवलंबिले पाहिजेत याचा शोध घेतला जातो.

औद्योगिक आणि संघटनात्मक क्षेत्रांमध्ये कार्य निर्वर्तन मूल्यमापनाची खरेच आवश्यकता आहे काय? आणि निर्वर्तन मूल्यमापनाचे संघटनेला व कर्मचाऱ्यांना कोणते फायदे होतात याबाबत भाष्य करताना सिगेलने (१९६९) निर्वर्तन मूल्यमापनाचे पुढील उपयोग सांगितलेले आहेत -

१) कर्मचारी निवडीचे मूल्यमापन – निर्वर्तन मूल्यमापनामुळे कर्मचारी निवडीच्या वैधतेचा पडताळा घेणे शक्य आहे; म्हणजेच विशिष्ट कार्यासाठी निवडलेला कर्मचारी योग्य आहे की अयोग्य, याचा बोध कार्य – निर्वर्तन मूल्यमापनामुळे होतो. कार्य–गरजा पूर्ण करणारा कर्मचारी निवडला गेला असेल तर कर्मचारी निवडीची प्रक्रिया व कार्यपद्धती योग्य असल्याचा तर कार्य–गरजा पूर्ण करणारा कर्मचारी निवडला गेला नसेल तर सदोष कर्मचारी निवड प्रक्रियेचा व कार्यपद्धतीचा बोध होतो. थोडक्यात, कर्मचारी प्रक्रिया व पद्धती उन्नत बनविण्याची संधीही कार्य–निर्वर्तन मूल्यमापनामुळे शक्य होते.

२) वेतन दराची निश्चिती – कार्य–निर्वर्तन मूल्यमापनामुळे कर्मचाऱ्यांच्या वेतनाचा दर व वेतन श्रेणी निश्चित करण्यास मदत मिळते. कार्य–निर्वर्तन मूल्यमापनाआधारे विविध श्रेणीवर नियुक्त असलेल्या कर्मचाऱ्यांच्या कार्याचे मूल्यमापन केले जाते व त्याआधारे त्यांच्या कार्यक्षमतेनुरूप त्यांचे वेतन निश्चित केले जाते; यामुळे स्वत:च्या कार्यात कुशल व सक्षम असलेल्या कर्मचाऱ्यांना विशेष आर्थिक लाभ मिळण्यास मदत मिळते.

३) बदली, बढती, पदावनती व निष्कासनाविषयी निर्णय – कार्य–निर्वर्तन मूल्यमापनामुळे कर्मचाऱ्याच्या बदलीचा, बढतीचा, पदोन्नतीचा व पदावनतीचा प्रश्न मार्गी लागण्यास मदत मिळते. कार्यक्षमतेच्यादृष्टीने उच्च दर्जाचे कार्य निष्पादित करणाऱ्या कर्मचाऱ्यांची बढती किंवा पदोन्नती करणे संघटनेच्या व कर्मचाऱ्यांच्या हिताचे असते, तर कार्यविषयक योग्यता सिद्ध न करू शकणाऱ्या कर्मचाऱ्यांची तशाच स्वरूपाच्या कार्यावर किंवा संघटनेतील दुसऱ्या विभागात बदली करणे आवश्यक असते. या दोन्ही परिस्थिती योग्य पद्धतीने हाताळण्यासाठी व्यवस्थापनाला कार्य निर्वर्तन मूल्यमापनाचा फायदा होतो. याशिवाय पदावनतीचा व कर्मचाऱ्यांच्या निष्कासनाचा निर्णय घेण्यासाठी संघटना व्यवस्थापनाला कार्य निर्वर्तन मूल्यमापनाचा उपयोग होतो.

४) कर्मचाऱ्यांच्या कार्य समाधानात वृद्धी – कार्योत्पादनात कार्य समाधानाची महत्त्वाची भूमिका असल्यामुळे कर्मचाऱ्याचे कार्यसमाधान उच्च पातळीचे असणे संघटनेसाठी व कोणत्याही औद्योगिक क्षेत्रासाठी महत्त्वाचे असते. साधारणत: प्रतिकूल कार्य – परिस्थितीमुळे व कर्मचाऱ्याच्या ज्ञान, क्षमता आणि कौशल्य (KAS) यानुसार न झालेल्या कार्यविभागणीमुळे कार्य समाधान घटले जाते, असे याबाबतचे निष्कर्ष आहेत. कार्य–निर्वर्तन मूल्यमापनातून कर्मचाऱ्यांच्या कार्याप्रतीच्या व कार्य – परिस्थितीच्या अभिवृत्ती समजण्यास मदत मिळते. कर्मचाऱ्याचे कार्य समाधान कमी असेल तर त्याचे कारण – घटक निश्चित करून कर्मचाऱ्याची कार्यक्षमतेनुरूप आवश्यक त्या पदावर पुनर्नियुक्ती केली जाते किंवा कार्यपरिस्थितीमध्ये आवश्यक ती सुधारणा घडवून आणली जाते; यामुळे कर्मचाऱ्यांच्या कार्य समाधानात वाढ होते.

५) कार्य वर्तनाच्या सक्षमतेत वाढ – ब्लम आणि नेलर (१९८७) यांच्या मते, उत्पादकता, अनुपस्थिती, उलाढाल (Turn Over) आणि दुर्घटना इत्यादींचा समावेश कार्यवर्तनामध्ये होतो. कार्य-निर्वर्तन मूल्यमापनामधून कर्मचाऱ्यांच्या कार्य-वर्तनविषयक समस्यांचे निदान होते व त्यामुळे त्यांना त्यांच्या कौशल्यानरूप व योग्यतानुरूप पुनर्नियुक्त करणे सोपे बनते; यामुळे कार्योउत्पादनातील वाढीबरोबरच अनुपस्थितीचे व दुर्घटनेचे प्रमाण घटण्यास तर उलाढालीच्या प्रमाणात वाढ होण्यास मदत मिळते.

६) आरोग्यदायी व निकोप मानसशास्त्रीय वातावरण – मानसशास्त्रीय दृष्टिकोनातून संघटनेतील वातावरण आरोग्यदायी व आनंददायी राहण्यासाठी कार्य निर्वर्तन मूल्यमापनाचा उपयोग होतो. शास्त्रीय कार्य-निर्वर्तन मूल्यमापनामुळे कर्मचाऱ्यांमधील व व्यवस्थापनामधील संबंध आरोग्यदायी व समाधानकारक राहतात; कारण कार्य निर्वर्तन मूल्यमापन हे कर्मचाऱ्यांना त्यांच्या योग्यतानुरूप व कौशल्यानुरूप विशिष्ट लाभ (बढती, बदली, पदोन्नती, बोनस इत्यादी) मिळवून देण्यात महत्त्वाची भूमिका निभावतात. कार्य निर्वर्तन मूल्यमापनामुळे हे लाभ न्याय्य व नि:पक्षपातीपणे मिळालेले असल्यामुळे कर्मचाऱ्यांमध्ये समाधानाची भावना असते.

७) थकवा व कंटाळा यामध्ये घट – कार्य निर्वर्तन मूल्यमापनामधून कर्मचाऱ्यांबाबतची वस्तुनिष्ठ व विश्वसनीय माहिती मिळत असते. या माहितीच्याआधारे व्यवस्थापन कर्मचाऱ्यांची त्यांच्या आवडीनुसार, योग्यतेनुसार व कौशल्यानुसार कार्यविभागणी करता येते. साहजिकच व्यक्तिभिन्नता विचारात घेऊन केलेल्या कार्यविभागणीमुळे कर्मचाऱ्यांमध्ये त्या कार्याप्रती आवड निर्माण होते व परिणामत: थकवा व कंटाळा घटण्यास मदत मिळते.

८) खर्चामध्ये कपात – कर्मचाऱ्यांची त्याच्या कार्य कौशल्यानुसार कार्य विभागणी करणे व त्याचा वेतन दर निश्चित करणे कार्य निर्वर्तन मूल्यमापनामधून शक्य असल्यामुळे कर्मचारी वर्ग व्यवस्थापनाप्रती समाधानी राहतो; शिवाय त्याला त्या कामाची आवड राहते. मात्र, कर्मचारी वेतन व कार्यवाटप याबाबत असमाधानी असेल तर तो व्यवस्थापनाप्रती द्वेषभाव व स्पर्धाभाव ठेवून काम करतो; यातूनच यंत्रात बिघाड करणे, दुर्घटना वाढविणे, कच्च्या मालाचे नुकसान करणे, कार्यगती कमी करणे, साधनसामुग्रीचे नुकसान करणे, अनुपस्थित राहणे इत्यादी प्रकार घडतात; यामुळे व्यवस्थापनावर नाहक आर्थिक संकट ओढवते व त्याचे नुकसान संघटनेला होते.

९) कर्मचाऱ्यांच्या मानसिक स्वास्थ्यात वाढ – कार्य निर्वर्तन मूल्यमापनाआधारे योग्यतानुरूप कार्य व कार्यानरूप वेतन या बाबी निश्चित करण्यास मदत मिळत असल्यामुळे कर्मचारी व्यवस्थापनाप्रती वैरभाव व नकारात्मक अभिवृत्ती न बाळगता मानसिकदृष्ट्या

समाधानी राहतात. याचा परिणाम त्यांच्या उत्तम कार्योत्पदनावर होतो. शिवाय कर्मचारी व व्यवस्थापन आणि कर्मचारी व कर्मचारी यामधील मानवी संबंधही निकोप राहण्यास मदत मिळते. थोडक्यात, आनंददायी, ताणमुक्त व निरोगी कार्य वातावरण ठेवण्यात कार्य निर्वर्तन मूल्यमापनाची भूमिका महत्त्वाची आहे.

१०) कामगारांमधील न्यूनत्वांचा शोध व प्रशिक्षण कार्यक्रमांची योजना – कार्य निर्वर्तन मूल्यमापनामधून कर्मचाऱ्यांमध्ये असलेल्या गंभीर न्यूनत्वांचा शोध घेणे शक्य आहे. उत्तम कार्योत्पानासाठी व कार्य निर्वर्तनासाठी कामगारांमध्ये आवश्यक ज्ञान, क्षमता व कौशल्ये असणे अपेक्षित असते. या तिन्ही बाबींचा शोध कार्य निर्वर्तन मूल्यमापनामधून घेता येतो. निर्वर्तन मूल्यमापनाआधारे कामगारांमधील न्यूनता लक्षात आल्यानंतर त्या दूर करण्यासाठी उपाययोजनात्मक मार्ग म्हणून प्रशिक्षण कार्यक्रमाची योजना आखण्यासही निर्वर्तन मूल्यमापनाचा उपयोग होतो.

११) कामगार संशोधन – कामगारांच्या गरजांचा शोध घेण्यासाठी व कामगारांना नेमक्या कोणत्या प्रशिक्षणाची गरज आहे, कारखान्याच्या कार्यपद्धतीत कोणते बदल केले असता कार्योत्पादनात वाढ होईल इत्यादींचा शोध घेण्यासाठी कार्य निर्वर्तन मूल्यमापन तंत्राचा एक निदानात्मक साधन म्हणूनही उपयोग केला जातो.

'कर्मचाऱ्यांबाबत विशिष्ट कृती – निर्णय घेणे' हे कार्य–निर्वर्तन मूल्यमापनाचे आणखी एक महत्त्वपूर्ण संघटनात्मक कार्य मानले जाते. अशा निर्णयात्मक निर्णयन कार्यामध्ये पुढील काही महत्त्वपूर्ण निर्णयांचा समावेश होतो.

३.१.१ आकारघट (Downsizing)

आकारघट ही औद्योगिक व संघटनात्मक क्षेत्रातील महत्त्वपूर्ण संकल्पना असली तरी आणि तिच्यामुळे संघटना व कर्मचारी प्रभावित होत असले तरी आकारघटीच्या व्याख्येबाबत संशोधकांमध्ये एकवाक्यता दिसून येत नाही. त्यामुळे आकारघटीसाठी वेगवेगळ्या संकल्पना वेगवेगळे विश्लेषण स्तर व मापनाचे वेगवेगळे निकष वापरले जातात. आकारघटीसाठी पुनर्आकार, पुनर्रचना, पुनर्संघन, पुनर्अभियांत्रिकी, कर्मचारी कपात, योग्य आकार इत्यादी शब्दांचा वापर समानार्थाने केला जातो. मात्र, आकार घटीमध्ये मूल्यमापनासाठीचा वेगळा अर्थ व निकष विचारात घेतले जातात.

साधारणत: संघटनेची मूल्यपरिणामकारकता (Cost-Effectiveness) वाढविण्यासाठी संघटना व्यवस्थापनाद्वारे संघटनेचा आकार आणि कामगारांची संख्या घटविण्याची प्रक्रिया म्हणजे 'आकारघट' होय. कॅमरॉन आणि त्याच्या सहकाऱ्याच्या मते (१९९३) संघटनात्मक कार्यक्षमता, उत्पादकता व स्पर्धात्मकता वाढविण्यासाठी संघटनात्मक व्यवस्थापनाने हाती घेतलेला कृतिसंच म्हणजे 'आकारघट' होय. आकारघट

ही प्रातिनिधिक स्वरूपात संघटनात्मक व्यवस्थापकाद्वारे आणली जाते जिचा प्रभाव व्यवसायातील मनुष्यबळाच्या संख्येवर व संबंधित कार्यप्रक्रियेवर होतो. आकारघट ही साधारणत: जागतिक उद्योग स्तरावर (स्थूल पातळी) संघटनात्मक स्तरावर (योजना पातळी) व वैयक्तिक स्तरावर (सूक्ष्म पातळी) घडून येणारी बाब आहे.

कॅमरॉन आणि त्याच्या सहकाऱ्याच्या मते (१९९३) आकारघटीची चार प्रमुख वैशिष्ट्ये आहेत. ही वैशिष्ट्ये आकारघटीची व्याख्या करण्यात व तिच्या समानार्थाने वापरल्या जाणाऱ्या संकल्पनेत (Decline - औद्योगिक घसरण, Layoffs - कर्मचारी कपात / टाळेबंदी) भेद करण्यास मदत करतात. हेतू (Intent), कर्मचारी (Personnel), कार्यक्षमता (Efficiency) आणि कार्य प्रक्रिया (Work Processes) ही आकारघटीची चार वैशिष्ट्ये आहेत.

१) हेतू – या वैशिष्ट्यानुसार आकारघट ही विशिष्ट उद्देशाने किंवा जाणीवपूर्वक उपयोगात आणली जाणारी योजना असू शकते. संघटनात्मक परिणामकारकता वाढविण्यासाठी, संघटनेचे ध्येय सक्षमपणे पूर्णत्वास नेण्यासाठी किंवा आहे त्या परिस्थितीत संघटना सक्षम करण्यासाठी संघटना व्यवस्थापन स्वयंप्रेरित होऊन आकारघटीचा प्रतिसाद देत असते. या प्रकारच्या प्रतिसादामध्ये विलीनीकरण, कौशल्य संपादन, विक्रीबंदी, पुनर्रचनीकरण इत्यादींचा समावेश असतो.

२) कर्मचारी – या वैशिष्ट्यामध्ये प्रामुख्याने कर्मचाऱ्यांची कपात केली जाते. तथापि, आकारघट ही पूर्णत: कर्मचाऱ्यांच्या कपातीपुरती मर्यादित नाही; कारण काही आकारघटीच्या परिस्थितीमध्ये नवीन उत्पादनांचा समावेश केला जातो, भांडवलाचे नवीन स्रोत शोधले जातात आणि अधिकची कार्यकौशल्ये संपादित केली जातात. एवढेच नव्हे तर कधीकधी सक्षम व कौशल्यवान कर्मचारी संघटनेत समाविष्ट केले जातात. कधी कर्मचारी कपातीनंतरदेखील उत्पादनाचा दर / प्रमाण आहे तेवढाच ठेवला जातो.

३) कार्यक्षमता – या वैशिष्ट्यांनुसार आकारघट ही एकतर पुन:सक्रियात्मक किंवा स्वयंप्रेरणात्मक उद्‌भवू शकते आणि तिचा उद्देश संघटनेची व कामगारांची सक्षमता वाढविणे, भांडवल व उत्पन्न वाढवणे आणि विधायक स्पर्धात्मकता वाढविणे हा असतो.

४) कार्य प्रक्रिया – या वैशिष्ट्यानुसार आकारघटीमध्ये कधीकधी विभागाची पुनर्रचना करणे, कार्य प्रक्रियेमध्ये बदल घडवून आणणे, कर्मचाऱ्यांच्या कामात बदल घडवून आणणे, काम किती झाले आहे आणि कसे झाले आहे याच्या संघटनात्मक पातळीवर नोंदी घेणे आदी बाबी समाविष्ट असतात.

वरील चार वैशिष्ट्यांमधून आपणास आकारघटीचा व्यापक अर्थ लक्षात येतो.

मात्र, या सर्व बाबी संघटनेमध्ये सकारात्मकरीत्या आणण्यासाठी परिणामकारक कार्य निर्वतन मूल्यमापनाची आवश्यकता असते; कारण संघटनात्मक परिणामकारकता वाढविण्यासाठी व पडत्या काळात संघटनेबाबतचे निर्णय अचूक व योग्य राहण्यासाठी वस्तुनिष्ठ व परिणामकारक कार्य मूल्यमापन पद्धतींचा व तंत्राचा संघटनेला फायदा होत असतो.

३.१.२ बढती / पदोन्नती (Promotion)

संघटना व्यवस्थापनाच्यादृष्टीने व कर्मचाऱ्यांच्यादृष्टीने अत्यंत महत्त्वाची असलेली बाब म्हणजे कर्मचाऱ्यांची बढती किंवा पदोन्नती होय. अनुभव, ज्ञान, क्षमता, कौशल्ये इत्यादींच्या आधारे कनिष्ठ श्रेणीवर कार्यरत असलेल्या कर्मचाऱ्यांमधून एखाद्या कर्मचाऱ्याची उच्च श्रेणीवरील पदासाठी निवड करणे म्हणजे 'पदोन्नती' होय. कोणत्याही औद्योगिक क्षेत्रांमध्ये किंवा संघटनेमध्ये कार्याची / कामाची एक श्रेणीबद्ध रचना असते. साधारणत: व्यवस्थापक, प्रशासकीय अधिकारी, कार्यकारी पदाधिकार, पर्यवेक्षक, कामगार, मदतनीस, चाकर असा या रचनेचा एक श्रेणीबद्ध क्रम असतो. ज्या वेळी संघटनेत किंवा औद्योगिक क्षेत्रात वरीलपैकी व्यवस्थापक, प्रशासकीय अधिकारी, पर्यवेक्षक यांसारख्या उच्च स्तरावरील जागा रिक्त होतात तेव्हा संघटनेत कनिष्ठ श्रेणीवर काम करणाऱ्या कर्मचाऱ्यांमधूनच एखाद्या योग्य अशा कर्मचाऱ्याची या पदावर निवड केली जाते. जवळजवळ सर्वच प्रकारच्या संघटनांमध्ये कामगारांच्या पदोन्नतीचा निर्णय याप्रमाणे घेतला जातो; म्हणजेच संघटनेत किंवा औद्योगिक क्षेत्रात उच्च स्तरावरील रिक्त असलेल्या पदावर नवीन कर्मचाऱ्याची नियुक्ती न करता संघटनेत कार्य करणाऱ्या जुन्याच कर्मचाऱ्यांना प्रसंगोचित बढती देण्याचे धोरण संघटनांकडून अवलंबिले जाते. अशा पदोन्नतीच्याप्रसंगी कर्मचाऱ्याच्या कार्यनिर्वर्तनाविषयीचे निर्णय अत्यंत महत्त्वाचे असतात. हा निर्णय अचूक व योग्य राहण्यासाठी परिणामकारक व वस्तुनिष्ठ कार्य-निर्वर्तन मूल्यमापनाची आवश्यकता असते.

कर्मचाऱ्याच्या पदोन्नतीविषयीचा निर्णय घेताना साधारणत: व्यवस्थापनाला कार्यनिर्वर्तन मूल्यमापनाद्वारे दोन प्रकारचे निर्णय घ्यावे लागतात. एक म्हणजे कर्मचाऱ्याने भूतकाळात निष्पादित केलेले कार्य याबाबतचा निर्णय व दुसरे म्हणजे पदोन्नतीच्यादृष्टीने त्या कर्मचाऱ्यामध्ये वरिष्ठस्तरीय कार्य करण्याची पात्रता किती आहे याबाबतचा निर्णय, वेगवेगळ्या स्रोतांचा व पद्धतींचा आधार घेऊन कर्मचाऱ्याचे भूतकालीन कार्य-निर्वर्तनाचे मूल्यमापन केले जाते व तदूनंतर त्याबाबतचा निर्णय घेतला जातो. साधारणत: यामध्ये पर्यवेक्षकाने ठेवलेल्या नोंदी, सह-कर्मचाऱ्यांनी केलेले मूल्यांकन, उत्पादनाचे प्रमाण व स्वरूप, अनुपस्थितीचे प्रमाण, व्यवस्थापनाशी व सहकामगारांशी असलेले संबंध यांचा

अंतर्भाव होतो. या सर्व भूतकालीन बाबींची कार्य-निर्वर्तन मूल्यमापनाद्वारे माहिती घेऊन सदर कर्मचारी पदोन्नतीस किंवा बढतीस कितपत पात्र आहे याबाबतचा मूल्यनिर्णय अगोदर घेतला जातो. या निर्णामध्ये कर्मचारी खरा उतरल्यास त्याच्यामधील वरच्या दर्जाचे काम करण्याबाबत भावी सामर्थ्यांचा, योग्यतांचाही अंदाज घ्यावा लागतो; कारण विशिष्ट प्रकारच्या कामांसाठी आवश्यक असलेल्या क्षमता व कौशल्ये कर्मचाऱ्यांजवळ नसतील तर त्याचे भूतकालीन कार्यनिष्पादन कितीही उत्तम असेल तरी तो नवीन कार्याला पूर्णपणे न्याय देऊ शकत नाही; म्हणूनच पदोन्नतीचा विचार कामगाराच्या भूतकालीन अथवा विद्यमान कार्यनिर्वर्तनाद्वारे सर्वस्वी केला जाऊ शकत नाही. त्यामुळे कर्मचाऱ्याची पदोन्नती करीत असताना वरिष्ठ किंवा उच्च दर्जाच्या कामाच्यादृष्टीने त्याच्या अंगी असलेल्या भावी सामर्थ्याचे, योग्यतांचे मूल्यमापन करणेही आवश्यक असते; यासाठी वेगवेगळ्या मानसशास्त्रीय चाचण्यांचा व तंत्राचा अवलंब करून कर्मचाऱ्याच्या कार्य सक्षमतांचे मूल्यमापन केले जाते.

थोडक्यात, कनिष्ठ श्रेणीवर कार्य करणाऱ्या कर्मचाऱ्यांच्या भूतकालीन कार्य निर्वर्तनानुसार व पात्रतेनुसार त्यांचा गुणानुक्रम ठरविण्यासाठी, त्यांच्या योग्यतांचा व त्याद्वारे निष्पादित केल्या जाणाऱ्या भविष्यकालीन कार्यनिर्वर्तनाच्या अंदाजाद्वारे गुणानुक्रम ठरविण्यासाठी आणि एकूणच सक्षम, पात्र व लायक कर्मचाऱ्याची पदोन्नती होण्यासाठी कार्यनिर्वर्तन मूल्यमापनाची आवश्यकता असते.

मात्र, पदोन्नती ही नेहमीच वरिष्ठ जागेवर काम करण्याच्या योग्यतांवर अवलंबून असेलच, असे नाही; कारण कित्येकदा पदोन्नतीसाठी सेवा जेष्ठतेचा आधार घेतला जातो. अशा परिस्थितीत कर्मचाऱ्याच्या संभाव्य योग्यतांचे व सक्षमतांचे मूल्यमापन करण्याला फारसा वाव राहत नाही. मात्र, सेवाजेष्ठ कर्मचाऱ्याच्या अनुभवाचा अधिकाधिक परिणामकारकपणे उपयोग करून घेता येतो हे मात्र नक्की. शिवाय, सेवाज्येष्ठतेद्वारे पदोन्नती दिल्याने आपल्या पूर्वसेवेचे चीज होते अशी भावना कर्मचाऱ्यांमध्ये निर्माण होते व ते उत्साहाने कार्यप्रवण राहतात.

१) कायदेशीर बाबी (Legal Issues)

अ) न्याय्य / प्रमाणित रोजगार (Fair Employment) : नागरी हक्क कायदा - १९६४ मधील मथळा (Topic) क्र. VII खाली दिलेल्या माहितीनुसार असा कोणताही प्रघात ज्याचा संरक्षित समूहातील व्यक्तींच्या रोजगार संधीवर प्रतिकूल परिणाम होतो तो बेकायदेशीर असतो. मग प्रत्यक्षात जरी तो प्रघात वैध दिसत असला तरी त्याची गणती बेकायदेशीर प्रकारात केली जाते. कामगारांबाबत विविध प्रकारचे निर्णय घेण्यासाठी निवड आणि प्रशिक्षण प्रक्रियेप्रमाणेच निर्वर्तन मूल्यमापनाचा उपयोग केला जातो. मग

जरी हे निर्वर्तन मूल्यमापन कामगारांच्या समान रोजगार संधीवर प्रतिकूल परिणाम करीत असले तरी त्याचा उपयोग केला जातो असे आढळते. वेतनवाढ, पदोन्नती, पदावनती, कामावरून हकालपट्टी इत्यादी प्रकारचे निर्णय घेताना निर्वर्तन मूल्यमापनाचा अत्यंत न्याय्य व वैशिष्ट्यपूर्णरीत्या उपयोग केला जातो. उदा.– विशिष्ट कर्मचाऱ्यांचा कार्यनिर्वर्तन स्तर निर्धारित प्रमाणाइतका असेल तर त्याला बढती देणे. थोडक्यात, कर्मचाऱ्याला बढती द्यायची अथवा नाही याचे वा तत्सम प्रकारचे पूर्वकथन करण्यासाठी निर्वर्तन – मूल्यमापनाचा उपयोग केला जातो.

ब) इच्छेनुसार रोजगार (Employment at Will) : कामाच्या आवश्यकतेनुसार विशिष्ट कामासाठी योग्य कामगारांची निवड करणे वा कामगारांच्या गुण–कौशल्यानुरूप त्याला योग्य काम देणे हे तत्त्व आधुनिक औद्योगिक आणि संघटनात्मक मानसशास्त्राच्या क्षेत्रात अत्यंत प्रामाणिकपणे पाळले जात असल्याचे पहावयास मिळते. कामगाराला त्याच्या इच्छा, अभिरुची वा कौशल्यानुरूप रोजगारांची संधी मिळाली पाहिजे, हे खरे असले तरी इच्छेनुसार रोजगार उपलब्ध करून देण्याचा हक्क मात्र कारखानदारांच्या हातात असलेला पहावयास मिळतो. याचा अर्थ असा, कारखानदार त्याला हवे असलेले कर्मचारी हवे तेव्हा निवडू शकतो आणि त्याला हवे तेव्हा कोणतीही पूर्वसूचना न देता निवड केलेल्या कर्मचाऱ्याला कामावरून काढू शकतो; म्हणजेच कर्मचाऱ्यांच्या निवडीचे व निष्कासनाचे अधिकार कारखानदारांनी स्वत:कडे राखून ठेवलेले पहावयास मिळतात. संयुक्त राष्ट्रांमध्ये (U. S.) खासगी क्षेत्रामध्ये काम करणाऱ्या सुमारे तीस लाख कर्मचाऱ्यांना प्रत्येक वर्षी कामावरून कमी केले जाते असे निरीक्षणात दिसून आलेले आहे. अर्थात, अलीकडच्या काही वर्षांमध्ये शासनाकडून वरील हक्कावर काही प्रमाणात मर्यादा घातलेल्याही पहावयास मिळतात. जसे – नागरी हक्क कायद्यातील मथळा क्र. VII नुसार कोणत्याही कामगाराला कामावरून कमी करणे ही प्रक्रिया आपपर भेदभावात्मक घटकांवर अवलंबून असेल तर ती बेकायदेशीर समजली जाते. एवढेच नाही तर आता कर्मचाऱ्याने त्याच्या कामगार – संघटनेच्या कृती–आराखड्याच्या बाजूने काम केले असता त्याला औद्योगिक संघटनेचा विरोधक म्हणून जबाबदार धरून त्याला कामावरून काढून टाकणे बेकायदेशीर मानले जाते.

अगदी अलीकडे कोर्टाद्वारे घेतलेले काही निर्णय असे सूचित करतात की, कारखानदार पुरवीत असलेल्या रोजगारसेवांमुळे इच्छेनुसार रोजगार हक्कावर मर्यादा येतात. उदा. – कधी कधी कामगारांच्या ठिकाणी असा विश्वास निर्माण होतो की, कारखान्यात त्याला आता कायमस्वरूपी रोजगार उपलब्ध होईल आणि जर कार्यनिर्वर्तनात काही दोष निर्माण झाल्यास कामावरून कमी केले जाईल. पुढे कामगाराला त्याचे निर्वर्तन

समाधानकारक असूनही कामावरून काढून टाकले जाते; तेव्हा कारखान्याच्या अशा प्रकारच्या वर्तनामुळे कायदेशीर तणाव निर्माण होऊ शकतो. कामगारांविषयी 'उत्तम विश्वास आणि प्रामाणिक हाताळणी' या संदर्भात केलेल्या करारात सुचविलेल्या तत्त्वानुसार ज्या पक्षकारांमध्ये हा करार प्रस्थापित झालेला असतो त्यांपैकी कोणीही एकजण आपल्या वैयक्तिक फायद्यासाठी दुसऱ्याशी अन्याय्यपणे वागू शकत नाहीत वा इतरांना हानी पोहचवू शकत नाहीत; त्यामुळे जोपर्यंत कामगाराचे निर्वर्तन समाधानकारक असते तोपर्यंत त्याला कामावरून काढता येत नाही व असे असूनही कारखानदाराने कामगारांची हकालपट्टी केली तर त्यांचे ते वर्तन अन्याय्यकारक आणि बेकायदेशीर ठरविले जाते व त्यांची गुन्हेगारी वर्तन-प्रकारात गणती केली जाते. याची दखल आता कामगार आणि मालक अशा दोन्ही बाजूंकडून घेतली जाते.

क) सेवाज्येष्ठता (Seniority) : बहुतेक औद्योगिक संघटनांमध्ये त्याचप्रमाणे कामगार संघटनांमध्ये सेवाज्येष्ठतेची परंपरा पहावयास मिळते. विशेष म्हणजे कामगार संघटना सेवाज्येष्ठतेचे जतन करण्याबाबत अधिक व्यवहारी आणि जागरूक असलेल्या दिसतात. कामगारांची सेवाज्येष्ठता ठरविताना कामगारांच्या निर्वर्तन मूल्यमापन गुणानुक्रमाला विचारात न घेता सेवाकालखंडाची लांबी विचारात घेतली जाते. सेवाज्येष्ठतेचा असा महत्त्वाचा फायदा होतो त्यामुळे कामगारांविषयी आप-परभाव-दूजाभाव निर्माण होण्याची अथवा पूर्वग्रहदूषित मतांच्या आधारे सदोष निर्णयनाची शक्यता पूर्णत: मावळते. असे असले तरी सेवाज्येष्ठता आणि उत्पादकता यांच्यातील संबंधांमुळे प्रश्नचिन्ह निर्माण होतात. बढती संदर्भात झालेल्या अभ्यासामधून असे दिसून आले आहे की, सेवाज्येष्ठता या घटकापेक्षा भूतकालीन निर्वर्तन आणि कनिष्ठ वा उच्च स्तरावरील कार्यांमधील सारखेपणा या घटकांच्या आधारे भविष्यकालीन निर्वर्तनाबाबत अधिक अचूक आणि उत्तम भाकीत करता येते (गॉर्डन आणि फिट्झगिब्बॉन्स-१९८२).

सेवाज्येष्ठता पद्धतीचा अल्पसंख्य कामगार आणि महिला कामगारांवर अप्रत्यक्ष प्रतिकूल परिणाम होतो; कारण पूर्वीच्या काळी आणि काही प्रमाणात आजही अल्पसंख्याकांना आणि महिलांना हव्या त्या प्रमाणात रोजगाराच्या संधी मिळत नाहीत. परिणामी अजूनही बहुतेक कार्यालये वा कार्य-संघटनांमध्ये श्वेत वर्णीयांच्या तुलनेत कृष्णवर्णीय व पुरुषांच्या तुलनेत महिला सेवाज्येष्ठतेबाबत मागासलेले आढळतात.

थोडक्यात निर्वर्तन मूल्यमापनाचे तीन मूलभूत उपयोग सांगता येतात -

१) कामगाराला आपल्या स्वत:च्या निर्वर्तनात सुधारणा कशी करावी, हे शिकण्यासाठी मूल्यमापनाचा उपयोग होतो.

२) कामगारांसंदर्भात अनेक बाबतीत प्रशासकीय निर्णय घेतेवेळी प्रशासकाला एक मदतीचे साधन म्हणून मूल्यमापन प्रक्रियेचा उपयोग होतो.

३) कामगार संशोधकांद्वारे केल्या जाणाऱ्या संशोधनकार्यात निर्वर्तन-प्रशिक्षण कार्यक्रमांची आणि इतर कार्यक्रमांची परिणामकारकता आणि यथार्थता तपासण्यासाठी मूल्यमापनाचा उपयोग होतो.

३.२ मूल्यमापनाचे स्रोत (Sources of Evaluation)

पर्यवेक्षक, सहकारी, कार्याशी संबंधित असलेल्या इतर व्यक्ती वा स्वत: कर्मचाऱ्याने स्वत:च्या योग्यता, कार्य-गुणविशेष आणि कार्य-प्रगती याविषयी पद्धतशीरपणे केलेले निरीक्षण व त्या आधारे केलेले प्राप्तांकन म्हणजे 'मूल्यमापन' होय. मूल्यमापन प्रक्रिया ही प्रामुख्याने दोन घटकांवर अवलंबून असते. एक म्हणजे 'मूल्यमापनकर्ता' आणि दुसरा म्हणजे 'निर्वर्तन विषयक माहिती.' या दोन्ही घटकांना मूल्यमापनाचे स्रोत म्हणून ओळखले जाते.

१) मूल्यमापनकर्ता (The Evaluator) : कर्मचाऱ्यांच्या निर्वर्तनाविषयी निरीक्षणात्मक नोंदी घेऊन त्या आधारे प्राप्तांक प्रदान करणाऱ्यास मूल्यमापनकर्ता असे म्हणले जाते. कर्मचाऱ्याच्या कार्यनिर्वर्तनाचे मूल्यमापन कोण करतं, याबाबत माहिती मिळविण्याचा प्रयत्न केल्यावर सामान्यपणे पर्यवेक्षकाचे नाव समोर येते. प्रस्तुत प्रकरणात देखील पर्यवेक्षकांचा मूल्यमापनकर्ता म्हणून अनेकदा उल्लेख आलेला आहे. पर्यवेक्षक आणि कामगार यांचा परस्परांशी नित्याचा आणि जवळचा संबंध असतो; त्यामुळे कामगारांच्या कार्याविषयी पर्यवेक्षकाला बारीकसारीक बरेच काही माहीत असते व त्यामुळे कामगारांच्या निर्वर्तनाविषयीच्या प्रश्नाला अनुसरून उत्तर देण्यासाठी पर्यवेक्षकाला फारशी तयारी करण्याची गरज पडत नाही. कर्मचाऱ्यांच्या मते, त्यांच्या कार्य-निर्वर्तनाचे मूल्यमापन करण्याची जबाबदारी पर्यवेक्षकांकडे सोपविलेली असते व त्यामुळे पर्यवेक्षकांकडून केले जाणारे मूल्यमापन कर्मचाऱ्यांद्वारे सरळपणे आणि सकारात्मकतेने स्वीकारले जाते. संशोधनात्मक पुराव्याद्वारेही असे स्पष्टपणे दिसून आलेले आहे की, कर्मचाऱ्यांच्या दृष्टिकोनानुसार इतर घटकांकडून केल्या जाणाऱ्या मूल्यमापनाच्या तुलनेत पर्यवेक्षकांकडून केले जाणारे मूल्यमापन अधिक उपयुक्त आणि महत्त्वाचे असते (हेरॉल्ड आणि सहकारी - १९८७).

ज्या कामगारांच्या कामाचे स्वरूप स्वतंत्र प्रकारचे असते अशांशी मालकाचा अगदी अल्प - प्रमाणात व्यक्तिगत संबंध येतो; त्यामुळे अशा कामगारांच्या निर्वर्तनाबाबत मालकाकडे केवळ अप्रत्यक्ष पुरावे उपलब्ध असतात व त्यापलीकडे कोणतीही जास्तीची माहिती उपलब्ध नसते. सामान्यपणे व्यवस्थापकीय, तांत्रिकी आणि व्यावसायिक पदावर

काम करणाऱ्या कामगारांच्या बाबतीत ही परिस्थिती अधिक प्रमाणात उद्‌भवते. उदा. - प्राध्यापकाच्या पदावर काम करणाऱ्या कर्मचाऱ्याचे आणि त्याचे वरिष्ठाधिकारी, प्राचार्य वा संस्थाअध्यक्षांचे प्रत्येक दिवशी प्रत्यक्ष वा घनिष्ठ संबंध येण्याची शक्यता फार कमी असते. त्यामुळे अशा वैयक्तिक पातळीवर स्वतंत्रपणे काम करणाऱ्या कर्मचाऱ्यांच्या कार्य - निर्वर्तनाचे मूल्यमापन करण्यासाठी पर्यवेक्षक वा वरिष्ठाधिकाऱ्यांचा उपयोग होत नाही. साहजिकच त्यांच्या मूल्यमापनासाठी सम-व्यावसायिक, सहकर्मचारी अथवा हाताखाली काम करणारा कामगार इत्यादी व्यक्तींचा मूल्यमापनकर्ता म्हणून उपयोग केला जातो. कधी कधी स्वत:लाच स्वत:च्या कार्य निर्वर्तनाचे मूल्यमापन करायला लावले जाते जे स्व-मूल्यांकन (Self-Appraisal) म्हणून ओळखले जाते.

जेव्हा मूल्यमापन प्रक्रिया पार पाडण्यासाठी सह-कर्मचाऱ्यांचा उपयोग केला जातो तेव्हा त्या प्रक्रियेला 'सम-कर्मचारी मूल्यांकन' (Peer-Appraisal) असे म्हणतात. सामान्यपणे जेथे कर्मचाऱ्यांमधील परस्पर संबंध घनिष्ठ असतात तेथे 'सम-कर्मचारी मूल्यांकन' पद्धती वापरली जाते. सम-कर्मचारी मूल्यांकनाबाबत झालेल्या संशोधन साहित्याच्या परिशीलनातून असे निदर्शनास आले की, मूल्यमापनाची ही पद्धती धनात्मक स्वरूपाची असून तिच्या अंतर्गत समाविष्ट असलेली मूल्यमापन प्रक्रिया ही तार्किकदृष्ट्या नि:पक्षपाती आणि विश्वसनीय असते (काने आणि लॉलर, १९७८). म्हणजेच कर्मचाऱ्यांच्या ठिकाणी सम-कर्मचारी मूल्यांकन प्रक्रियेविषयी धनात्मक दृष्टिकोन दिसून येतो. अर्थात, या धनात्मकतेचे प्रमाण मूल्यमापन - प्रणालीच्या हेतूवर आणि प्राप्त होणाऱ्या विशिष्ट पदनिश्चयन गुणांकावर अवलंबून असते. एका संशोधनात्मक सर्वेक्षणात मॅक्इव्हॉय आणि ब्युलर (१९८७) यांच्या असे निदर्शनास आले की, जेव्हा कार्य निर्वर्तनात सुधारणा घडवून आणण्याच्या हेतूने मूल्यांकनप्रणाली राबविली जाते तेव्हा आणि जेव्हा मूल्यांकनाद्वारे प्राप्त होणाऱ्या पदनिश्चयन गुणांमुळे कर्मचाऱ्यांच्या ठिकाणी समाधान निर्माण होते तेव्हा कर्मचाऱ्यांकडून वरील मूल्यमापन प्रक्रियेला धनात्मकरीत्या स्वीकारले जाते; असे असले तरी काही प्रसंगी समकर्मचाऱ्यांकडून एखाद्या कामगाराचे ऋणात्मक मूल्यांकन केले जाऊ शकते व तसे घडल्यास त्याचा सामूहिक कार्यावर, समूहांतर्गत परस्पर संबंधातील सुलभतेवर प्रतिकूल परिणाम होतो असे डीनिशी रॅन्डॉल्फ आणि ब्लेनकोए (१९८३) यांना आढळून आले आहे.

जेव्हा कर्मचाऱ्यांमध्ये अल्पप्रमाणात परस्पर संबंध असतो, परस्पर संबंधातील घनिष्टतेचे प्रमाण अत्यल्प असते तेव्हा अशा कर्मचाऱ्यांच्या निर्वर्तन मूल्यमापनासाठी स्वयं-मूल्यांकन तंत्र अधिक सोयीचे ठरते. कर्मचारी विकासाच्यादृष्टीनेही स्वयं-मूल्यांकन तंत्र फायदेशीर ठरू शकते; कारण या तंत्रामुळे व्यक्तीला स्वत:मधील गरजा आणि सुधारणा

घडवून आणण्यासाठी आवश्यक असलेल्या बाबी शोधून काढता येतात. कदाचित या शोधलेल्या बाबींमध्ये पर्यवेक्षकाद्वारे केलेल्या मूल्यमापनातील सुधारणात्मक उपायांपेक्षा वेगळ्या गोष्टी समोर येऊ शकतात. अर्थात, स्वयं-मूल्यमापन हे अत्यंत काळजीपूर्वक व तटस्थपणे केले पाहिजे. स्वयं - मूल्यांकन प्रक्रिया व्यक्तीच्या वैयक्तिक आणि सांस्कृतिक गुणविशेषांमुळे प्रभावित होऊ शकते हे नेहमी लक्षात ठेवले पाहिजे. सामान्यपणे ज्या व्यक्ती उच्च आंतरिक नियंत्रण केंद्री असतात, उच्च बौद्धिक क्षमतेच्या आणि संपादन प्रेरणेने प्रेरित झालेल्या असतात अशा व्यक्ती अधिक अचूकपणे स्वयं-मूल्यमापन करू शकतात असे मेब व वेस्ट (१९८२) यांना आढळून आले आहे.

व्यवस्थापक आणि इतर वरिष्ठ पदावरील अधिकारी हे फार कमी वेळा परस्पर सान्निध्यात कार्य-निर्वर्तन पार पाडतात असे आढळते. साहजिकच कारखानदारांना व्यवस्थापक वा वरिष्ठाधिकाऱ्यांच्या निर्वर्तनाचे मूल्यमापन करण्यासाठी आधारभूत असलेली माहिती मिळविताना मोठी समस्या निर्माण होते. परिणामी कनिष्ठ पदावर काम करणाऱ्यांकडून या लोकांच्या कार्य - निर्वर्तनाचे मूल्यमापन करून घेतले जाते. यामध्ये कर्मचाऱ्यांना त्यांच्या वरिष्ठांमधील बलस्थानांची आणि कमतरता वा न्यूनतांची यादी करण्यास सांगितले जाते. अशा रीतीने कनिष्ठांकडून त्यांच्या वरिष्ठांविषयी माहिती गोळा केली जाते व ती प्रतिभरणाच्या उद्देशाने ऊर्ध्वदिशेने पाठविली जाते व तिच्या मदतीने औद्योगिक संघटनेसाठी हितकारक ठरतील अशा उपायात्मक सुधारणांचा शोध घेतला जातो.

२) निर्वर्तनविषयक माहिती (Performance Information) : निर्वर्तन विषयक माहिती विविध स्रोतांच्या आधारे मिळविली जाते. ब्लम आणि नेलर (१९८४) यांनी कार्य निर्वर्तन मूल्यांकनासाठी अनेक प्रकारच्या निकषांचा व स्रोतांचा उल्लेख केलेला आहे. त्यांनी या निकषांना खालील तीन भागात विभागलेले आहे -

अ) उत्पादन मापक (Production Measures) : औद्योगिक क्षेत्रात किंवा संघटनेत कार्यरत असलेल्या कर्मचाऱ्याच्या कार्य-निर्वर्तन मूल्यमापनाचा सर्वाधिक, सहज आणि महत्त्वाचा स्रोत म्हणजे त्याच्या उत्पादनाविषयीची माहिती किंवा मापन होय. एखाद्या कर्मचाऱ्याने उत्पादित केलेले उत्पादनाचे प्रमाण व त्याची गुणवत्ता याच्या मूल्यमापनाद्वारे त्या कर्मचाऱ्याच्या क्षमतेविषयीची व कौशल्याविषयीची माहिती सहजरीत्या मिळते व त्याद्वारे त्याचे कार्यनिर्वर्तन समाधानकारक आहे किंवा नाही याचा निर्णय यामध्ये घेतला जातो. एखाद्या कामाच्या ठिकाणी उत्पादनाचा विशिष्ट साचा (Form) आणि उत्पादनाचे विशिष्ट प्रमाण पूर्वनिर्धारित असल्यास तेथे पदनिश्चयनाची आवश्यकता भासत नाही. अशा ठिकाणी मूल्यमापनकर्ता कर्मचाऱ्याच्या कार्य-निर्वर्तनाविषयीच्या संख्यात्मक आणि गुणात्मक वैशिष्ट्यांचा आधार घेऊन वस्तुनिष्ठ माहिती गोळा करतो व तदूनंतर

प्राप्त माहितीची प्रमाणित उत्पादकतेशी तुलना करून संबंधित व्यक्तीचे कार्यनिर्वर्तन समाधानकारक आहे की नाही याबद्दल निर्णय घेतो. या ठिकाणी कार्योत्पादनाचे मापन करण्यासाठी विविध प्रकारच्या गणन प्रक्रियांचा उपयोग केला जातो. उदा. – तयार केलेल्या वस्तूंची संख्या, टंकलिखित पत्रांची संख्या, वस्तू भरलेल्या खोक्यांची संख्या इत्यादी. त्याचप्रमाणे टंकलेखनातील चुकांची संख्या, कर्मचाऱ्यांबद्दलच्या तक्रारींची संख्या इत्यादी माहितीच्या आधारे कार्योत्पादनाचे मापन केले जाते.

उत्पादन मूल्यमापन मापकाचा किंवा स्रोतांचा एक महत्त्वाचा फायदा सांगता येतो, तो म्हणजे उत्पादन मापकाच्या साहाय्याने कर्मचाऱ्याच्या निर्वर्तनाचे मूल्यमापन केल्यामुळे ते वस्तुनिष्ठ व विश्वसनीय असते, म्हणजेच ते एखाद्या कामगाराने वा अधिकाऱ्याने वर्तविलेल्या व्यक्तिनिष्ठ अंदाजावर अवलंबून नसते. मात्र, उत्पादन – मापन प्रक्रियेमध्ये उत्पादित वस्तूंच्या संख्येला अधिक महत्त्व दिले जाते. त्यामुळे वस्तू कशी तयार केली आहे, तिचा दर्जा व गुणवत्ता काय आहे, आदी बाबींकडे दुर्लक्ष होऊन वस्तूंच्या उत्पादन संख्येला अवाजवी महत्त्व प्राप्त होते. थोडक्यात, ही बाब या स्रोताची मर्यादा म्हणून गणली जाते. यामुळेच शूल्ट्झ आणि सिगेल (१९६१) यांनी निर्वर्तन मूल्यमापनाचा स्रोत म्हणून या स्रोताचा किंवा मापकाचा उपयोग अपेक्षेपेक्षा कितीतरी कमी प्रमाणात केला जातो, असे मत नोंदविलेले आहे.

ब) कर्मचारी प्रदत्त (Personnel Data) : प्रत्येक औद्योगिक संघटनेत कामगारांविषयी विविध प्रकारची माहिती संकलित करण्यावर विशेषत: कार्य-निर्वर्तना विषयीच्या माहिती संकलनावर भर दिला जातो. संकलित माहिती एका फाईलच्या स्वरूपात जोपासली जाते. यामध्ये कामावरील उपस्थिती वा अनुपस्थितीचे प्रमाण, वक्तशीरपणा इत्यादी माहिती बरोबरच वेतनवाढ, पदोन्नती, पदावनती, हकालपट्टी, अनियमितपणा व त्याबद्दल दिलेली समज वा केलेली कारवाई इत्यादींच्या नोंदीचा समावेश असतो. या नोंदीच्या अथवा माहितीच्या आधारे कर्मचाऱ्यांमध्ये योग्य व अयोग्य, पात्र व अपात्र आणि कर्तव्यनिष्ठ व बेजबाबदार असा भेद करणे शक्य होते. शिवाय कोणत्याही कामगाराचे अप्रत्यक्ष मूल्यमापन करण्यासाठी वरील प्रकारच्या संकलित माहितीचा पुरावा म्हणून उपयोग केला जातो. अनेक औद्योगिक संघटनांमध्ये कार्य-निर्वर्तनाचे मूल्यमापन करताना कामगाराच्या उपस्थितीचे प्रमाण उत्तम आहे की नाही याबाबत पुरावे मागितले जातात तेव्हा वरील प्रकारच्या संकलित प्रदत्तांचा उपयोग होतो असे आढळते. मात्र, काही संशोधकांच्या मते, कर्मचाऱ्याच्या या व्यक्तिगत माहितीद्वारे त्याच्या उत्पादनविषयक प्रमाणाचा व दर्जाचा अंदाज बांधणे शक्य नाही. म्हणजेच अपेक्षित नोंदी असलेल्या कर्मचाऱ्याचा उत्पादन दर व दर्जा चांगला असेल आणि अनपेक्षित नोंदी असलेल्या

कर्मचाऱ्याचे उत्पादन दर व दर्जा निकृष्ट असेल असे ठामपणे म्हणता येत नाही. व्यक्तिगत माहिती स्रोत (कर्मचारी माहिती) व उत्पादन माहितीस्रोत यामध्ये प्रामुख्याने निम्न सहसंबंध असतो, असा ब्लम व नेलरचा (१९८४) याबाबतचा निष्कर्ष आहे.

क) निर्णायक मापक (Judgemental Measures) : ज्याप्रमाणे सर्व कामगारांविषयीची वैयक्तिक माहिती गोळा केली जाऊ शकते. त्याप्रमाणेच त्यांनी केलेल्या उत्पादनाविषयीची माहितीही गोळा केली जाऊ शकते. अर्थात, प्रत्येक कामगाराच्या उत्पादनाविषयीची माहिती संकलित करणे अवघड असते; कारण काही कार्य – प्रकारांमधून होणाऱ्या उत्पादनाचे अतिशय अल्प – प्रमाणात मापन करणे शक्य होते व अशाही परिस्थितीत जर मापनाची प्रक्रिया अवलंबिली तर ती तितकीशी सुसंगत ठरत नाही. उदा. – प्राध्यापकाच्या कार्योत्पादनाचे मापन करावयाचे ठरविल्यास त्याने व्याख्यानासाठी व्यतीत केलेला कालावधी, व्याख्यानांतर्गत फळ्यावर लिहिलेल्या मुद्द्यांची संख्या आणि व्याख्यानासाठी उपस्थित असलेल्या विद्यार्थ्यांची संख्या इत्यादी बाबी विचारात घेता येतील. मात्र, या नोंदीचा प्राध्यापकाच्या कार्योत्पादनाच्या मापनासाठी फारसा उपयोग होत नाही.

ज्या कार्याचे वा कार्योत्पादनाचे मापन करताना वरीलप्रमाणे अडचणी येतात त्यांचे मापन निर्णायक – मापकाद्वारे केले जाते. यामध्ये तज्ज्ञ व्यक्तीने निर्वर्तनाविषयी व्यक्त केलेले मत वा अंदाज निर्णायक माप म्हणून गृहीत धरले जाते. येथे तज्ज्ञ व्यक्ती कार्यनिर्वर्तनाच्या गुणवत्तेविषयी त्याचप्रमाणे कार्योत्पादनाच्या गुणात्मक आणि संख्यात्मक वैशिष्ट्यांविषयी आपले मत प्रदर्शित करते. निर्णायक मापनामध्ये प्रामुख्याने पर्यवेक्षणात्मक निर्णय, सहकर्मचारी निर्णय व स्व–निर्णय इत्यांदी स्रोतांचा समावेश होतो. यातील पहिल्या स्रोतात पर्यवेक्षकाला कर्मचाऱ्याच्या कार्य निर्वर्तनाविषयी निर्णय देण्यास सांगितले जाते. दुसऱ्या स्रोतात सहकर्मचाऱ्यांना निर्णय देण्यास सांगितले जाते, तर तिसऱ्या प्रकारच्या स्रोतात स्वत: कर्मचारीच स्वत:च्या कार्य निर्वर्तनाप्रती निर्णय देत असतो. या तिन्ही प्रकारच्या स्रोतांतून संकलित झालेल्या माहितीद्वारे कर्मचाऱ्याच्या कार्यनिर्वर्तनाप्रती निर्णय घेतला जातो.

निर्णायक मापन पद्धतीमध्ये कधी कधी व्यक्तीच्या कार्य–निर्वर्तनाची तुलना त्या समान असणाऱ्या इतर कामाशीही केली जाते. त्याचप्रमाणे निर्वर्तनाचे विशिष्ट निरपेक्ष प्रमाण आणि कार्य–निर्वर्तन यांचीही परस्पर तुलना केली जाते. येथे निर्वर्तनाचे निरपेक्ष प्रमाण तज्ज्ञ व्यक्तीच्या दृष्टिकोनानुसार निश्चित केले जाते. अत्यंत साधे स्वरूप असलेल्या या निर्णायक मापन पद्धतीमध्ये मापनकर्ता मुक्तहस्ते कर्मचाऱ्यांच्या बलस्थानांचे आणि न्यूनतांचे वर्णन करतो. पुढे या माहितीचा उपयोग प्रतिभरणासाठी केला जातो.

३.३ मूल्यांकन पदनिश्चयन प्रणाली (Appraisal Rating System)

कार्य–निर्वर्तनाचे पदनिश्चयन करणे ही औपचारिक मूल्यमापनाची तशी जुनी पद्धती आहे. जवळपास पन्नास वर्षांपेक्षाही फार पूर्वीच्या बहुतांश औद्योगिक संघटनांमध्ये कर्मचाऱ्यांचे मूल्यमापन करण्यासाठी एक औपचारिक पद्धती म्हणून पदनिश्चयन श्रेणीचा उपयोग केला जात होता असे स्टार आणि ग्रीनली (१९३९) यांचे मत आहे. पदनिश्चयन श्रेणीचा उपयोग विविध हेतूंनी केलेला दिसतो. जसे कार्य – अभिवृत्तीच्या सर्वेक्षणासाठी, त्याचप्रमाणे चाचणी निष्कर्षाची वैधता तपासून पाहण्यासाठी निकष म्हणून पदनिश्चयन श्रेणीचा उपयोग केलेला आढळतो. पदनिश्चयन श्रेणीचे चार प्रमुख प्रकार पडतात –

१) निरपेक्ष पदनिश्चयन श्रेणी

२) आलेखात्मक पदनिश्चयन श्रेणी

३) सापेक्ष पदनिश्चयन श्रेणी

४) शतांशीय पदनिश्चयन श्रेणी

कर्मचाऱ्यांच्या निर्वर्तनाचे मूल्यमापन करण्याच्या हेतूने आलेखात्मक पदनिश्चय श्रेणीबाबत चर्चा करू.

अ) आलेखात्मक पदनिश्चयन श्रेणी : (Graphic Rating Scale) : आलेखात्मक पदनिश्चयन श्रेणी पद्धतीमध्ये कर्मचाऱ्यांच्या कार्यमानाचे प्रमाण निर्धारित करण्यासाठी निर्वर्तनाच्या विविध परिमितींच्या आधारे गणन केले जाते. मूल्यमापन करताना निम्नतम कार्यस्तरापासून उच्चतम कार्यस्तरापर्यंतचा कार्यविस्तार विचारात घेतला जातो. गणनकर्ता प्रथम कर्मचाऱ्याच्या निर्वर्तनाचे निरीक्षण करतो, नोंदी घेतो व त्यावरून कार्यमानाचा स्तर दर्शविण्यासाठी विशिष्ट पदनिश्चयन करतो किंवा प्राप्तांक देतो. उदा. – विशिष्ट निर्धारित वेळेत किती प्रमाणात काम पूर्ण केले जाते, कामाची गुणवत्ता वा दर्जा काय आहे, ते प्रमाण निर्धारित करून पदनिश्चयन केले जाते. पदनिश्चयनासाठी परिमितींची निवड करताना ती संबंधित कार्य – निर्वर्तनाशी संबंधित असतील याची विशेष दक्षता घेतली जाते. या पद्धतीमध्ये विशिष्ट परिमितीवर अंक – श्रेणीच्या साहाय्याने पदनिश्चयन केले जाते. परिमितीवरील अंकांना विशिष्ट अर्थ असतो. उदा. उपस्थितीचे प्रमाण वा वक्तशीरपणा या परिमितीवर कर्मचाऱ्याचे पदनिश्चयन करावयाचे असेल तर आणि त्यासाठी १ ते १० अंकांचा उपयोग श्रेणी प्राप्तांक म्हणून करावयाचा असेल तर तेथे १ हा अंक उत्तम उपस्थितीचा निदर्शक राहील आणि १० हा अंक पूर्णत: अनुपस्थितीचा निदर्शक राहील वा या उलटही होऊ शकते. थोडक्यात, १ ते १० अंक निर्वर्तनाचे निम्नतम ते उच्चतमपर्यंतचे प्रमाण दर्शविण्यासाठी उपयोगात आणले जातात.

ब) पदनिश्चयन श्रेणीची यथार्थता वाढविणे (Validating the Rating System) : पदनिश्चयन श्रेणीच्या सहाय्याने निर्वर्तन मूल्यांकनाचे गणन करताना तिच्या यथार्थतेविषयी नेहमी प्रश्नचिन्ह निर्माण झालेले पहावयास मिळतात. पदनिश्चयन श्रेणी ज्या हेतूने तयार करण्यात आली तो हेतू किती प्रमाणात साध्य झाला त्याचे प्रमाण म्हणजे यथार्थता होय. पदनिश्चयन श्रेणीची यथार्थता वाढविण्यासाठी विविध प्रकारचे प्रयत्न केले जातात. त्यामध्ये प्रामुख्याने मापनातील व्यक्तिनिष्ठता कमी करण्यावर आणि मापनातील प्रमाद कमी करण्यावर भर दिला जातो व त्यासाठी खालील बाबी विचारात घेतल्या जातात.

१) श्रेणी प्राप्तांकनासाठी वापरली जाणारी संज्ञा आणि श्रेणीमधील एककाची (units) व्याख्या स्पष्ट आणि नि:संदिग्धपणे केली जाते. परिणामी पूर्वग्रहदूषिततेचा प्रभाव कमी होण्यास हातभार लागतो.

२) पदनिश्चयनकर्ता हा कर्मचाऱ्यांच्या सान्निध्यात राहणारा असेल याची दक्षता घेतली जाते; कारण त्यामुळे संबंधित कर्मचाऱ्यांचे निरीक्षण चांगल्या प्रकारे केले जाऊ शकते.

३) पदनिश्चयनकर्ता जेवढ्या जास्त प्रमाणात कर्मचाऱ्यांच्या सान्निध्यात असेल तेवढ्या अधिक प्रमाणात कार्य-निर्वर्तनाचे प्रत्यक्ष निरीक्षण करणे शक्य होते. परिणामी त्या प्रमाणात पदनिश्चयनाची यथार्थताही वाढलेली दिसते.

क) पदनिश्चयनातील प्रमाद (Rating Errors) : पदनिश्चयन हे एक मापन-तंत्र असून यामध्ये पदनिश्चयनकर्त्या व्यक्तीला पदनिश्चयन करताना विशिष्ट निर्णय घ्यावा लागतो. पदनिश्चयनकर्त्या व्यक्तीच्या निर्णयनात व्यक्तिनिष्ठिता आल्यामुळे किंवा काही असंबंधित घटकांमुळे कार्य निर्वर्तनाचे मूल्यमापन पूर्वग्रहदूषित दृष्टिकोनाने झाल्यामुळे मूल्यमापनात वस्तुनिष्ठता आणि तटस्थता येण्याऐवजी काही प्रमाद वा दोष उद्‌भवू शकतात. कधी कधी पदनिश्चयन - कर्त्यालाच काही समस्या असतात व त्यामुळेही मापनात सदोषता उद्‌भवू शकते. पदनिश्चयन कर्त्याला कर्मचाऱ्याविषयी अपूर्ण आणि सदोष माहिती प्राप्त झाल्यामुळे, पदनिश्चयनकर्त्याने प्रदीर्घ काळापासून कर्मचाऱ्याच्या निर्वर्तनाचे निरीक्षण केलेले नसल्यामुळे व पदनिश्चयनकर्ता आणि कर्मचारी यांच्यात पुरेशी जवळीकता नसल्यामुळेही मापनात प्रमाद घडू शकतात. कधी-कधी कर्मचारी आणि पर्यवेक्षक पुरेशा प्रमाणात परस्परांच्या संपर्कात असतात परंतु पर्यवेक्षकांकडून कर्मचाऱ्यांच्या निर्वर्तनाविषयी लेखी नोंदी घेतल्या जात नाहीत व त्यामुळे प्रमाद घडतात.

पदनिश्चयनातील प्रमादांचे अनेक प्रकार सांगता येतात. त्या सर्वांचा पदनिश्चयन यथार्थतेवर विपरीत परिणाम होतो. काही प्रमुख प्रमाद पुढीलप्रमाणे -

१) वलय प्रमाद (Halo Error) : मूल्यमापन प्रक्रियेत उद्‌भवणारा हा एक व्यापक स्वरूपाचा आणि सर्वत्र आढळणारा प्रमाद आहे. जेव्हा मूल्यमापनकर्त्याला कर्मचाऱ्यांच्या गुणवैशिष्ट्यांचे स्वतंत्रपणे मूल्यमापन करता येत नाही, दोन गुणवैशिष्ट्यांमध्ये भेद करणे जमत नाही तेव्हा घडणाऱ्या प्रमादाला 'वलय प्रमाद' असे म्हणतात. एका गुणवैशिष्ट्याबाबत जे मत तयार झालेले असते ते सर्व गुणवैशिष्ट्यांसाठी स्थिर ठेवले जाते; या सामान्यीकरणाच्या प्रक्रियेमुळे हा प्रमाद उद्‌भवतो.

२) तार्किक प्रमाद (Logical Error) : वस्तुत: भिन्न असलेल्या तथापि तार्किकदृष्ट्या समान वाटणाऱ्या एकाधिक गुणवैशिष्ट्यांचे त्याच समान तत्त्वाच्या आधारे मूल्यमापन केले असता होणाऱ्या प्रमादाला 'तार्किक प्रमाद' असे म्हणता येते.

३) सान्निध्यता प्रमाद (Proximity Error) : मूल्यमापन प्रणालीतील ज्या परिमिती स्वतंत्र परंतु परस्परांच्या सान्निध्यात अगदी मागे-पुढे येतात तेव्हा त्यावरील प्राप्तांकन एकसारख्या पद्धतीने केले असता होणाऱ्या प्रमादाला 'सान्निध्यता प्रमाद' असे म्हणतात.

तार्किक आणि सान्निध्यता प्रमाद प्रामुख्याने पदनिश्चयन श्रेणी अयोग्य पद्‌धतीने विकसित केल्यामुळे उद्‌भवतात असे आढळते.

४) दया प्रमाद (Leniency Error) : जेव्हा मूल्यमापनकर्त्याकडून प्रत्येक कर्मचाऱ्याबाबत उच्चत्तम पदनिश्चयन केले जाते तेव्हा त्यास 'दया प्रमाद' असे म्हणतात. या उलट, जेव्हा मूल्यमापनकर्त्याकडून प्रत्येक कर्मचाऱ्यांचे निम्नतम पदनिश्चयन केले जाते तेव्हा त्यास 'कठोरता प्रमाद' असे म्हणतात. सामान्यपणे भिन्न - भिन्न मूल्यमापनकार्यांच्या कर्मचाऱ्यांबाबत भिन्न भिन्न अपेक्षा असतात व त्या अपेक्षांचा पदनिश्चयनावर प्रभाव पडलेला दिसतो. काही मूल्यमापनकर्ते मूलत:च हलक्या हाताचे, सुलभ वा दयाळू असतात. परिणामी त्यांच्याकडून सर्वांचेच उच्चतम श्रेणीमूल्याच्या ठिकाणी पदनिश्चयन होते. या उलट, काही मूल्यमापनकर्ते अतिशय कठोर आणि कठीण असतात. साहजिकच अशांच्याकडून सर्वांचेच निम्नतम श्रेणी मूल्याच्या ठिकाणी पदनिश्चयन होते.

५) केंद्रीय प्रवृत्ती प्रमाद (Central Tendency Error) : यालाच सरासरी पदनिश्चयन प्रमाद म्हणूनही ओळखले जाते. ह्या प्रमादाचे स्वरूप दया विरुद्ध कठोरता प्रमादासारखेच असते. फरक एवढाच की, ह्या प्रमादामध्ये पदनिश्चयनर्ता कर्मचाऱ्याचे पदनिश्चयन उच्च्यत्तम श्रेणीवर (सकारात्मक) किंवा निम्नतम श्रेणीवर (नकारात्मक) करतो तर केंद्रीय प्रवृत्ती प्रमादामध्ये पदनिश्चनकर्ता कर्मचाऱ्याचे पदनिश्चयन मध्यम किंवा केंद्रीय श्रेणीवर करतो.

३.४ पदनिश्चयन-विरहित मूल्यांकन पद्धती (Non-Rating Evaluation Methods)

काही मूल्यांकन पद्धती निर्णयावर (Judgement) आधारित आहेत. ह्या पद्धतीत पदनिश्चयनाचा आराखडा वापरत नाहीत. ह्या पद्धतीचे दोन प्रकार आहेत.

१) चिन्हांकन सूची : Checklists

२) तुलना पद्धती : Comparison Methods

१) चिन्हांकन सूची Checklists : या पद्धतीस 'कार्यवर्णन सूची' असेही म्हणतात. कर्मचाऱ्यांच्या निष्पादनातून जी वर्तन गुणवैशिष्ट्ये दिसून येतात ती गुणवैशिष्ट्ये मूल्यांकनकर्ता चिन्हांकन सूची तंत्रात तपासतो. चिन्हांकन सूचीचे दोन प्रकार आहेत -

१) भारित चिन्हांकन सूची : Weighted Checklists

२) अनिवार्य निवड चिन्हांकन सूची : Forced Choice Checklists

ह्या दोन्ही प्रकारात मूल्यांकनकर्त्यास वर्तनाचे वर्णन करणारी विधानेच दिली जातात. मात्र, ती विधाने तपासण्याच्या प्रकारात फरक असल्यामुळे चिन्हांकन सूचीचे उपरोक्त दोन प्रकार पडतात. त्यांची माहिती पुढीलप्रमाणे -

१) भारित चिन्हांकन सूची (Weighted Checklists)

भारित चिन्हांकन सूची उपयोगात आणण्यास सोपी असते. ह्या पद्धतीत मूल्यांकनकर्ता, कर्मचाऱ्याचे विशिष्ट वर्तन किंवा श्रेष्ठ वर्तन सुस्पष्टपणे वर्णन करणारी विधाने तपासतो आणि त्याचा अहवाल देण्याचे कार्य करतो. काही फरक असेल तर, कर्मचाऱ्यांसंबंधी कमी वर्णन करणारी विधाने मूल्यांकन कर्त्याकडून तपासली जातात. भारित चिन्हांकन सूची पद्धतीत, मूल्यांकनकर्ता त्याच्या इच्छेप्रमाणे, कर्मचाऱ्याला लागू पडणारी जास्त किंवा कमी विधाने निवडू शकतो. निवडलेल्या प्रत्येक विधानाच्या भाराची बेरीज करून, कर्मचारी विश्लेषक कर्मचाऱ्यांचे प्राप्तांक काढतो. अर्थात, ज्या विधानांचा भार चिन्हांकन सूचित समाविष्ट केलेला नसतो, त्या विधानाचे प्रत्यक्ष मूल्य काय आहे ह्याची जाणीव मूल्यांकनकर्त्यास नसते. त्यामुळे कर्मचाऱ्याबद्दल दया दाखवायच्या वृत्तीला आळा बसतो. मूल्यांकनकर्ता विधानाचे महत्त्व जाणत नसेल तर व्यक्तीच्या वर्तनाचे जसे आहे तसे वर्णन करण्याची शक्यता वाढते.

भारित चिन्हांकनसूची विकसित करण्यासाठी कार्यवर्तनाचे वर्णन करणारी विधाने एकत्रित केली जातात. ही विधाने विशिष्ट कार्याचे किंवा विशेषत: कर्मचाऱ्यांच्या वर्तनाचे वर्णन करणारी असावीत. अशी विधाने एकत्रित केल्यानंतर प्रत्येक विधानांचा भार निश्चित केला जातो. त्यासाठी थर्स्टनच्या समदर्शी अंतराळ पद्धतीचा (Equal-Appearing intervals) नेहमी वापर केला जातो. ह्यामध्ये पर्यवेक्षकांचा एक गट, प्रत्येक विधानासंबंधी निर्णय घेतो व प्राप्तांक निश्चित करतो. हे करताना, ते विधान कर्मचाऱ्याच्या वर्तनाचे किती योग्य प्रकारे वर्णन करते ह्याचा निर्णय घेतला जातो. त्यानंतर, प्रत्येक विधानास, प्रत्येक पर्यवेक्षकांनी दिलेला प्राप्तांक लक्षात घेऊन त्याची सरासरी (Mean) काढली जाते. हा सरासरी प्राप्तांक म्हणजे त्या विधानाचा 'भार' होय. नंतर प्रत्येक विधानाच्या प्राप्तांकातील प्रमाण विचलन (Standard Deviation) लक्षात घेऊन, ज्या विधानातील प्रमाण विचलन कमीत कमी आहे अशी विधाने चिन्हांकन सूचित समाविष्ट केली जातात. यातील प्रत्येक विधानाचे मूल्य अंकात (Neumarical Value) सांगता येते.

इतर साधनाप्रमाणेच 'भारीत चिन्हांकन सूची' हे साधनही विकसित करण्यासाठी वेळ खाणारे आहे. तथापि, त्याचा फायदा म्हणजे ते उपयोगात आणण्यासाठी फारच सोपे आहे. पर्यवेक्षकांकडून चिन्हांकनसूचीचा नेहमीच स्वीकार केला जातो. ह्यात कामगाराविषयी दया किंवा त्यांचा तेजोवलय प्रमाद (Error) दिसून येत नाहीत.

२) अनिवार्य निवड चिन्हांकन सूची (Farcel Choice Checklist)

चिन्हांकन सूचीतील विधानासंबंधी मूल्यांकन कर्त्याच्या प्रतिक्रिया जेव्हा अनुकूल येतात तेव्हा निर्माण होणारा प्रमाद टाळण्यासाठी किंवा त्यास तोंड देण्यासाठी अनिवार्य निवड चिन्हांकन सूची उपयुक्त ठरते. ह्या प्रमादात मूल्यांकनकर्ता मूल्यांकन करताना कर्मचाऱ्यांच्या वास्तव वर्तनाऐवजी केवळ अनुकूल गुणच दर्शवतो.

अनिवार्य निवड चिन्हांकन सूचीत दोन किंवा अधिक विधानांचा एक संच (Set) ह्याप्रमाणे काही संच समाविष्ट केलेले असतात. प्रत्येक संचातील विधाने कर्मचाऱ्यांच्या वर्तनाचे वर्णन करणारी असतात. प्रत्येक संचातील सर्व विधाने सारखीच भासतात; पण ही विधाने, चांगल्या किंवा वाईट कार्यनिष्पादनाच्या प्रमाणातील फरक दर्शविणारी असतात. मूल्यांकनकर्त्यास दोन विधानांच्या संचामधून एक किंवा चार विधानांच्या संचामधून दोन विधाने निवडावीच लागतात. विधानाच्या संचातून निवड करताना कर्मचाऱ्याचे निष्पादन 'जास्त आवडते' असे दर्शवणारे एक विधान व 'कमी आवडते' असे दर्शविणारे एक विधान निवडावेच लागते. चार विधानांच्या संचात एक जास्त आवडीचे व एक कमी आवडीचे वर्णन करणारे विधान मूल्यांकनकर्त्याने निवडावेच अशी अपेक्षा असते. त्यामुळेच ह्या पद्धतीस 'अनिवार्य निवड पद्धती' असेही म्हणतात. नमुना सूचीसाठी तक्ता क्र. ३.१.१ पाहा.

अनिवार्य निवड चिन्हांकन सूची विकसित करण्यासाठी श्रेष्ठ व कनिष्ठ निष्पादनाचे वर्णन करणारी व वर्णनात सारखेपणा असणारी विधाने निवडली जातात. त्यानंतर दोन विधानांच्या संचात सारखेच श्रेष्ठ किंवा कनिष्ठ निष्पादनाचे वर्णन करणारी विधाने घेतली

जातात. दोन विधाने सारखीच वाटत असली तरी त्यांच्यात निष्पादनाची श्रेष्ठता किंवा कनिष्ठता याबाबतीच्या वर्णन प्रमाणात फरक असतो. त्यामुळे ती विधाने सारखी वाटत असली तरी तंतोतंत एकसारख्या अर्थाची नसतात; म्हणूनच एका संचातील दोन्ही विधाने धनात्मक किंवा ऋणात्मक वर्णन करणारी असली तरी दोन्ही धनात्मक किंवा ऋणात्मक विधानांचा भार भिन्न असतो.

तक्ता क्र. ३.१.१

सक्तीची निवड – नमुना विधाने
सूचना : पुढे निष्पादन वर्तनाची विविध अंगे दर्शवणारी विधाने दिलेली आहेत. ही विधाने चार विधानांचा एक संच याप्रमाणे दिली आहेत. प्रत्येक संचातून दोन विधाने निवडावयाची आहेत. त्यांपैकी एक कर्मचाऱ्याचे जास्त श्रेष्ठ गुण दर्शवणारे विधान 'M' ह्या अक्षराने (Most Characteristic) सूचित करा. दुसरे विधान कमीत कमी गुणवैशिष्ट्ये (Least Characteristic) दर्शीविणारे 'L' ह्या अक्षराने सूचित करा. – नवीन कार्य प्रकल्प (Project) सुरू करण्यास पुढाकार घेणारा. – वेळेत कार्य प्रकल्प पूर्ण करण्यास विश्वास ठेवण्यास योग्य. – सहकार्य करणारा आणि सहज दुसऱ्यासोबत कार्य करणारा. – प्रकल्पासाठी आवश्यक माहिती आणि साधने प्राप्त करण्यासाठी पुढाकार दाखवणारा.
– कार्याच्या तपशिलाबरोबरच लक्षात घेण्याइतकी काळजी घेणारा. – कार्य पूर्ण होईपर्यंत परिश्रमपूर्वक कार्य करणारा. – कार्य परिस्थिती स्वच्छ आणि सुव्यवस्थित ठेवणारा. – नेहमीच साधने सुरक्षित आणि काळजीपूर्वक वापरणारा.
– सामानाची नासाडी करणारा. – सहकाऱ्यांना प्रकल्पाची माहिती न देणारा. – सहकाऱ्यावर सतत ओरडणारा व रागावणारा. – कार्याचा परिसर अव्यवस्थित आणि घाणेरडा ठेवणारा.
– कार्यपद्धतीच्या बदलांना प्रतिकार दर्शवणारा. – उशिरा येणारा व लवकर जाणारा. – शेवटच्या मिनिटापर्यंत प्रकल्प कार्य पुढे ढकलणारा. – अनावश्यक स्पष्टीकरणावर पुष्कळ वेळ खर्च करणारा.

अनिवार्य निवड तंत्रात मूल्यमापनातील दयावृत्ती कमी करण्याची क्षमता आहे. मात्र कर्मचाऱ्याला कोणत्याही माहितीचे प्रतीभरण (Feedback) मिळत नाही. ही ह्या तंत्राची उणीव आहे. दुसरा दोष म्हणजे मूल्यमापनकर्त्यास ही अनिवार्य निवड पद्धती अजिबात आवडत नाही; कारण कधी कधी विधानाच्या एखाद्या संचात कर्मचाऱ्याला लागू होणारे एकही विधान मूल्यांकनकर्त्यास दिसून येत नाही; पण तरीही सूचनेप्रमाणे विधान निवडावेच लागते. अशा वेळी आपण चांगले मूल्यमापन करतो की वाईट हेच मूल्यमापनकर्त्याच्या लक्षात येत नाही आणि ह्या गोष्टीची त्याला चीड येते.

२) तुलना पद्धती (Comparison Methods)

तुलना पद्धतीत प्रमाणित अशा श्रेष्ठ कर्मचाऱ्यांशी तुलना न करता, इतर कर्मचाऱ्यांशी तुलना केली जाते. कर्मचाऱ्यांच्या निष्पादनामध्ये भिन्नता असतेच ह्या गृहीतकांवर तुलना पद्धती आधारलेली आहे; म्हणूनच परिणामकारक मूल्यमापन पद्धतीद्वारेही ही भिन्नता दिसून येते.

१) गुणानुक्रम तुलना पद्धती (Rank Order Comparison Method)

गुणानुक्रम तुलना पद्धतीत मूल्यांकनकर्ता सर्व कर्मचाऱ्यांचा एकाच वेळी विचार करतो आणि त्यांची कमीत कमी गुण ते जास्तीत-जास्त गुण अशी गुणानुक्रमे यादी तयार करतो. यादी बनवण्याच्या कार्यपद्धतीत, मूल्यांकनकर्ता सर्वप्रथम सर्वांत श्रेष्ठ आणि सर्वात कनिष्ठ निष्पादन करणाऱ्या कर्मचाऱ्यांचा शोध घेतो आणि नंतर त्यापेक्षा कमी श्रेष्ठ अशा प्रकारे सर्व कर्मचाऱ्यांचा गुणानुक्रम लावत जातो. सामान्यत: निष्पादनाच्या सर्वंकश मूल्यमापनावरून कर्मचाऱ्यांचा गुणानुक्रम ठरवला जातो. कर्मचाऱ्यांचा गुणानुक्रम हाच त्याचा प्राप्तांक (Score) असतो. गुणानुक्रम भिन्न बाजू लक्षात घेऊनही ठरवता येतो पण अशा मूल्यमापनास वेळ वाढत जातो.

गुणानुक्रम पद्धतीचा महत्त्वाचा फायदा म्हणजे, ह्याचा जलद आणि सहज होणारा उपयोग होय. ह्या पद्धतीने मूल्यमापनासाठी कोणत्याही विशेष साधनाची किंवा आराखड्याची गरज नसते. त्याचप्रमाणे ही पद्धती अधिक वेळ खाणारी व खर्चिकही नाही. पर्यवेक्षकही ह्या पद्धतीचा सहज स्वीकार करतात. तथापि, ह्या पद्धतीला काही मर्यादाही आहेत. ह्या मर्यादा म्हणजे, ह्या पद्धतीतून प्रतीभरणासाठी (Feedback) कमीत कमी माहिती उपलब्ध होते. त्याचप्रमाणे गुणानुक्रमातील फरकही स्पष्ट होत नाही. तथापि, एक कर्मचारी हा दुसऱ्यापेक्षा जास्त निपुण आहे ह्याची जाणीव होते; पण तो कर्मचारी दुसऱ्यापेक्षा का व कसा जास्त निपुण आहे ह्याचे स्पष्टीकरण मूल्यांकनकर्ता करू शकत नाही. त्याचप्रमाणे ह्या पद्धतीद्वारे दोन कर्मचाऱ्यांमधील सारखेपणाही दाखवता येत नाही.

ह्या पद्धतीचे हे वैशिष्ट्य समस्या निर्माण करणारे आहे; कारण बरेचदा आपण असे गृहीत धरतो, दोन कर्मचारी गुणाने सारखेच आहेत. खरे तर हे गृहीतक सत्यापासून फार दूर आहे. गुणानुक्रमातील दुसऱ्या क्रमांकावर असणाऱ्या कर्मचाऱ्यापेक्षा पहिल्या क्रमांकावरील कर्मचारी किंचिततरी श्रेष्ठ असतो व तिसऱ्या पेक्षा तो जास्त चांगला असतो; पण गुणात्मक पद्धतीत त्याचे स्पष्टीकरण मिळत नाही.

२) युग्मतुलना पद्धती (Paired Comparison Method)

गुणानुक्रम लावताना मूल्यांकनकर्त्यास काही क्लिष्ट बोधनिक प्रक्रिया कराव्या लागतात. मात्र, युग्मतुलना पद्धतीत ही प्रक्रिया सोपी केली जाते. युग्मतुलना पद्धतीत मूल्यांकनकर्ता प्रत्येक कर्मचाऱ्याची तुलना दुसऱ्या प्रत्येक कर्मचाऱ्याबरोबर करतो. ही तुलना प्रत्येक कर्मचाऱ्याचे सर्वंक निष्पादन लक्षात घेऊन केली जाते; जरी तुलनेची संख्या जास्त असली तरी प्रत्येक दोन कर्मचाऱ्याची तुलना प्रक्रिया आणि निर्णय तर्कसंगत व सोपा असतो. ज्या दोन कर्मचाऱ्यांची तुलना करावयाची आहे त्यांपैकी कोण चांगला आहे, याचा निर्णय मूल्यांकनकर्ता घेतो व तसे नोंदवून ठेवतो. अशा प्रकारे एका कर्मचाऱ्याची तुलना इतर प्रत्येक कर्मचाऱ्याबरोबर केली जाते. कर्मचारी, तुलनेमध्ये जेवढ्या कर्मचाऱ्याबरोबर श्रेष्ठ ठरतो तो त्याचा प्राप्तांक गृहीत धरला जातो. युग्म तुलना पद्धतीत कमीत कमी गुणांपासून सर्वोत्तम गुणांपर्यंत कर्मचाऱ्यांचा गुणानुक्रम लावला जातो. दोन कामगारांच्या गुणांमधील फरक सांगता येणे हा ह्या पद्धतीचा महत्त्वाचा फायदा आहे.

युग्म तुलना पद्धतीतील प्रमुख समस्या म्हणजे हे तुलनाकार्य अतिशय कंटाळवाणे आहे. प्रत्येक कर्मचाऱ्याची अनेकांबरोबर तुलना करावी लागते. समूहातील सदस्य संख्या वाढली तर तुलनेच्या जोड्याही वाढत जातात. तुलना जोड्यांसाठी पुढील सूत्र वापरले जाते : तुलना जोड्या = N (N - 1) / 2 उदा. एखाद्या पर्यवेक्षकाकडे ८ सहकारी असतील व त्यांचे सर्वंक मूल्यमापन करावयाचे असेल तर त्यांच्या एकूण जोड्या पुढीलप्रमाणे होतील.

$\frac{८\times(८-१)}{२}$ = २८. ह्या २८ जोड्यांच्या मूल्यमापनासाठी कितीतरी वेळ लागेल.

जर ह्या पद्धतीने कर्मचाऱ्यांच्या अनेक गुणांचे मापन करावयाचे असेल तर प्रत्येक गुणासाठी प्रत्येक कर्मचाऱ्याची इतर दुसऱ्या कर्मचाऱ्याशी तुलना करावी लागेल व ते कार्य अतिशय कंटाळवाणे व असह्य बनेल. त्याचप्रमाणे जर सहकाऱ्याची संख्या जास्त असेल तरीही तुलनाजोड्या वाढतात व ते कार्य अधिक तापदायक बनते. आता संगणकाच्या साहाय्याने हा तापदायकपणा कमी करता येतो. तथापि, जर कामगारांची संख्या जास्त असेल तर

त्यांचे गट पाडावेत आणि त्या कामगारांबरोबर जे काम करतात त्यांच्याकडे हे तुलना कार्य सोपवावे. जो मूल्यमापनकर्ता कर्मचाऱ्यांच्या रोजच्या संबंधातील असतो, जो कर्मचाऱ्यांचे दररोजचे कार्य पाहतो तोच त्यांचे अचूक मूल्यमापन करू शकतो.

३) अनिवार्य वितरण पद्धती (Forced Distribution Method)

अनिवार्य वितरण पद्धतीत मूल्यमापनकर्ता कर्मचाऱ्यांच्या कार्य निर्वर्तनानुसार सर्व कर्मचाऱ्यांना निश्चित काही प्रवर्गात विभागतो. विभागणीचा आराखडा बदलणारा असतो, तथापि, वितरणात बेलच्या (घंटेच्या) आकाराचा वक्र नेहमी उपयोगात आणला जातो. उदा. मूल्यांकन कर्त्यास १०% सर्वश्रेष्ठ कर्मचारी, २०% श्रेष्ठ कर्मचारी, ४०% सर्वसाधारण किंवा सरासरीवरील कर्मचारी (Average), २०% निकृष्ट कर्मचारी आणि १०% अतिनिकृष्ट कर्मचारी असे त्यांच्या नैपुण्याच्या आधारे विभागण्यास सांगितले जाते.

सक्तीच्या वितरण पद्धतीत एक मजेशीर प्रश्न असा निर्माण होतो की, निकृष्ट प्रवर्ग (Lower Catagory) म्हणजे काय? जर संघटना कर्मचाऱ्यांना कामावर घेताना विशेष काळजी घेत असेल आणि निकृष्ट वाटणाऱ्या कर्मचाऱ्यांनाही कामावर ठेवत असेल तर, आपणास हे स्वीकारावे लागते की, निकृष्ट प्रवर्गात वितरित झालेले काही कर्मचारीही स्वीकारार्ह आहेत. असे किती कर्मचारी आहेत हे वितरणाच्या आकारावर अवलंबून असते. अनिवार्य वितरण पद्धतीचा उपयोग करण्याअगोदर संघटनेने निवडक कर्मचाऱ्यांचा एक गट घेऊन त्याच्या आधारे एक श्रेष्ठवक्र तयार करावा व तो वक्र उपयोगात आणावा आणि नंतर निकृष्ट पातळीवरील प्रवर्ग किती प्रमाणात आहे, हे पाहून निष्पादनातील त्रुटी किती गंभीर आहेत हे लक्षात घ्यावे.

कर्मचाऱ्याच्या अतिशय मोठ्या गटाचे मूल्यमापन करावयाचे असेल तर 'अनिवार्य वितरण पद्धती' फायदेशीर ठरते. विशेषत: ह्या पद्धतीने निष्पादनाचे सर्वसमावेशक मूल्यमापन प्राप्त होते. त्याचप्रमाणे वेगवेगळ्या कार्यांसाठी ह्याच कार्यपद्धतीचा पुन:पुन्हा वापर करणेही शक्य आहे. ज्याप्रमाणे सर्वसामान्यांमध्ये तुलना पद्धती, विशिष्टांमध्ये गुणानुक्रम पद्धती, त्याप्रमाणे मूल्यांकनकर्त्यांच्या मर्यादित क्षेत्रामुळे निर्माण झालेली प्रवृत्ती अनिवार्य वितरण पद्धतीत कमी होते.

३.५ उपयोजन – ३६० अंशीय मूल्यमापन (Application - 360 Degree Evaluation)

औद्योगिक किंवा संघटनात्मक क्षेत्रांत कार्यरत असलेल्या कामगारांच्या कार्य निर्वर्तनाचे वेगवेगळ्या उद्देशाने मूल्यमापन केले जाते, हे आपण या प्रकरणातील मागील मुद्द्यांत अभ्यासलेले आहे. साधारणत: संघटनांतील उच्च पदस्थ किंवा वरिष्ठ पातळीवर कार्यरत असलेल्या व्यक्ती निम्न पदस्थांचे किंवा कनिष्ठ पातळीवर कार्यरत असलेल्या

कर्मचाऱ्यांचे मूल्यमापन करत असतात. उदा. पर्यवेक्षकांद्वारे कामगाराचे केले जाणारे मूल्यमापन. औद्योगिक क्षेत्रास किंवा संघटनेस विशिष्ट कर्मचाऱ्याच्या व्यावसायिक कारकिर्दीसंबंधीचा एखादा धोरणात्मक निर्णय (बढती, बदली, पदावनती इ.) घ्यायचा असतो. तेव्हा वरिष्ठांनी केलेल्या निर्वर्तन मूल्यमापनाच्या निष्कर्षावर पूर्णपणे अवलंबून राहायचे का? असा प्रश्न उपस्थित होतो; कारण निर्वर्तन मूल्यमापनातील प्रमाद लक्षात घेता कोणाही एका वरिष्ठाने केलेले मूल्यमापन वस्तुनिष्ठ, विश्वसनीय व पूर्वग्रहरहित असलेच, याची पूर्णपणे खात्री देता येत नाही. निर्वर्तन मूल्यमापनातील ही सदोषता पात्र, लायक व योग्य कर्मचाऱ्यांच्या अवमूल्यनास आणि अपात्र, अयोग्य व असक्षम कर्मचाऱ्यांच्या अतिमूल्यनास कारणीभूत ठरू शकते व त्याच्या परिणाम कर्मचाऱ्यांच्या उत्पादनाबरोबरच संघटनेच्या एकूण परिणामकारकतेवर होऊ शकतो. निर्वर्तन मूल्यमापनातील हे दोष टाळण्यासाठी आणि कामगारांच्या कार्य निर्वर्तनाचे सर्वंकष मूल्यमापन होण्यासाठी अचूक, वस्तुनिष्ठ व विश्वसनीय मूल्यमापन साधनाची आवश्यकता होती. ही आवश्यकता ३६० अंशीय मूल्यमापन साधनाद्वारे पूर्ण झालेली आहे, असे म्हणता येईल. थोडक्यात, निर्वर्तन मूल्यांकन ही कर्मचारी व पर्यवेक्षक यांच्यापुरती मर्यादित अभिप्राय किंवा प्रत्याभरण प्रक्रिया न राहता ती व्यापक, सर्वसमावेशक व सर्वंकष व्हावी यासाठी ३६० अंशीय मूल्यमापन पद्धती एक उत्तम पर्याय आहे.

३६० अंशीय मूल्यमापन ही कार्यनिर्वर्तन मूल्यमापनाची व्यापक, सर्वंकष व बहुस्रोतीय पद्धती किंवा प्रक्रिया असून तिचा उपयोग सर्वप्रथम १९४० मध्ये करण्यात आला (फ्लीनॉर आणि प्रिन्स, १९९७). मूल्यमापनाच्या या पद्धतीस किंवा साधनास बहुस्रोत मूल्यांकन, ३६० अंशीय प्रत्याभरण, बहुस्रोत अभिप्राय, बहु पदनिश्चयन, प्रत्याभरण इत्यादी नावाने देखील ओळखले जाते.

‘कर्मचाऱ्याच्या निर्वर्तनाचे निरीक्षण करणाऱ्या आणि त्यास प्रभावित करणाऱ्या व्यक्तींनी कर्मचाऱ्याच्या निर्वर्तनाबाबत दिलेल्या अभिप्रायाचे किंवा प्रत्याभरणाचे एकत्रीकरण म्हणजे ३६० अंशीय मूल्यमापन होय.’

‘कर्मचाऱ्याच्या निर्वर्तनाबाबत त्याच्या सभोवताली काम करणाऱ्या कामगारांकडून गोपनीय व निनावी अभिप्राय ज्या मूल्यमापन प्रक्रियेत मागितले जातात, त्यास ३६० अंशीय मूल्यमापन म्हटले जाते.’

‘३६० अंशीय मूल्यमापन ही एक व्यापक मूल्यांकन पद्धती असून तिच्यामध्ये कार्यस्थळावर कर्मचाऱ्याच्या संपर्कात आलेल्या सर्व स्रोतांच्या (वरिष्ठ, सहकामगार, मदतनीस, ग्राहक, पुरवठादार इ.) अभिप्रायाचा किंवा प्रत्याभरणाचा समावेश असतो.’

३६० अंशीय मूल्यमापनाच्या वरील तीन व्याख्यांच्या अनुषंगाने आपणास असे

म्हणता येईल की, ३६० अंशीय मूल्यमापन हे निर्वर्तन मूल्यांकनाचे एक बहुस्रोतीय मूल्यांकन साधन असून, त्यामध्ये कर्मचाऱ्याचे उच्चपदस्थ, निम्नपदस्थ, सहकर्मचारी व कर्मचाऱ्याच्या संपर्कात आलेले ग्राहक, पुरवठादार इत्यादींकडून आणि स्वत: त्या कर्मचाऱ्याकडून त्याच्या कार्यनिर्वर्तनाबाबत प्रत्याभरणात्मक अभिप्राय मागितले जातात व त्याद्वारे संबंधित कर्मचाऱ्यांचे सर्वंकष व सर्वसमावेशक मूल्यामापन केले जाते. या मूल्यमापन पद्धतीत प्रत्येक कर्मचाऱ्याला इतरांच्या निर्वर्तनाविषयी प्रत्याभरण देण्याची व स्वत:च्या निर्वर्तनाविषयी इतरांकडून प्रत्याभरण घेण्याची संधी उपलब्ध होते; त्यामुळे एका कर्मचाऱ्याच्या कार्यनिर्वर्तनाचे सर्व पदर उलगडण्यास मदत मिळते; थोडक्यात, कर्मचारी केंद्रस्थानी राहून त्याच्या सभोवताली कार्यरत असलेल्या सर्व कामगार स्रोतांकडून त्याच्या निर्वर्तन विषयक अभिप्राय मागवले जातात व त्याद्वारे त्याचे मूल्यमापन केले जाते.

३६० अंशीय मूल्यमापनाचे स्रोत

गटकार्य, कर्मचारी विकास आणि ग्राहक सेवा इत्यादींमधील वृद्धीसाठी कर्मचाऱ्याच्या निर्वर्तनाबाबत संघटना क्षेत्रातील किंवा औद्योगिक क्षेत्रातील सर्व स्रोतांकडून येणाऱ्या अभिप्रायावर अधिक भर देण्यात आलेला आहे. हे स्रोत पुढील आकृतीत दिलेले आहेत.

आकृती क्र. ३.१ : ३६० अंशीय मूल्यमापनाचे स्रोत

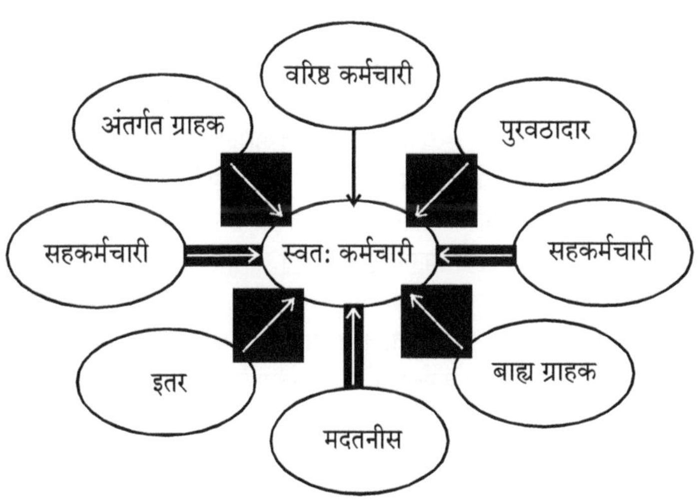

१) स्वत: कर्मचारी – ३६० अंशीय मूल्यमापनाचा हा एक महत्त्वाचा स्रोत आहे. या स्रोताच्या माध्यमातून कर्मचाऱ्याला स्वत:च्या बलस्थानांची व मर्यादांची, स्वत:च्या उपलब्धीची आणि स्वत:चे कार्य निर्वर्तन मूल्यांकन करण्याची संधी दिली जाते. स्व – मूल्यमापन ही वस्तूत: सामान्य बाब असली तरी ३६० अंशीय मूल्यमापनात तिचा अनौपचारिक भाग म्हणून वापर केला जातो. स्वत:च्या निर्वर्तनाविषयी कर्मचाऱ्याकडून जाणून घेण्यासाठी पर्यवेक्षक त्याच्याशी औपचारिक दृष्टिकोन ठेवून चर्चा करतो.

२) वरिष्ठ / उच्चपदस्थ – वरिष्ठाद्वारे कर्मचाऱ्याच्या निर्वर्तनाचे मूल्यमापन हा ३६० अंशीय मूल्यमापनाचा पारंपरिक स्रोत आहे. यामध्ये साधारणत: कर्मचाऱ्याच्या जबाबदारीचे आणि कार्य निर्वर्तनाचे मूल्यमापन पर्यवेक्षक, वरिष्ठ व्यवस्थापक, पहिल्या फळीतील व्यवस्थापक आदी करतात. संघटनेतील उच्चपदस्थांना संघटनेचे नियोजन, देखरेख, विकास, मूल्यांकन व हित / फायदे आदी बाबी विचारात घ्याव्या लागतात; यामुळे विशिष्ट कार्याच्या गरजा व त्या पूर्ण करण्याची कर्मचाऱ्याची प्रत्यक्ष योग्यता याबाबतचा सर्वंकष व व्यापक दृष्टिकोन ठेवून वरिष्ठ किंवा उच्चपदस्थ कर्मचाऱ्यांच्या निर्वर्तनाचे मूल्यमापन करतात. यासाठी वेगवेगळ्या तंत्राचा व पद्धतींचा वापर केला जातो.

३) कनिष्ठ / निम्न पदस्थ – मूल्यमापन प्रक्रियेतील हा ऊर्ध्वगामी स्रोत असून यामध्ये मदतनीस किंवा कनिष्ठ पदावर कार्यरत असलेल्या कर्मचाऱ्यांना त्यांच्या वरिष्ठांचे विशिष्ठ निकषांआधारे मूल्यांकन करण्याची संधी दिली जाते. ३६० अंशीय मूल्यमापन कार्यक्रमातील अत्यंत महत्त्वाचा, सार्थक व वादग्रस्त वैशिष्ट्ये असलेला हा स्रोत आहे. व्यवस्थापक आणि त्यांचे वरिष्ठ या दोहोंच्या दृष्टीने मदतनीस किंवा दुय्यम पदावर कार्यरत असलेले कर्मचारी हे अद्वितीय व बरेचदा महत्त्वाचे ठरत असल्यामुळे त्यांच्या मूल्यांकनाला विशेष महत्त्व प्राप्त झालेले आहे. व्यवस्थापकीय आणि पर्यवेक्षीय घटकांसंबंधी व वर्तनासंबंधी महत्त्वपूर्ण असलेली माहिती मदतनीसांच्या किंवा कनिष्ठ स्तरावर कार्यरत असलेल्या कर्मचाऱ्यांच्या पदनिश्चयनामधून प्राप्त होते. हे पदनिश्चयन प्रामुख्याने संप्रेषण क्षमता, नेतृत्वशैली, प्रेरणा, आवश्यक कौशल्ये व इतर आवश्यक क्षमता इत्यादी निकषांच्या आधारे केले जाते. थोडक्यात, कनिष्ठ पातळीवर कार्य करणाऱ्या कर्मचाऱ्यांना वरिष्ठ पातळीवर कार्य करणाऱ्या कर्मचाऱ्यांच्या निर्वर्तनाचे मूल्यांकन करण्याची संधी या स्रोतातून मिळते.

४) सहकर्मचारी – ३६० अंशीय मूल्यमापनाचा हा अत्यंत महत्त्वपूर्ण स्रोत आहे; कारण सहकर्मचारी हे एकमेकांचे सर्वांत महत्त्वाचे मूल्यमापक असतात. स्वत:च्या

सहकर्मचाऱ्याच्या कार्य निर्वर्तनाविषयी कर्मचाऱ्याचा विशिष्ट दृष्टिकोन असतो, तो जाणून घेतल्याशिवाय कर्मचाऱ्याच्या कार्य निर्वर्तनाचे सर्वंकष मूल्यमापन होऊच शकत नाही. सहकर्मचाऱ्यांना परस्परांच्या क्षमता, कौशल्ये व ज्ञान या बाबी तर माहीत असतातच पण या व्यतिरिक्त त्यांच्याकडे परस्परविषयक अनेक प्रकारची मूलभूत माहिती असते. ही माहिती संघटनेच्या वाटचालीच्या दृष्टीने किंवा विकासाच्या दृष्टीने महत्त्वाची असू शकते. अशी माहिती जाणून घेण्यासाठी कर्मचाऱ्यांकडून त्यांच्या सहकर्मचाऱ्यांचे मूल्यांकन होणे अभिप्रेत असते. उदा. कार्य दबावात काम करण्याची वृत्ती, मनोधैर्य, अंतर्गत व बाह्य सामाजिक संबंध, प्रेरणा, आवडी, कार्यपद्धत आदी बाबींची माहिती घेण्यासाठी सहकार्मचाऱ्यांचे अभिप्राय अत्यंत महत्त्वपूर्ण ठरतात; यामुळेच ३६० अंशीय मूल्यमापनात या स्रोताला विशेष महत्त्व आहे.

५) ग्राहक – काही संघटनांत किंवा औद्योगिक क्षेत्रात अंतर्गत व बाह्य ग्राहकांच्या माध्यमातून संबंधित कर्मचाऱ्याबाबत अभिप्राय घेतले जातात. या अभिप्रायाद्वारे संबंधित कर्मचाऱ्याच्या कार्यनिर्वर्तनाचे मूल्यांकन करता येते. ग्राहकांच्या या अभिप्रायांतून कर्मचाऱ्यांची कार्यतत्परता, सचोटी, माणसे हाताळण्याची पद्धत, संप्रेषण शैली, कार्यनिष्ठा आदी बाबी अवगत होण्यास मदत मिळते.

वरील मुख्य पाच स्रोतांव्यतिरिक्त पुरवठादार व इतर संबंधित व्यक्ती यांच्याकडूनही अभिप्राय मागविले जातात. या सर्वांमुळे कर्मचाऱ्यांच्या निर्वर्तनाचे सकल व सर्वंकष मूल्यमापन होण्यास मदत मिळते.

अनेक संशोधनातून हे निदर्शनास आलेले आहे की, ३६० अंशीय मूल्यमापन हे इतर मूल्यमापन प्रक्रियेच्या तुलनेत अधिक अचूक, विश्वसनीय व वस्तुनिष्ठ असते. यामुळेच यु. एस.च्या कर्मचारी व्यवस्थापन कार्यालयाने मूल्यमापनाची एक परिणामकारक पद्धती म्हणून ३६० अंशीय मूल्यमापन पद्धतीचा पुरस्कार केलेला आहे. आज जगात या पद्धतीचा अधिकाधिक प्रमाणात उपयोग होऊ लागलेला आहे.

३६० अंशीय मूल्यमापनाचा वापर कशासाठी

औद्योगिक किंवा संघटनात्मक क्षेत्रात प्रामुख्याने ३६० अंशीय मूल्यमापन पद्धतीचा वापर खालील दोन कारणासाठी केला जातो.

१) कर्मचाऱ्याच्या मर्यादा व बलस्थाने ओळखून त्यांना अधिक परिणामकारक करण्याचे एक विकासात्मक साधन म्हणून.

३६० अंशीय मूल्यमापन हे एक उच्च प्रकारचे आणि परिणामकारक विकासात्मक साधन आहे. या मूल्यमापन साधनात वरिष्ठापासून ते कनिष्ठापर्यंतचे सर्वांचे अभिप्राय लक्षात घेतले जात असल्यामुळे प्रत्येक कर्मचाऱ्याच्या मर्यादा व बलस्थाने समजून

घेण्यासाठी व मर्यादाना दूर करण्याच्या आणि बलस्थानात वृद्धी करण्याच्या प्रशिक्षण कार्यक्रमाची अंमलबजावणी करण्यासाठी या साधनाचा वापर केला जातो. शिवाय आपल्या सहकाऱ्यांव्यतिरिक्त आपले वरिष्ठ व कनिष्ठ आपले कसे मूल्यांकन करतात आणि वर्तनात्मक समायोजनासाठी आपणास कोणती कार्याधारित कौशल्ये विकसित करावी लागतील हे जाणून घेण्याची संधी देखील या मूल्यामापन साधनाद्वारे मिळते.

२) कर्मचाऱ्याच्या निर्वर्तनाचे मापन करण्याचे एक साधन म्हणून

कर्मचाऱ्याची नियुक्ती ज्या कार्यासाठी झालेली आहे ते कार्य कर्मचारी किती परिणामकारकपणे पार पाडतो याच्या मूल्यमापनासाठी ३६० अंशीय साधनाचा वापर केला जातो. कार्यगरजा पूर्ण करण्यासाठी आवश्यक असलेले ज्ञान, कौशल्ये व क्षमता कर्मचाऱ्यात किती प्रमाणात आहे हे जाणून घेण्यासाठी कौशल्य विकसनाच्या दृष्टिकोनातून प्रशिक्षण कार्यक्रमाच्या अंमलबजावणीसाठी निर्वर्तनाच्या उद्देशाची साध्यता तपासण्यासाठी आणि संघटनेच्या निर्वर्तनाची एकूण वार्षिक परिणामकारकतेची चिकित्सा करण्यासाठी या साधनाचा उपयोग केला जातो.

३६० अंशीय मूल्यमापनाचे फायदे

१) ३६० अंशीय मूल्यमापनामुळे निर्वर्तन मूल्यमापनाची विश्वासार्हता वाढण्यास मदत मिळते.
२) कर्मचाऱ्याच्या निर्वर्तनाकडे 'व्यापक' व विस्तृत दृष्टीने पाहण्याची संधी मिळते.
३) सहकाऱ्यांच्या अभिप्रायातून किंवा प्रत्याभरणातून स्व-विकास साधण्यास किंवा स्वत:ची बलस्थाने ओळखण्यास मदत मिळते.
४) अनेकांचे अभिप्राय व कल्पना यांच्या एकत्रीकरणातून अचूक मूल्यमापन साधले जाते.
५) सर्वंकष मूल्यमापनामुळे व्यक्तिनिष्ठतेला व पूर्णग्रहाला वाव राहत नाही.

थोडक्यात, ३६० अंशीय मूल्यमापनामध्ये कर्मचाऱ्याला कार्यस्थळरूपी वर्तुळाच्या (३६० अंशीय कोनाच्या) केंद्रस्थानी ठेवले जाते व वर्तुळाचे अविभाज्य भाग असलेल्या वेगवेगळ्या स्तरांवरील कर्मचाऱ्यांकडून (वेगवेगळ्या अंशांचे कोन) केंद्रस्थानी असलेल्या कर्मचाऱ्याच्या निर्वर्तनाबाबत अभिप्राय मागितले जातात. या अभिप्रायांचे एकत्रीकरण करून, संबंधित कर्मचाऱ्याच्या निर्वर्तनाचे सर्वंकष मूल्यमापन केले जाते.

सराव प्रश्न :

प्र. १) खालील प्रश्नांची थोडक्यात उत्तरे लिहा.

१) आकारघटीविषयी (Downsizing) थोडक्यात माहिती लिहा.

२) मूल्यमापनकर्ता या मूल्यमापन स्रोताची थोडक्यात माहिती लिहा.

३) ३६० अंशीय मूल्यमापनाचा प्रामुख्याने कशासाठी वापर केला जातो?

४) भारित चिन्हांकन सूचीविषयी माहिती द्या.

५) पदनिश्चयनातील प्रमादाविषयी माहिती लिहा.

प्र. २) खालील प्रश्नांची सविस्तर उत्तरे लिहा.

१) ३६० अंशीय मूल्यमापनाचे स्रोत विशद करून ३६० अंशीय मूल्यमापनाचे फायदे सांगा.

२) मूल्यमापनाच्या स्रोताविषयी सविस्तर चर्चा करा.

३) पदनिश्चयन - विरहित मूल्यांकन पद्धतींविषयी सविस्तर माहिती लिहा.

४) कार्य - निर्वर्तन मूल्यमापनाच्या उपयोगाविषयी माहिती लिहा.

प्र. ३) टिपा लिहा.

१) पदोन्नती.

२) सेवाजेष्ठता.

३) आकारघट (Downsizing).

४) निर्वर्तनविषयक माहिती.

५) अनिवार्य वितरण पद्धत.

६) युग्मतुलना पद्धत.

७) अनिवार्य निवड चिन्हांकन सूची.

८) ३६० अंशीय मूल्यमापनाचे फायदे.

९) पदनिश्चयनातील प्रमाद.

४ कार्यप्रेरणा

Motivation at Work

४.१. कार्य प्रेरणेची संकल्पना (Concept of Work Motivation)
४.२. प्रेरणांचे वर्गीकरण (Classification of Motivation)
४.३. कार्यप्रेरणा सिद्धान्त – गरज सिद्धान्त आणि बोधनिक सिद्धान्त (Theories of Work Motivation - Need Theories and Cognitive Theories)
४.४. प्रेरणा : स्वयंशिस्त प्रारूप (Motivation : Self Discipline Model)
४.५. उपयोजन – कामाच्या ठिकाणी प्रेरणा सिद्धान्ताचा उपयोग करणे. (Application Using Motivation Theory at Work)

प्रास्ताविक

ही एका वृद्ध व्यक्तीची आणि तरुण मुलांची गोष्ट आहे. शाळा सुटल्यानंतर रोज दुपारी ही मुले वृद्ध व्यक्तीच्या घरासमोर फूटबॉलचा खेळ खेळत असत. मुलांचे हे रोजचे खेळणे, आनंदाने बागडणे, ओरडणे त्या वृद्ध व्यक्तीला पसंत नव्हते. अनेक उन्हाळे – पावसाळे पाहिलेला अनुभवसंपन्न वृद्ध स्वभावाने शांत, संयमी आणि हुशार होता. आपल्या घरासमोर खेळणाऱ्या मुलांची खेळण्याची प्रेरणा कमी व्हावी म्हणून त्याने विचारपूर्वक एक मार्ग अवलंबण्याचे ठरवले.

एका सोमवारी त्या वृद्ध व्यक्तीने दारातूनच सर्व मुलांना बोलवून घेतले आणि त्यांना विचारले, तुमच्या खेळाच्या प्रत्येक डावाला जर काही पैसे मिळाले तर तुम्हाला आवडेल का? स्वाभाविकपणे सर्वच मुलांनी असा विचार केला, आजोबांची कल्पना

उत्तम आहे व त्यांनी ती लगेच स्वीकारली. परिणामी केवळ उत्साह, हर्ष, आनंदासाठी फुटबॉलचा खेळ खेळणारी ही मुले आता पैसे मिळविण्यासाठी खेळू लागली. वृद्ध आजोबांनी पुढील काही आठवडे मुलांना खेळाच्या प्रत्येक डावाला ठरावीक रक्कम दिली.

पुढच्या एका सोमवारी ही सर्व मुले नेहमीप्रमाणेच उत्साहाने, मौज-मस्तीने, आनंदाने फूटबॉल खेळण्यासाठी त्यांच्या नेहमीच्या ठिकाणी येतात. तेव्हा त्यांना आश्चर्याचा धक्का बसतो; कारण खेळाच्या प्रत्येक डावाला पैसे देणारे आजोबा दारात नसतात आणि मुलांना तर आता प्रत्येक डावाला पैसे मिळण्याची अपेक्षा प्रस्थापित झालेली असते. त्यामुळे ही सर्व मुले घराजवळ जातात व दार वाजवून आजोबांना पैसे घेऊन दारात उपस्थित न राहण्याचे कारण विचारतात. आजोबांचे उत्तर ऐकून त्यांना आश्चर्याचा दुसरा धक्का बसतो; कारण आजोबा सांगतात, माझ्या घरासमोर तुम्ही फूटबॉल खेळावे म्हणून तुम्हाला नेहमीच पैसे दिले पाहिजे अशी माझी योजना नाही; त्यामुळे मी आता पैसे देऊ शकत नाही. परिणामी, मुलांनीही आजोबांना ठणकावून सांगितले, जर तुम्ही आम्हाला पैसे देणार नसाल तर आम्हीदेखील तुमच्या दारासमोर खेळणार नाही; की जे आजोबांना हवेच होते.

कामाच्या ठिकाणी, आपल्या सभोवताली, जीवनाच्या प्रत्येक परिक्षेत्राकडे शोधक नजरेने पाहिले तर जगण्यासाठी प्राणिमात्रांची सर्वत्र धडपड चाललेली दिसून येते व या धडपडीचा उगम प्रेरणेत सापडतो. मानव व प्राण्यांच्या वर्तनामागील नेमक्या प्रेरणा जाणून घेण्यासाठी आपण नेहमीच प्रयत्नशील असतो; कारण उपरोक्त उदाहरणातील मुलांची खेळण्याबाबतची प्रेरणा बदलवणाऱ्या आजोबांप्रमाणेच आपल्यालाही इतरांच्या वर्तनात अपेक्षित बदल घडवून आणायचा असतो.

आपल्या सभोवताली काही व्यक्ती अशा असतात, आपल्याला नको असलेल्या वर्तन प्रतिक्रिया त्यांच्याकडून मिळतात आणि मग प्रश्न निर्माण होतो, व्यक्ती अमुक एका तऱ्हेने का वागते? त्याच्या वर्तनात अपेक्षित बदल कसा घडवता येईल? यासारख्या प्रश्नांचा उलगडा केला जातो तेव्हा त्यासाठी प्रेरणांचाच आधार घेतला जातो. एकाच प्रेरणेतून अनेक वर्तनप्रकार व एकाच वर्तनप्रकारामागे अनेक प्रेरणा अशी प्रेरणा व वर्तनाची गुंतागुंत मानवी जीवनात दिसून येते व त्याचा शास्त्रीय अभ्यास करण्याच्या हेतूने मानसशास्त्रज्ञांनी प्रेरणेचे स्वरूप, वर्गीकरण, प्रेरणा सिद्धान्त अशा मांडणीतून मार्ग काढला आहे. त्याचा मागोवा प्रस्तुत प्रकरणात घेतला आहे.

४.१ कार्य प्रेरणेची संकल्पना (Concept of work Motivation)

मानवी अथवा प्राणिवर्तन समजून घेण्यासाठी आज शैक्षणिक, सामाजिक आणि औद्योगिक क्षेत्रांतील सर्वच अभ्यासक प्रेरणा - प्रक्रियेचा आधार घेतात. विविध तज्ज्ञांनी

आपली स्वत:ची अशी प्रेरणेची व्याख्याही तयार केलेली दिसते. सामान्यपणे गरजा, ध्येये, आवश्यकता, हेतू, इच्छा, प्रचोदन, प्रेरके आणि प्रलोभने इत्यादींपैकी एक अथवा अनेक शब्दांचा उपयोग करून 'प्रेरणा' या संज्ञेची व्याख्या केलेली आढळते. प्रेरणेला इंग्रजी भाषेत 'Motivation' हा शब्द वापरला जातो. तो लॅटिन भाषेतील 'Movere' या शब्दापासून तयार झाला आहे व त्याचा अर्थ 'To move' म्हणजेच गती देणे असा आहे.

'प्रेरणा' या संज्ञेचा अर्थ अधिक व्यापक स्वरूपात स्पष्ट करण्यासाठी 'फ्रेड ल्युथान्स' यांनी आपल्या 'संघटनात्मक वर्तन' या ग्रंथामध्ये अशी व्याख्या दिली आहे की, ''प्रेरणा ही एक प्रक्रिया आहे – (i) जिचा शारीरिक अथवा मानसिक न्यूनतेतून वा गरजेतून प्रारंभ होतो. (ii) जिच्यामुळे वर्तन अथवा प्रचोदना क्रियाशील होतात आणि (iii) ध्येये अथवा प्रलोभने प्राप्त करणे हा त्यामागचा हेतू असतो.''

प्रेरणा – प्रक्रिया अधिक सुलभपणे समजावून सांगण्यासाठी ल्युथान्स यांनी वरील व्याख्येतील गरजा, प्रचोदना आणि प्रलोभने या संकल्पनांचा परस्परसंबंध खालील आकृतीद्वारे दर्शविला आहे.

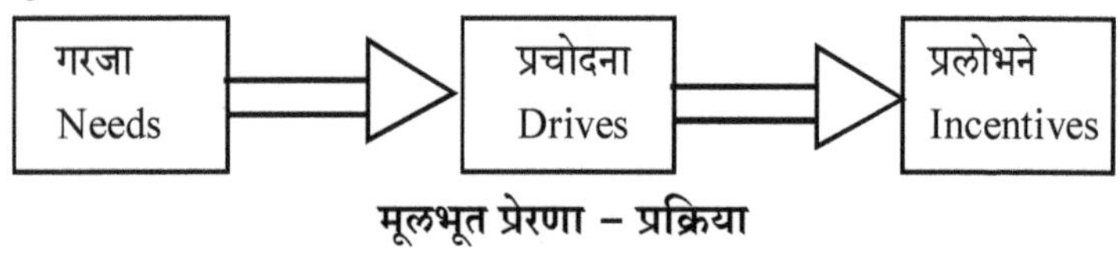

मूलभूत प्रेरणा – प्रक्रिया

आकृतीतील घटकांचा अर्थ व परस्परसंबंध खालीलप्रमाणे –

१) गरजा (Needs) – जेव्हा शारीरिक अथवा मानसिक असमतोल उद्‌भवतो तेव्हा गरजा निर्माण होतात. उदा., – शरीरातील पेशींचे अन्न अथवा पाण्यापासून वंचन झाल्यामुळे भूक आणि तहानेची गरज निर्माण होते, तर सामाजिक वंचनामुळे सहवासाची गरज निर्माण होते.

मानसशास्त्रीय गरजा मानसिक न्यूनतेवर अवलंबून असतात हे खरे असले तरी प्रत्येक वेळी तसे असेलच असे नाही. उदा., – उच्च – पदस्थ अधिकारी बनण्याच्या प्रेरणेने प्रेरित झालेल्या व्यक्तीने सातत्याने यश संपादन करून (अधिकार–पदांचा सोपान क्रम प्राप्त करून) ध्येयाच्या दिशेने यशस्वी वाटचाल केलेली दिसते.

२) प्रचोदना (Drives) – गरज शमविण्याच्या हेतूने प्रलोभन अथवा प्रबलकाविषयी केलेली अपेक्षा म्हणजे 'प्रचोदना' होय. मानसशास्त्रामध्ये प्रचोदन आणि प्रेरण हे शब्द एकाच अर्थाने वापरले जातात. गरजा अथवा न्यूनता कमी करण्याच्या हेतूने विशिष्ट दिशेने क्रियाशील होण्याबाबत केलेल्या अपेक्षेला 'प्रचोदना' म्हणता येते. शारीरिक व मानसिक प्रचोदना कृती–अभिमुख असतात व त्यांच्यामुळे प्रलोभनापर्यंत पोहचण्याची

तीव्र शक्ती प्राप्त होते. प्रेरणा प्रक्रियेत प्रचोदन केंद्रीय स्थानी असते. गरज शमविण्याच्या हेतूने अन्न वा पाण्याची (प्रलोभने) केलेली अपेक्षा अनुक्रमे भूक आणि तहान या प्रेरणांच्या रूपात संक्रमित होते. थोडक्यात, प्रचोदनांचे संक्रमित रूप म्हणजेच 'प्रेरणा' होय. जसे, मैत्रीच्या गरजेतून संलग्नतेची/सहवासाची प्रचोदना निर्माण होते.

३) प्रलोभने (Incentives) – प्रलोभन हा प्रेरणा – प्रक्रियेतील शेवटचा घटक आहे. गरज शमविणाऱ्या आणि प्रचोदना कमी करणाऱ्या कोणत्याही घटकाला 'प्रलोभन' असे म्हणतात. गरज वा न्यूनतेमुळे निर्माण झालेला असमतोल अपेक्षित प्रलोभन प्राप्त झाल्यामुळे नष्ट होतो व पूर्ववत शारीरिक व मानसिक समस्थितीची अवस्था निर्माण होते. परिणामी, प्रचोदना घटते व विशिष्ट बिंदूला थांबते. उदा., अन्न खाण्यामुळे वा पाणी पिण्यामुळे अनुक्रमे भूक आणि तहानेची गरज शमते तर इतरांशी मैत्रीचे संबंध जडल्यामुळे संलग्नता / सहवासाची गरज शमते.

प्रेरणा हा सजीवांच्या वर्तनाला प्रवृत्त करणारा घटक आहे. प्रेरणा हा वर्तनातील आंतरिक घटक असल्यामुळे प्रेरणेचे प्रत्यक्ष निरीक्षण करता येत नाही; तथापि प्रेरित वर्तन दिसू शकते व त्याआधारे प्रेरणेविषयी अनुमान बांधता येते. प्रेरणेचे हे संकीर्ण स्वरूप निश्चितपणे उलगडून सांगता न आल्याने प्राचीन काळी प्रेरणा देणाऱ्या तत्त्वास 'मानवी यंत्रातील भूत' (Ghost in the machine) असे म्हटले जाई.

प्रेरणा – प्रक्रियेची गुंतागुंत समजावून सांगण्यासाठी मानसशास्त्रज्ञ प्रेरणेची अशी सक्रियात्मक व्याख्या करतात, ''प्रेरणा म्हणजे वर्तनास प्रवृत्त करणारा (गती देणारा), दिशा देणारा व उद्दिष्ट प्राप्तीपर्यंत सातत्याने धडपड करावयास लावणारा वैशिष्ट्यपूर्ण (आंतरिक) घटक होय.''

वरील व्याख्येवरून प्रेरणेची खालील गुणवैशिष्ट्ये सांगितली जातात.

i) सजीवास वर्तनप्रवृत्त करणे, वर्तनाला चालना देणे किंवा गती देणे हे प्रेरणेचे पहिले वैशिष्ट्य होय.
ii) प्रेरणेमुळे वर्तनातील स्वैरपणा नष्ट होतो व ते विशिष्ट दिशेने घडते.
iii) सातत्यपूर्णता हा प्रेरित वर्तनाचा एक आवश्यक गुण आहे. उद्दिष्ट प्राप्त होईपर्यंत अखंडितपणे प्रेरित वर्तनात सातत्य राखले जाते.

४.२ प्रेरणांचे वर्गीकरण (Classification of Motivation)

मानव आणि प्राणी यांच्या वर्तनामागे दडलेल्या विविध प्रेरणांचे वर्गीकरण करण्याबाबत मानसशास्त्रज्ञांमध्ये एकमत आढळत नाही. तथापि, प्रेरणांचे स्वरूप व कार्याच्या भिन्नतेवरून त्यांचे खालीलप्रमाणे तीन प्रकारांत वर्गीकरण करता येते.

(i) प्राथमिक प्रेरणा
(ii) सामान्य प्रेरणा
(iii) दुय्यम प्रेरणा

i) प्राथमिक प्रेरणा – प्रेरणांच्या वर्गीकरणाबाबत मानसशास्त्रज्ञांमध्ये भिन्न-भिन्न दृष्टिकोन आढळत असले तरी काही प्रेरणा जन्मजात असतात, त्या अनधीत किंवा असंपादित स्वरूपाच्या असतात. त्या शरीरविज्ञानावर आधारित असतात व त्यांचा जीवनधारणेशी संबंध असतो. याबाबत सर्वांचे एकमत आहे व अशा सर्व प्रेरणांना शारीरिक, जैविक किंवा प्राथमिक प्रेरणा म्हणून ओळखले जाते. प्राथमिक प्रेरणांमध्ये भूक, तहान, निद्रा, लैंगिक प्रेरणा, दुःखवेदना टाळण्याची प्रेरणा आणि मातृत्वाशी निगडित गरजांचा समावेश होतो.

जीवनव्यवहार चालू राहण्यासाठी प्राथमिक प्रेरणांची पूर्तता होणे अत्यावश्यक असते. म्हणूनच प्रेरणा – पूर्ततेचा प्राधान्यक्रम ठरविताना प्राथमिक प्रेरणांना अग्रक्रम दिला जातो. अर्थात, प्राथमिक प्रेरणा नेहमीच अग्रक्रमावर राहतील असे मात्र नाही; कारण काही परिस्थितींमध्ये प्राथमिक प्रेरणांपेक्षा सामान्य आणि दुय्यम प्रेरणांना अधिक महत्त्व येऊ शकते. उदा., – संन्यासी अथवा धर्मोपदेशकाने ब्रह्मचर्याचे पालन करून स्वतःचे संपूर्ण जीवन सामाजिक आणि धार्मिक कार्यासाठी समर्पित करणे. या उदाहरणामध्ये संन्यासी वा धर्मोपदेशकाच्या ठिकाणी 'लैंगिक प्रेरणा' या प्राथमिक प्रेरणेपेक्षा सामान्य वा दुय्यम गटातील सामाजिक व धार्मिक प्रेरणांना अधिक महत्त्व प्राप्त झालेले दिसते.

ii) सामान्य प्रेरणा – प्रेरणांचे वर्गीकरण करताना प्रत्येक ठिकाणी 'सामान्य प्रेरणांचे' स्वतंत्र गटात वर्णन केलेले दिसत नाही. तथापि, काही संशोधकांच्या मते प्राथमिक आणि दुय्यम प्रेरणांच्या सीमालगत भागात अनेक प्रेरणा आढळतात, ज्यांना प्राथमिक वा दुय्यम गटांत टाकता येत नाही. या सर्व प्रेरणांना सामान्य प्रेरणा म्हणून ओळखले जाते. सामान्य प्रेरणांमध्ये जिज्ञासा (curiosity), कारक-व्यापार (Manipulation), क्रिया-व्यापार (Activity) आणि भावात्मक (Affection) प्रेरणांचा समावेश होतो.

सामान्य प्रेरणांचे वैशिष्ट्य म्हणजे त्या अनधीत स्वरूपाच्या असतात पण त्यांना शारीरिक आधार नसतो अथवा शारीरिक गरजांमधून त्या निर्माण होत नाहीत. शारीरिक गरज उद्‌भवली व्यक्ती गरजेमुळे निर्माण होणारा ताण अथवा उद्दीपन कमी करण्याच्या हेतूने प्रेरित होते; तर सामान्य प्रेरणा व्यक्तीला उद्दीपित करण्यासाठी उत्तेजना पुरवितात व म्हणूनच काही संशोधक सामान्य प्रेरणांचा 'उद्दीपक प्रेरणा'(stimulus Motivation) असा उल्लेख करतात.

iii) दुय्यम प्रेरणा – संघटनांतर्गत मानवी वर्तनाचा अभ्यास करण्यासाठी प्राथमिक प्रेरणांपेक्षा सामान्य प्रेरणाच अधिक महत्त्वाच्या असतात असे मानले जाते आणि हे खरे

असेल तर पुढे जाऊन असे म्हणता येते, संघटनांतर्गत वर्तनाच्या अभ्यासात सामान्य प्रेरणांपेक्षाही दुय्यम प्रेरणांना अधिक महत्त्व प्राप्त होते. भूक, तहान अथवा इतर जैविक / प्राथमिक प्रेरणा जीवन धारणेच्या दृष्टीने अतिशय महत्त्वाच्या असतात व त्यांची पूर्तता होणेदेखील तितकेच महत्त्वाचे असले तरी आर्थिकदृष्ट्या विकसित परिस्थितीत राहणाऱ्या व्यक्तींच्या दृष्टीने त्या प्रभावीप्रेरणा म्हणून ओळखल्या जात नाहीत. जसे उच्च आर्थिक मिळकत असलेल्या व्यक्तीला खाण्या-पिण्याची भ्रांत नसते; कारण त्यांनी प्राथमिक प्रेरणांचे यथायोग्य निर्मूलन (पूर्तता) करण्याची व्यवस्था विकसित केलेली असते. परिणामी, अशा व्यक्तींचे वर्तन दुय्यम प्रेरणांद्वारे अधिक प्रभावित झालेले दिसते.

दुय्यम प्रेरणा या अध्ययनार्जित वा संपादित स्वरूपाच्या असतात. अध्ययन प्रक्रियेतील प्रबलन तत्त्व दुय्यम प्रेरणेशी संकल्पनात्मक आणि व्यावहारिक दृष्ट्या संबंधित असे आढळते. 'प्रेरित वर्तनाची वारंवारता वाढविण्याच्या प्रक्रियेला प्रबलन असे म्हणतात तर प्रक्रियेअंतर्गत घटकाला 'प्रबलक' असे म्हणतात.' दुय्यम प्रेरणांमध्ये सिद्धी प्रेरणा, सत्ता / प्रभुत्व प्रेरणा, संलग्नता प्रेरणा, सुरक्षितता प्रेरणा आणि दर्जा-प्रतीके प्रेरणा इत्यादींचा समावेश होतो. व्यक्तीचे कार्य-वर्तन आणि संघटनात्मक वर्तन निर्धारित करण्यामध्ये दुय्यम प्रेरणांचाच अधिक वाटा असतो.

१९ व्या शतकात काही तत्त्ववेत्त्यांनी व धर्मशास्त्रज्ञांनी द्वैतवादी सिद्धान्ताच्या आधारे प्रेरणेच्या अभ्यासाला चालना दिली. या दृष्टिकोनानुसार प्राणी-वर्तन प्रथमत: शारीरिक प्रेरणांमुळे निर्धारित केले जाते व त्यासाठी जैविक प्रेरके किंवा प्रचोदना जबाबदार असतात असे गृहीत धरले होते. मात्र, मानवीवर्तन शारीरिक आणि आध्यात्मिक / धार्मिक अशा दोन्ही प्रकारच्या प्रेरणांमुळे निर्धारित केले जाते व आत्मा, मन, इच्छा इत्यादी घटक मानवी वर्तनांची आध्यात्मिक निर्धारके होत असा उल्लेख आढळतो.

१९ व्या शतकाच्या शेवटी - शेवटी विविध क्षेत्रांत झालेल्या संशोधनामुळे बौद्धिक क्षेत्रांत अनेक क्रांतिकारी बदल झाले. परिणामी, प्रेरणाविषयक सिद्धान्तातदेखील काही नावीन्यपूर्ण बदल झालेले दिसतात. प्रेरणाविषयक दृष्टिकोनातून वैकासिक बदल घडवून आणणाऱ्या दोन महत्त्वपूर्ण घटना पुढीलप्रमाणे सांगता येतात- (i) चार्ल्स डार्विनचे उत्क्रांतिवादावरील संशोधन कार्य आणि (ii) शरीररचनेचा शास्त्रीय अभ्यास.

डार्विनने मांडलेल्या उत्क्रांतिवादावरील विचारांमुळे इतर प्राणी व मानव-प्राणी हे परस्परांहून भिन्न असतात हा विचार हळू-हळू धूसर होत गेला. कारण उत्क्रांतिवादात असे विचार मांडले होते, मानवासह सर्व प्राणिमात्रांची निर्मिती एकाच पूर्वजापासून झालेली आहे. वर्तमानस्थितीमध्ये विविध प्राणिमात्रांमध्ये दिसणारी भिन्नता अथवा फरक हा कालपरत्वे झालेल्या उत्क्रांतीच्या परिणामांमुळे उद्‌भवलेला आहे.

१९ व्या शतकात आणखी एक महत्त्वाची गोष्ट लक्षात आली. ती म्हणजे, ''इतर विज्ञान शाखांप्रमाणेच वर्तनाचाही शास्त्रीय अभ्यास करण्यासाठी प्रायोगिक पद्धती वापरता येते, इतर प्रयोगांप्रमाणेच वर्तनावरील प्रायोगिक निष्कर्षातही सातत्यता आढळते व वर्तनाचा अभ्यास करण्यासाठी प्रमाणित प्रायोगिक पद्धतीचा उपयोग करता येतो.''

'मानव आणि इतर प्राण्यांचे वांशिक पूर्वज एकच असल्यामुळे ते परस्परांहून खूप भिन्न नाहीत' या डार्विनच्या गृहीतकाचा आधार घेत शरीरशास्त्रज्ञांनी वर्तनाचा प्रायोगिक अभ्यास करण्यासाठी प्राण्यांचा प्रयुक्त म्हणून वापर करण्यास सुरुवात केली. त्याचप्रमाणे प्राण्यांवरील प्रायोगिक निष्कर्षांचा उपयोग करून, सामान्यीकरण तत्त्वांच्या आधारे मानवी वर्तनाचे स्पष्टीकरण देऊ लागले. 'प्राण्यांवरील प्रयोग' ही मानसशास्त्रातील एक क्रांतिकारी घटनाच मानली जाते; कारण या घटनेमुळे मानसशास्त्रीय प्रयोगांचे वा संशोधनाचे प्रयुक्त म्हणून मानवावरील अवलंबित्व संपुष्टात आले असे म्हटले तर वावगे ठरणार नाही.

उपरोक्त विकासात्मक घडामोडींच्या पार्श्वभूमीवर असा एक विचार पुढे आला, 'व्यक्तीच्या ठिकाणी उत्क्रांत होणाऱ्या इच्छा म्हणजेच मन होय.' त्यामुळे मन म्हणजे व्यक्तीला मिळालेली 'ईश्वरदत्त शक्ती' होय, हा दृष्टिकोन हळू-हळू दुर्बल होत गेला आणि प्रकटणाऱ्या इच्छा म्हणजेच मन हा दृष्टिकोन बळकट झाला. परिणामी, 'मन' या संकल्पनेच्या अभ्यासात विविध प्रकारच्या अनुभवातून विकसित होणाऱ्या इच्छांना महत्त्व प्राप्त झाले. या काळात संशोधकांनी असे गृहीत धरले होते, 'इच्छा' या मनाचा अंश असतात आणि त्या प्राथमिक प्रेरक म्हणून कार्य करतात. त्याचप्रमाणे अनुभव हा इच्छेचा निर्धारक असतो. याच काळात डेकार्ट यांनी इच्छा आणि शारीरिक क्रिया-प्रक्रिया परस्पर-संबंधित असतात असे मत मांडून शास्त्रीय संशोधनाला एक नवे दालन खुले करून दिले. डेकार्ट यांनी उपरोक्त संदर्भात खालील विचार मांडले.

i) प्राणि-वर्तन आंतरिक आणि बाह्य परिवेशामुळे प्रेरित झालेले असते.
ii) परिवेश - परिस्थितीला कुशलतेने हाताळून अथवा कार्यान्वित करून प्राणि-वर्तनाचा अभ्यास करता येऊ शकतो.
iii) मानव व इतर प्राण्यांमध्ये काही प्रमाणात साम्य आढळते व त्यामुळे ज्या पद्धतींद्वारे प्राण्यांच्या प्रेरणांचा अभ्यास करता येतो त्या पद्धतींद्वारे मानवी प्रेरणांचाही अभ्यास करता येऊ शकतो.

४.३ कार्यप्रेरणा सिद्धान्त - गरज सिद्धान्त आणि बोधनिक सिद्धान्त (Theories of work motivation - Need Theories and Cognitive Theories)

प्रेरणा प्रक्रियेचे शास्त्रीय स्वरूप स्पष्ट करण्याच्या हेतूने उद्‌भवलेल्या उपरोक्त घडामोडींमधूनच कार्यप्रेरणाविषयक सिद्धान्त उदयाला आलेले दिसतात. सिद्धान्त म्हणजे

काय, हे आजकाल सर्वांनाच माहीत असते. अभ्युपगम म्हणजे वस्तुस्थिती सिद्ध होण्यापूर्वी त्याबाबत केलेला तर्क असतो व सत्यतेच्या कसोटीवर सिद्ध होण्याअगोदर त्याला अंदाज म्हणूनच गृहीत धरले जाते. परीक्षणानंतर त्याचा स्वीकार होतो वा अस्वीकार होतो. थोडक्यात, परिस्थितीतील वास्तव घटकांबाबत तर्कानुमानाद्वारे केलेले विधान म्हणजे अभ्युपगम होय, कि जे सत्यतेच्या कसोटीवर सिद्ध झालेले नसते आणि वस्तुस्थिती म्हणून त्याचा स्वीकारही केलेला नसतो. मात्र आपल्याला त्याच्या सत्यतेबाबत काही पुरावे मिळालेले असतात. अर्थात, हे खरे असले तरी तो अभ्युपगम आहे हे नेहमी लक्षात घेतले पाहिजे.

सिद्धान्त म्हणजे काय? आणि आपल्याला त्याची आवश्यकता का वाटते? या बाबत विचार केल्यावर असे लक्षात येते, कि 'वास्तवातील काही घटकांबाबत सर्जनशीलतेच्या आधारे संरचित केलेल्या विधानांच्या संचाला 'सिद्धान्त' असे म्हणतात.' उदा. – 'कार्यवर्तन' ही वास्तव परिस्थिती होय तर 'प्रलोभन योजनांचा कार्यवर्तनावर धन परिणाम होतो' हे विधान म्हणजे 'सिद्धान्त' होय. सिद्धान्त दोन घटकांचा मिळून तयार होतो.

i) मूलभूत गृहीतकांचा संच.

ii) गृहीतकांच्या सक्रियात्मक व्याख्यांचा संच.

सिद्धान्त आपल्यासाठी काय करू शकतात किंवा सिद्धान्तांचा उपयोग काय? या बाबतही अनेक स्पष्टीकरणे दिली जातात. जसे की, संशोधनकार्यासाठी प्रस्थापित सिद्धान्त मार्गदर्शक ठरू शकतात. पूर्वीच्या संशोधन प्रक्रियेतून सुटलेल्या अथवा नव्याने सुचलेल्या घटकांबाबत अभ्युपगम मांडण्याची दृष्टी सिद्धान्तामुळे मिळू शकते. सिद्धान्तामध्ये मांडलेल्या आणि सत्यतेच्या कसोटीला उतरलेल्या गृहीतकांच्या आणि व्याख्यांच्या आधारे व्यक्तिवर्तनाचे भाकीत करता येऊ शकते. कामाच्या ठिकाणी उद्भवणाऱ्या दैनंदिन वर्तन–समस्या सोडविण्यासाठी सिद्धान्त उपयुक्त ठरू शकतात. विशिष्ट परिस्थिती वा व्यक्ति वर्तनाबाबत व्यवहार्य निर्णय घेताना सिद्धान्ताची मदत होऊ शकते. सिद्धान्तामुळे आपल्याला ज्ञात असलेल्या कार्य–वर्तनाची एकसंध संदर्भ चौकट अचूकपणे देता येते व त्यामुळे त्या वर्तनाविषयी अधिक ज्ञान प्राप्त करण्याच्या हेतूने पुढील संशोधनाची योजनाही आखता येते.

वर्तनाचे स्पष्टीकरण आणि विश्लेषण करण्याच्या हेतूने मानसशास्त्रात अनेक सिद्धान्त मांडलेले आहेत. हे सर्व सिद्धान्त प्रामुख्याने दोन प्रकारच्या आकृतिबंधात आढळतात.

i) सामान्य सिद्धान्त (General Theory)

ii) विशिष्ट सिद्धान्त (Specific Theory)

सामान्य सिद्धान्त विस्ताराने अधिक व्यापक असतो तर विशिष्ट सिद्धान्तांची व्याप्ती मर्यादित असते. सामान्य सिद्धान्ताच्या आधारे कोणत्याही प्रकारच्या वर्तन – घटनांचे स्पष्टीकरण देता येऊ शकते; याउलट, विशिष्ट सिद्धान्त केवळ मर्यादित स्वरूपाच्या विशिष्ट

वर्तन घटनांचेच स्पष्टीकरण देऊ शकतात. कार्यप्रेरणांविषयक सिद्धान्ताकडे दृष्टिक्षेप टाकल्यास वरीलप्रमाणे दोन्ही प्रकारचे सिद्धान्त मांडलेले आढळतात.

२० व्या शतकाच्या प्रारंभापासून ते आजपर्यंत प्रेरणा-प्रक्रियेवर भरपूर संशोधन झालेले आहे. प्रेरणा-प्रक्रिया स्पष्ट करण्याच्या हेतूने विविध संशोधकांनी सिद्धान्त मांडलेले आहेत. काही संशोधकांनी प्रेरणेचे वर्णन करताना प्रेरणांतर्गत आशय-घटकांना अधिक महत्त्व दिलेले आहे तर काहींनी प्रेरणांतर्गत प्रक्रियेचे स्वरूप स्पष्ट करण्याचा प्रयत्न केलेला आहे. संशोधकांचा तिसरा गट मात्र वरील दोन्ही दृष्टिकोनांमध्ये समन्वय साधणारा दिसतो हे खालील आकृतीत संक्षिप्तपणे दर्शविले आहे.

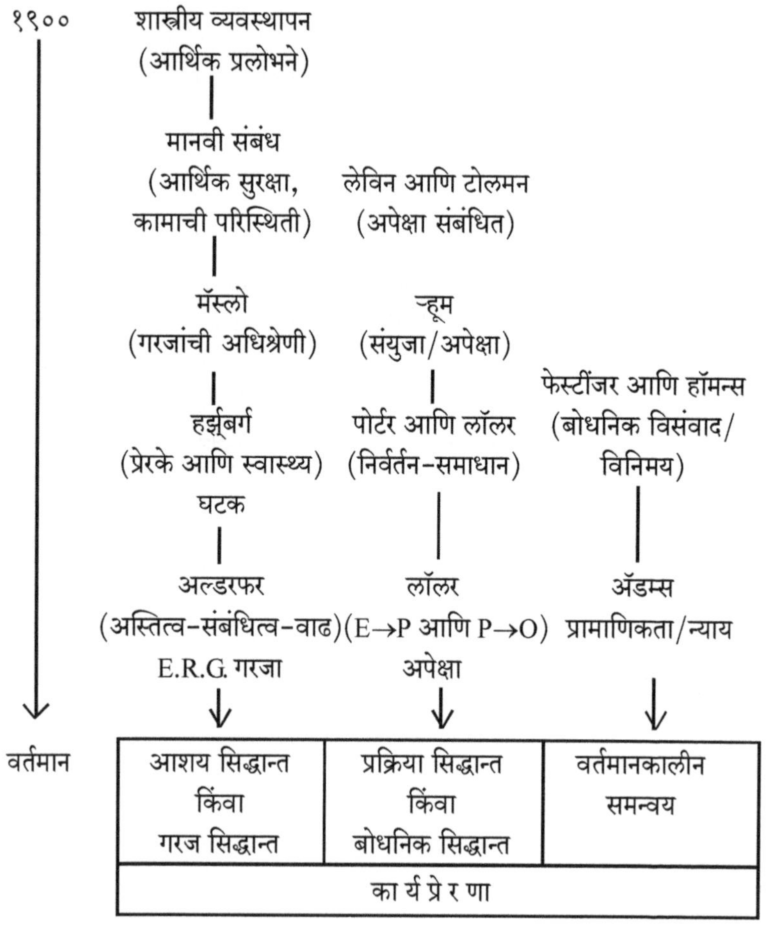

वरील आकृतीवरून असे लक्षात येते, कार्य – प्रेरणा – सिद्धान्ताचे तीन गट पडतात.

१) आशय सिद्धान्त

२) प्रेरणाविषयक प्रक्रिया सिद्धान्त आणि

३) वर्तमानकालीन सिद्धान्त

या तीन गटांतील प्रमुख सिद्धान्ताची संक्षिप्त माहिती खालीलप्रमाणे –

१) प्रेरणाविषयक आशय/गरज सिद्धान्त (The Content / Need Theories of Work Motivation) -

ज्या सिद्धान्तामध्ये प्रेरणांतर्गत घटकांच्या आशयाला अधिक महत्त्व दिलेले आहे ते सिद्धान्त आशय/गरज सिद्धान्त म्हणून ओळखले जातात. आशय/गरज सिद्धान्तांमध्ये प्रेरित वर्तनामागे दडलेल्या गरजा, प्रचोदके अथवा प्रलोभनांचा शोध घेण्याला महत्त्व दिले जाते.

वर्तनाची निर्मिती ही गरजांमागे दडलेल्या प्रचोदनांचा परिणाम आहे असा दृष्टिकोन आता आपल्या दैनंदिन विचारांचा भाग म्हणून आणि सैद्धान्तिक सत्य म्हणूनही स्वीकारला जातो. आधुनिक मानसशास्त्राच्या दृष्टीने काळाच्या ओघात मागे पडलेल्या मानवी सहजप्रवृत्तीच्या सिद्धान्तामध्ये 'मानवी गरजा' या संकल्पनेचे मूळ रुजलेले दिसते. सहजप्रवृत्ती सिद्धान्तानुसार असे गृहीत धरले जाते, प्राणिवर्तन जन्मजात आवेगांमुळे प्रेरित झालेले असते. या सिद्धान्ताच्या पुरस्कर्त्यांनी जन्मजात प्रेरकांची यादीही दिलेली आहे. तथापि, मानवाद्वारे प्रकटणाऱ्या सर्व प्रकारच्या वर्तनाचे स्पष्टीकरण करताना ती यादी अपुरी पडू लागली. त्यामुळे त्यात आणखी काही नवीन जन्मजात प्रवृत्तींचा समावेश करण्यात येऊ लागला व पुढे ही कृती न संपणारी झाली.

सहजप्रवृत्ती सिद्धान्ताची वरील मर्यादा लक्षात घेऊन हेन्री मरे (१९३८) यांनी प्रेरणांविषयी नवीन विचार मांडला. त्यांनी 'प्रेरित वर्तन जन्मजात असते' या दृष्टिकोनाऐवजी 'प्रेरित वर्तन संपादित असते' असे मत मांडले व त्यांनाच 'गरजा' असे संबोधले व अशा रीतीने गरज–सिद्धान्त उदयाला आला. मरे यांनी सांगितलेल्या २० गरजांना आजही मानसशास्त्रात महत्त्व असल्याचे दिसते.

कार्यप्रेरणेचे स्पष्टीकरण देणारे प्रमुख आशय/गरज सिद्धान्त पुढीलप्रमाणे –

अ) मॅस्लोचा 'गरजांची अधिश्रेणी' सिद्धान्त (Maslow's Hierarchy of Needs) – अब्राहम मॅस्लो हा पहिला मानवतावादी मानसशास्त्रज्ञ आहे, ज्याने मानवी वर्तनाविषयी सकारात्मक दृष्टिकोन मांडला. मॅस्लोच्या मते, मानवी गरजा व त्यातूनच उत्पन्न होणाऱ्या प्रेरणा विविध प्रकारच्या असून त्या कशा निर्माण होतात याहून त्यांची पूर्तता कशी केली जाते हे पाहणे महत्त्वाचे आहे. जीवनसाफल्याच्या प्राप्तीसाठी व्यक्तीने

अनेक पातळ्यांवरील गरजांच्या पूर्ततेसाठी प्रयत्न करणे आवश्यक असते. त्यामध्ये उदरनिर्वाहाच्या गरजांइतक्याच सुरक्षितता, मान्यता, प्रतिष्ठा आणि आत्म-वास्तविकीकरणाची गरज महत्त्वाची असते. व्यक्ती आत्म-वास्तविकीकरणासाठी सतत धडपड करत असते. तथापि, या पातळीपर्यंत फारच थोड्या व्यक्ती पोहचतात. या पातळीवर पोहोचलेल्या व्यक्तींच्या कनिष्ठपातळीवरील गरजांचे समाधान झालेले असते. तसेच त्यांनी संपूर्ण मानवीक्षमता प्राप्त केलेल्या असतात.

आत्म-वास्तविकीकरणाच्या पातळीपर्यंत पोहोचण्याचे ध्येय कसे साध्य केले जाते याचे स्पष्टीकरण देताना मॅस्लोने असे प्रतिपादन केले, सर्वच गरजांना व्यक्ती एकदम हात घालत नाही. काही गरजांच्या पूर्ततेची तातडीने आवश्यकता असते तर इतर काही गरजा क्रमा-क्रमाने नंतर पूर्ण केल्या जातात. मॅस्लोच्या मते, गरजांमध्ये त्रुटीपूरक गरजा आणि वाढविषयक गरजा अशा दोन्ही प्रकारच्या गरजांचा समावेश होतो.

मॅस्लोने सांगितलेल्या गरजांची क्रमिका खालीलप्रमाणे-

i) जैविक गरजा – भूक, तहान, निद्रा इत्यादी जैविक गरजा तातडीच्या असून त्यांची पूर्तता लांबल्यास जीवितास धोका पोहोचू शकतो; म्हणून त्यांच्या पूर्ततेला अग्रक्रम दिला जातो.

ii) सुरक्षाविषयक गरजा – जैविक गरजांचे समाधान होण्याची हमी मिळविण्यासाठी व्यक्तीला सुरक्षाविषयक गरज पूर्ण करावी लागते. यामध्ये घराचा निवारा, नोकरी / व्यवसायाची शाश्वती इत्यादींचा समावेश होतो.

वरील दोन्ही प्रकारच्या गरजांना 'त्रुटीपूरक गरजा' असे म्हणतात. तर यानंतर येणाऱ्या सर्व गरजांना वाढविषयक गरजा म्हणून ओळखले जाते. त्रुटीपूरक गरजांची पूर्तता झाल्यानंतरच वाढ/विकास विषयक गरजांना प्रारंभ होतो.

iii) प्रेमविषयक गरजा – यामध्ये मित्र व सोबती मिळविणे आणि इतरांकडून स्वीकार होणे, समाजमान्यता मिळणे, समाजाने आपलेसे करणे इत्यादींचा समावेश होतो.

iv) स्व-आदरभाव/प्रतिष्ठा विषयक गरजा – आपण काहीतरी चांगले संपादन केल्याची आणि इतरांचा आदर मिळविल्याची भावना निर्माण होणे, समाजात एखादे महत्त्वाचे, मानाचे स्थान प्राप्त होणे इत्यादींचा यात समावेश होतो.

v) बोधनिक गरजा – यामध्ये सभोवतालच्या भौतिक जगताला जाणून घेण्याच्या वा समजून घेण्याच्या गरजेचा समावेश होतो. नवीन गोष्टींबाबतचे ज्ञान प्राप्त करणे, नावीन्यपूर्ण क्षेत्रात स्वत२:ला झोकून देणे, विश्वाचे कोडे उकलण्याचा प्रयत्न करणे इत्यादींद्वारे ही गरज पूर्ण करण्याचा प्रयत्न केला जातो.

vi) सौंदर्यविषयक गरजा – यामध्ये सममिती, क्रम आणि सौंदर्य इत्यादी गरजांचा समावेश होतो. कलात्मक गोष्टींची आवड असणाऱ्या व्यक्तींमध्ये या गरजा जास्त प्रमाणात आढळतात.

vii) आत्म–वास्तविकीकरण – उपरोक्त सर्व गरजांची पूर्तता झाली, आत्म–वास्त–विकीकरणाच्या गरजेकडे लक्ष केंद्रित केले जाते. आत्म–वास्तविकीकरणाची गरज म्हणजे व्यक्तीमधील सर्व क्षमतांचा विकास करण्यास मदत करणे होय. आपल्या गुणांचा पूर्ण विकास व्हावा, जीवनाचे सार्थक झाले असे वाटावे अशी ही सर्वोच्च गरज व्यक्तीला कार्यप्रेरित करित असते.

अर्थात, आत्म–वास्तविकीकरणाची ही अंतिम गरज पूर्ण करण्यासाठी व्यक्तीला वर सांगितलेल्या त्रुटीपूरक गरजा आणि वाढ/विकास विषयक गरजा पूर्ण कराव्या लागतात. अनेकविध जैविक गरजांपासून निघून आत्म–वास्तविकीकरणापर्यंत पोहचण्यासाठी गरजांचा सोपान (शिडी) व्यक्तीला चढून जावा लागतो. या सोपानाची तळाची पायरी रुंद तर सर्वांत वरची पायरी अरुंद व बारीक दिसते. हे प्रारूपाद्वारे खालीलप्रमाणे दर्शविता येते.

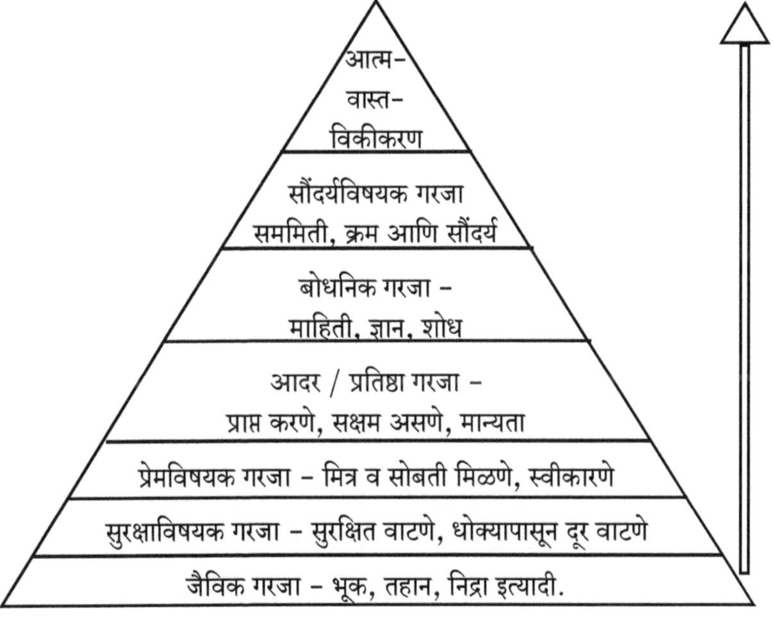

मॅस्लो यांची गरजांची अधिश्रेणी

मानवी वर्तनाच्या अभ्यासाच्या दृष्टीने मॅस्लोचा सिद्धान्त अनेक बाबतीत बोधप्रद ठरतो. उदा., -

i) मानवी जीवनात गरजांची विविधता असून त्यांचे महत्त्व आणि पातळी यानुसार त्यांना प्राधान्यक्रम देणे आवश्यक असते. हे या सिद्धान्तातून कळून येते.

ii) त्रुटीपूरक गरजा नीट पूर्ण झाल्याशिवाय वाढ / विकास विषयक गरजा पूर्ण करण्याकडे व्यक्तीचे सहसा लक्ष जात नाही.

व्यक्तीचे आयुष्य जसजसे व्यतीत होते तसतशी व्यक्ती वरच्या पातळीच्या दिशेने जाते. विविध परिस्थितींना कसे सामोरे जायचे याबाबतचे ज्ञान व शहाणपण तिला मिळत जाते. मात्र आयुष्यातील परिस्थितीत बदल झाल्यास व्यक्ती पुन्हा खालच्या पातळीवरील गरजांकडे वळते. उदा., आत्म-वास्तविकीकरणाच्या अगदी जवळ पोहोचलेल्या व्यक्तीची नोकरी अचानक गेली तर पुन्हा मूलभूत जैविक गरजांचा आणि जीवन सुरक्षेचा प्रश्न महत्त्वाचा ठरेल.

प्रेरणा-प्रक्रियेचे विश्लेषण करण्यासाठी मॅस्लोने तणाव-क्षीणन अभ्युपगमपद्धतीचा (Tension - Reduction Hypothesis) उपयोग केला आहे. या अभ्युपगमपद्धतीनुसार अतृप्त गरजांमुळे व्यक्तीच्या ठिकाणी असुखकारक तणावाची अवस्था निर्माण होते. उद्‌भवलेल्या तणावातून व्यक्तीला उत्तेजना मिळते; परिणामी असुखकारक अवस्था नष्ट करण्याच्या हेतूने व्यक्ती कार्यप्रवृत्त होते व जोपर्यंत समाधानाची अवस्था उद्‌भवत नाही, जोपर्यंत निर्धारित गरजांची पूर्तता होत नाही तोपर्यंत कृतीत सातत्य राखले जाते. एकदा का गरजांची पूर्तता झाली, समाधानाची अवस्था उद्‌भवते व तणाव क्षीण होतो.

औद्योगिक आणि संघटनांतर्गत मानवी प्रेरणांचे विश्लेषण करण्यासाठी गरज - अधिश्रेणीचा थेट उपयोग होऊ शकतो; याची सुरुवातीला मॅस्लोला अजिबात कल्पना नव्हती किंवा त्याने त्या हेतूने या सिद्धान्ताची मांडणीही केली नव्हती. मूळ सिद्धान्त मांडल्यानंतर पुढील २० वर्षांत मॅस्लोने संघटनांतर्गत मानवी प्रेरक घटकांच्या अभ्यासाकडे पूर्णपणे दुर्लक्ष केलेले आढळते. तथापि, औद्योगिक आणि संघटनांतर्गत वर्तन विश्लेषणाच्या हेतूने मॅस्लोच्या गरज अधिश्रेणीचे महत्त्व डग्लस मॅक्ग्रेगर यांच्या पूर्णपणे लक्षात आले होते.

मॅस्लोच्या सिद्धान्ताची उपयुक्तता तपासून पाहण्याच्या हेतूने वाहबा आणि ब्रिडवेल (१९७३) यांनी संशोधन आढावा घेतला. तेव्हा त्यांना फार थोड्या प्रमाणावर संशोधन पुरावे आढळले; कारण औद्योगिक क्षेत्रातील वर्तन विश्लेषणासाठी अधिश्रेणीचा उपयोग करणे ही अत्यंत कठीण बाब ठरते. विशेष म्हणजे गरजा कशा निर्माण होतात, व्यक्ती कशी क्रियाशील होते व त्यांची पूर्तता होऊन समाधान प्राप्ती कशी होते इत्यादी बाबींचे

अन्वयार्थ – विश्लेषण करणे वाटते तितके सोपे नाही व त्यांची मापने करण्याची साधनेही उपलब्ध नाहीत. वाहबा आणि ब्रिडवेल यांना केवळ ३० संशोधने अशी आढळली होती, जी मॅस्लोच्या अधिश्रेणीतील गृहीतकांना पाठिंबा देणारी होती. असे असले तरी प्रेरणेबाबतच्या आधुनिक व्यवस्थापन दृष्टिकोनानुसार गरज–अधिश्रेणीला विशेष महत्त्व प्राप्त झालेले दिसते व मॅस्लोच्या अधिश्रेणीचे जर कार्यप्रेरणेच्या आशय प्रारूपात रूपांतर केले तर ते खालील आकृतीप्रमाणे दिसते.

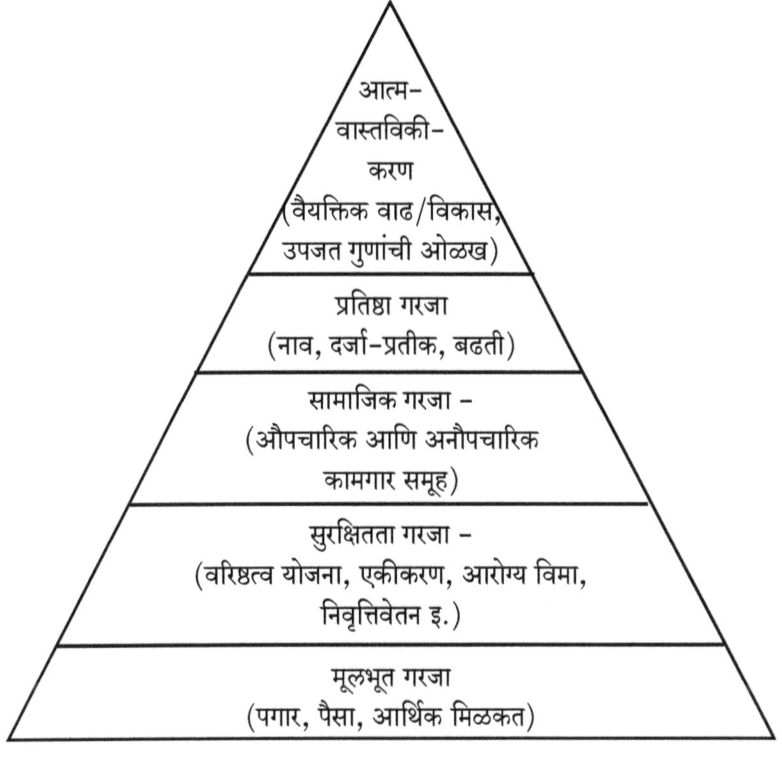

कार्य प्रेरणेची – अधिश्रेणी

ब) हर्झ्बर्गचा द्वि–घटक सिद्धान्त – (Herzberg's Two-Factor Theory)- मॅस्लोच्या कार्यात आणखी भर घालून, विस्तार करून हर्झ्बर्ग यांनी द्वि–घटक सिद्धान्त विकसित केला. कार्य–समाधानाचा अभ्यास करण्याच्या हेतूने आखलेल्या अनुभवाश्रित संशोधनाद्वारे द्वि–घटक सिद्धान्ताची निर्मिती झाली आहे. या अभ्यासामध्ये पिट्सबर्ग,

पेनसिल्व्हानिया शहरातील आणि परिसरातील विविध कंपन्यांमध्ये काम करणाऱ्या सुमारे २०० लेखापाल (Accountants) आणि अभियंत्यांना (Engineers) त्यांच्या कार्याबाबत माहिती विचारली होती. मुख्यत: असे विचारले, कार्य-परिस्थितीतील असे कोणते घटक आहेत, ज्यांच्यामुळे तुमच्या मनात तुमच्या कार्याविषयी समाधानकारक चांगले भाव-विचार निर्माण होतात आणि कोणत्या घटकांमुळे असमाधान निर्माण करणाऱ्या वाईट भाव-विचारांची निर्मिती होते.

द्वि-घटक सिद्धान्तामध्ये प्रेरित वर्तनाच्या परिणामांचा अभ्यास करण्यावर अधिक भर दिलेला आहे. या ठिकाणी, 'गरजा म्हणजे वर्तन करायला भाग पाडणारी कोणतीही क्रिया होय. अर्थात, अशा क्रियांचा शोध घेण्यापेक्षा या सिद्धान्तात गरजांच्या समाधानामुळे उद्‌भवणारे परिणाम शोधून निश्चित करण्याला अधिक महत्त्व दिलेले आहे.'

लेखापाल आणि अभियंत्यांकडून मिळालेल्या प्रतिक्रियांवरून हर्झबर्गने असे अनुमान मांडले, (हर्झबर्ग, मौसनर आणि स्नायडरमन - १९५९) मानवी गरजांचे दोन संच असतात, त्यांची पूर्तता व समाधान होणे आवश्यक असते व त्यांचा दोन प्रकारच्या फलनिष्पत्तींशी संबंध असतो.

गरजांच्या पहिल्या संचाला त्याने 'स्वास्थ्य-घटक' (Hygiene Factor) असे नाव दिले. त्यामध्ये निरोगी आरोग्य, सुरक्षा आणि सुरक्षित कार्यपरिस्थिती इत्यादी गरजांचा समावेश होतो. अनारोग्य, असुरक्षितता, अपघात वा इजा इत्यादींपासून बचाव होण्याच्या हेतूने वरील गरजांची पूर्तता होणे आवश्यक असते व गरज पूर्तीच्या समाधानावर कंपनीची धोरणे व प्रशासक व्यवस्था, पर्यवेक्षण वेतन, वरिष्ठांबरोबरचे आणि सहकाऱ्यांबरोबरचे आंतरवैयक्तिक संबंध, कामाची परिस्थिती इत्यादी घटकांचा परिणाम होतो. हर्झबर्गने वरील सर्व घटकांना बाह्यघटक वा कार्य-संदर्भ परिस्थितीतील घटक असे संबोधले आहे.

गरजांच्या दुसऱ्या संचाला 'प्रेरक-घटक' असे नाव (Motivator Factor) दिले आहे. त्यामध्ये संपादन, मान्यता/ओळख, जबाबदारी, पदोन्नती इत्यादी गरजांचा समावेश होतो व त्यांची पूर्तता, कामाच्या ठिकाणी कराव्या लागणाऱ्या प्रत्यक्ष कृतींमधून होत असते. व्यक्तिगत वाढ आणि विकास साधण्याच्या हेतूने अशा कृतींसाठी व्यक्ती स्वत:ला झोकून देते असे आढळते.

हर्झबर्गच्या मते वरील 'स्वास्थ्य-घटक' आणि 'प्रेरक-घटक' अशा दोन्ही परिणाम घटकांचा प्रेरणेवर भिन्न-भिन्न मार्गांनी परिणाम होतो व ते स्पष्ट करण्यासाठी त्यांनी पुढे असे मत मांडले, काही वेळेला व्यक्ती असे म्हणते, 'मी असमाधानी नाही' आणि त्याच वेळी दुसऱ्या बाजूने असेही म्हणते, 'मी समाधानी नाही.' याचाच अर्थ असा, समाधानाशी निगडित दोन प्रक्रिया उद्‌भवतात व त्यामुळे खालील चार अवस्थांची निर्मिती होते.

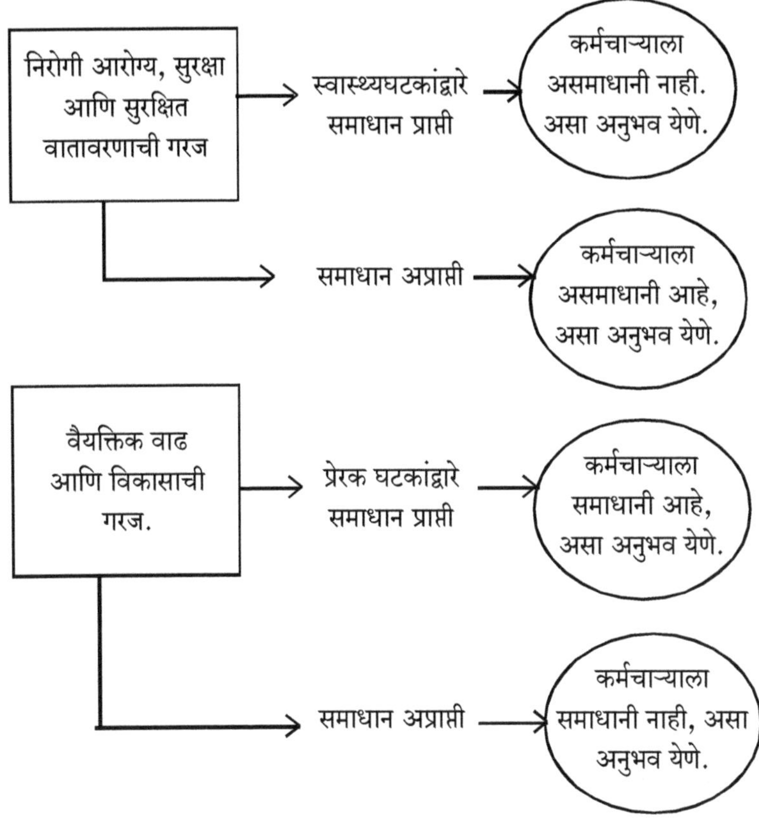

हर्झ्बर्गचा द्वि – घटक सिद्धान्त (प्रारूप)

i) मी असमाधानी नाही.
ii) मी असमाधानी आहे.
iii) मी समाधानी आहे.
iv) मी समाधानी नाही.

हे वरील आकृतीमध्ये दर्शविले आहे.

हर्झ्बर्गच्या मते कार्य-असमाधान कमी करण्यासाठी वा नष्ट करण्यासाठी 'स्वास्थ्य-घटक' अधिक परिणामकारक ठरतात. स्वास्थ्य घटकांमुळे कर्मचाऱ्याच्या ठिकाणी 'मी असमाधानी नाही' अशा प्रकारच्या भाव-विचारांची निर्मिती होते. याउलट, कार्य समाधान जोपासण्यासाठी वा त्यात वाढ करण्यासाठी 'प्रेरक घटक' अधिक परिणामकारक ठरतात.

प्रेरक घटकांमुळे कर्मचाऱ्याच्या ठिकाणी 'मी समाधानी आहे' अशा प्रकारचे भाव-विचार रुजतात.

वरील दोन्ही प्रेरणा घटकांचा विचार करता असे लक्षात येते, 'स्वास्थ्य घटक' असमाधानापासून बचाव करण्याच्या हेतूने प्रतिबंधात्मक उपाययोजना करण्यासाठी व्यक्तीला प्रेरित करण्याचे कार्य करतात तर प्रेरक-घटक कार्य-समाधानात वाढ व्हावी म्हणून जबाबदारपणे कार्यात झोकून देण्यासाठी व्यक्तीला प्रेरित करतात. प्रेरणेशी निगडित असलेल्या या स्वास्थ्य (Hygienic) आणि प्रेरक (Motivator) घटकांना उद्देशून हर्झ्बर्गने या सिद्धान्ताला द्विघटक सिद्धान्त असे नाव दिले आहे. स्वास्थ्य घटकांना या सिद्धान्तामध्ये कार्य-असमाधानकारके म्हणून ओळखले जाते ते कामाच्या संदर्भ परिस्थितीशी संबंधित असतात. तर प्रेरक घटकांना समाधानकारके म्हणून ओळखले जाते व त्यांचा कार्य - अनुभव आणि कार्य - आशयाशी (कामाबाबतची कृती - माहिती) संबंध असतो.

औद्योगिक क्षेत्रातील द्वि-घटक सिद्धान्ताची उपयुक्तता तपासण्याच्या हेतूने झालेल्या संशोधनाद्वारे सिद्धान्ताला पुष्टी देणारे निष्कर्ष फारसे आढळून आलेले नाहीत. असे असले तरी औद्योगिक क्षेत्रामध्ये हा सिद्धान्त अनेकांचे अवधान वेधून घेतो असे आढळते. कामाच्या ठिकाणी चर्चा करते वेळी, कर्मचाऱ्याच्या त्यांच्या कामाविषयीच्या अपेक्षा जाणून घेण्यासाठी स्वास्थ्य घटकांचा आणि प्रेरक घटकांचा चांगला उपयोग होतो असे आढळते - (खोजास्तेह - १९९३). तसेच व्यवसायांतर्गत व्यक्तींना कार्यनिर्वर्तनाच्या समस्या सोडविण्यासाठीही द्वि-घटक सिद्धान्ताचा चांगला उपयोग होतो असे आढळते. उदा., कार्यनिर्वर्तनात सुधारणा व्हावी म्हणून विशिष्ट कार्याचा पुनर्आराखडा तयार केला जातो, ज्यामध्ये कार्य/काम अधिक आव्हानात्मक, आकर्षक वाटेल, कर्मचाऱ्याच्या ठिकाणी वाढत्या जबाबदारीची जाणीव निर्माण करेल आणि नवीन बरेच काही आत्मसात करण्याची वा संपादन करण्याची संधी मिळाली आहे अशी भावना जागृत करेल.

क) अल्डरफरचा E - R - G सिद्धान्त Alderfer's ERG Theory – कार्य प्रेरणेबाबतच्या हर्झ्बर्गच्या आणि विशेष करून मॅस्लोच्या सिद्धान्ताची अधिक विस्तारपूर्वक मांडणी अल्डरफरच्या E - R - G सिद्धान्तातून दिसते. अल्डरफरने अनुभवाश्रित संशोधनाद्वारे 'गरज - स्तर - प्रारूपाची' ची (Needs category Model) - निर्मिती केली. मॅस्लो आणि हर्झ्बर्ग प्रमाणेच अल्डरफरलाही असे अनुभवाला आले, काही मूल्ये विशिष्ट असतात व त्याद्वारे गरजांचे स्तर पडतात. त्यांनी पुढे असेही मत मांडले, कनिष्ठ स्तरावरील गरजा आणि उच्च स्तरावरील गरजांमध्ये मूलभूत फरक असतो.

अल्डरफरच्या मते मुख्य गरजांचे तीन समूह पडतात व ते म्हणजे -

१) अस्तित्व विषयक गरजा - (Existance)

२) संबंधविषयक गरजा - (Relatedness)

३) वाढ किंवा वृद्धी विषयक गरजा - (Growth)

अस्तित्व विषयक गरजा जीवन-धारणेशी, जिवंत राहण्याशी निगडित असतात व त्यामध्ये मूलभूत जैविक गरजांचा समावेश होतो. संबंधविषयक गरजांमध्ये आंतरवैयक्तिक संबंध आणि सामाजिक संबंधांना अधिक महत्त्व प्राप्त होते आणि वाढविषयक गरजांमध्ये वैयक्तिक विकासाबाबतच्या व्यक्तीच्या आंतरिक पातळीवरील तीव्र इच्छांचा समावेश होतो.

औद्योगिक क्षेत्रातील कर्मचाऱ्यांच्या कार्य-प्रेरणांच्या विश्लेषणासाठी ज्याप्रमाणे मॅस्लो किंवा हर्झबर्गच्या सिद्धान्ताचा उपयोग केला गेलेला दिसतो तितक्या प्रमाणात अजून अल्डरफरचा सिद्धान्त वापरला जात नाही असे आढळते. त्याचप्रमाणे या सिद्धान्ताच्या उपयुक्ततेबाबत अजून पुरेसे संशोधन होण्याची गरज आहे.

ड) संपादन सिद्धान्त (Achievement Theory) – दुय्यम पातळीवरील अनेकविध सामाजिक प्रेरणांमध्ये 'संपादन-प्रेरणा' ही एक महत्त्वाची प्रेरणा मानली जाते. संपादन प्रेरणेच्या पूर्तता - प्रक्रियेच्या आधारे संपादन - सिद्धान्ताची चर्चा केली जाते.

मरे आणि मॅक्लीलँड या मानसशास्त्रज्ञांनी संपादन प्रेरणेविषयी केलेल्या संशोधनातून बरीच शास्त्रीय माहिती प्राप्त झालेली आहे. संपादन प्रेरणा म्हणजे अवघड कामे आव्हाने म्हणून स्वीकारून यश संपादन करणे व कामात उत्कृष्टतेची पातळी गाठणे होय.

संपादन प्रेरणेने प्रेरित झालेल्या व्यक्तीच्या ठिकाणी आव्हानात्मक वा चाकोरीबाहेरील कामांची निवड, चिकाटी, अपयशाने खचून न जाता त्याचे विश्लेषण करून पुन्हा आव्हानाला सामोरे जाण्यास सज्ज होणे, सकारात्मकता आणि सतत गुणवत्तेत सुधारणा करून उत्कृष्टता प्राप्त करणे इत्यादी वैशिष्ट्ये दिसतात.

संपादन प्रेरणेचा अभ्यास करण्यासाठी हेन्री मरे यांच्या कथापूर्ती चाचणीचा (TAT) उपयोग करण्यात आला. कथापूर्तीच्या चाचणीमध्ये दाखविलेल्या संदिग्ध चित्रातून एखादी कथा प्रयुक्ताला सादर करावयास सांगितली जाते. चित्रामध्ये काय दिसते, व्यक्ती अथवा प्रसंग कशा प्रकारचे आहेत, काय घडत आहे, घडणार आहे याविषयी आपले विचार व्यक्तीने सांगावयाचे असतात. कथापूर्तीचे स्वातंत्र्य असल्याने आपली कल्पनाशक्ती, भावना, इच्छा, अपेक्षा वापरून कथा पूर्ण केली जाते.

कथेच्या रूपाने मिळालेल्या निवेदनात ती व्यक्ती कथेतील समस्येकडे कसे पाहते, अडचणीतून मार्ग कशी शोधते, समस्या परिहार यशाकडे नेणारा आहे अपयशाकडे, हे पाहून तिच्या संपादन प्रेरणेचे स्वरूप व तीव्रता ठरविली जाते. संपादन प्रेरणेच्या अशा प्रकारच्या अभ्यासातूनच मॅक्लीलँड आणि सहकाऱ्यांनी (१९६१) संपादन सिद्धान्त

मांडला. 'संपादनाची-गरज' ही संकल्पना या सिद्धान्ताचा मूळ गाभा आहे. उच्च संपादन प्रेरणा असणाऱ्या व्यक्ती उच्चक्षमता असलेल्या दिसतात.

मॅक्लीलँड आणि सहकाऱ्यांनी पुढे असेही मत मांडले आहे, यश प्राप्त करण्याची गरज आणि अपयश टाळण्याची गरज अशा दोन गरजांच्या मिश्रणातून संपादनाची गरज व्यक्त होते. व्यक्तीच्या ठिकाणी विविध गरजा निर्माण झालेल्या असतात. त्या भिन्न तीव्रतेने व्यक्तीला कार्यप्रवृत्त करतात. जी गरज अधिक तीव्र असते ती प्रभावी गरज म्हणून ओळखली जाते व तिचा व्यक्तीच्या कार्य-निर्वर्तनावर परिणाम होतो असे आढळते. कोणतेही कार्य सोपे, अवघड आहे हे त्या कार्यातील कठीणता आणि गुणात्मक पारितोषिक मूल्य यांच्या आधारे वस्तुनिष्ठपणे ठरविता येते. जर कार्य खूप सोपे असेल तर यशप्राप्तीची शक्यताही उच्च असते. तथापि, अशा प्रकारच्या कार्य-पूर्तीमुळे मिळणाऱ्या पारितोषिकाचे मूल्य उच्च नसते. या उलट, जर कार्य खूप अवघड असेल तर अशा कार्याच्या पूर्तीतून मिळणारे यश उच्च दर्जाचे असते. अर्थात, अशा कार्यांमध्ये यश मिळण्याची शक्यताही कमी असते. मॅक्लीलँड आणि सहकाऱ्यांच्या मते संपादनप्रेरणा उच्च असणाऱ्या व्यक्ती मध्यम प्रमाणात कठीण असणारी कार्ये/ध्येये निवडतात. कारण निवडलेले कार्य/ध्येय मध्यम, काठीण्यपातळीचे असल्यामुळे त्या पूर्तीतून मिळणारे यशप्राप्तीचे - पारितोषिकमूल्य कनिष्ठ दर्जाचे नसते व यशाचीही शक्यता अधिक असते.

मॅक्लीलँडच्या मते संपादन-प्रेरणा उच्च असणाऱ्या व्यक्तींच्या ठिकाणी तीन गुणवैशिष्ट्ये आढळतात. त्या गुणवैशिष्ट्यांमुळे अशा व्यक्ती व्यवस्थापकीय कार्यासाठी अधिक परिणामकारक ठरतात. ती गुणवैशिष्ट्ये खालीलप्रमाणे -

i) समस्या परिहारासाठी पर्याय शोधताना वैयक्तिक जबाबदारी घेऊन पर्याय शोधण्याची संधी देणाऱ्या परिस्थिती संपादन प्रेरणा उच्च असणाऱ्या व्यक्तींना अधिक आवडतात.

ii) संपादन प्रेरणा उच्च असणाऱ्या व्यक्ती मध्यम काठीण्यपातळीचे ध्येय निवडण्याला अधिक प्राधान्य देतात.

iii) संपादन प्रेरणा उच्च असणाऱ्या व्यक्तींना त्यांच्या निर्वर्तनाबद्दलचे परिणामज्ञान (feedback) मिळावे अशी त्यांची इच्छा असते.

प्रेरित वर्तनाबाबतचे अधिक ज्ञान प्राप्त करण्याच्या हेतूने केल्या जाणाऱ्या विविध क्षेत्रांतील अभ्यासामध्ये आजकाल संपादन - प्रेरणा सिद्धान्ताचा उपयोग केला जातो असे आढळते. उदा., इस्लेस (१९८३) यांनी शैक्षणिक निर्वर्तनाचा अभ्यास करण्यासाठी संपादन - प्रेरणा सिद्धान्ताचा उपयोग केला तेव्हा त्यांना असे आढळले, शैक्षणिक कार्याचे 'पारितोषिक मूल्य' विद्यार्थ्यांच्या शैक्षणिक संपादनाचा एक महत्त्वपूर्ण निर्धारक घटक

आहे. औद्योगिक आणि संघटनात्मक क्षेत्रांतदेखील कार्यनिर्वर्तनाचा विशेषत: संपादन - वर्तनाचा अभ्यास करण्यासाठी या सिद्धान्ताचा मोठ्या प्रमाणावर उपयोग केला जातो असे आढळते.

२) प्रेरणाविषयक प्रक्रिया / बोधनिक सिद्धान्त (The Process / Cognitive Theories of Motivation)

बोधनिक सिद्धान्तामध्ये विशिष्ट गरजांतर्गत समाविष्ट होणाऱ्या प्रक्रियांचा शोध घेऊन त्यांचे वर्णन करण्यावर अधिक भर दिला जातो. विशेषत: प्रेरणांतर्गत बोधनिक प्रक्रियेवर अधिक लक्ष केंद्रित केले जाते. विशिष्ट परिस्थितीच्या अनुषंगाने कराव्या लागणाऱ्या कृतीबाबत आणि त्यांच्या परिणामांबाबत व्यक्तीचे काही विचार, अपेक्षा आणि भावना असतात व त्यांनाच बोधनिक सिद्धान्तात अधिक महत्त्व दिले जाते असे दिसते. कार्य प्रेरणेबाबतचे काही बोधनिक सिद्धान्त खालीलप्रमाणे -

अ) अपेक्षावस्था सिद्धान्त (Expectancy Theory) - अपेक्षावस्था सिद्धान्त हा कार्यप्रेरणेचा बोधनिक सिद्धान्त आहे. हा सिद्धान्त प्रसिद्ध मानसशास्त्रज्ञ व्हिक्टर व्हूम (१९६४) यांनी मांडलेला आहे. या सिद्धान्ताचे मूळ प्रसिद्ध मानसशास्त्रज्ञ कर्ट लेविन आणि एडवर्ड टोलमन यांनी केलेल्या प्रेरणाविषयक संशोधनात रुजलेले दिसते.

व्हूमच्या मते विशिष्ट कार्य-निर्वर्तनासाठी व्यक्तीला किती कष्ट वा प्रयत्न घ्यावे लागतात याचे भाकीत करण्यासाठी अपेक्षावस्था सिद्धान्ताचा अत्यंत प्रभावीपणे उपयोग होतो. कार्य-निर्वर्तनासाठी लागणाऱ्या प्रेरणा-शक्तीचे मापन करण्याच्या हेतूने व्हूम यांनी खालीलप्रमाणे सूत्र मांडले.

प्रेरणा बल (Force) = अपेक्षा × साधनात्मकता × संयुजा

(Expectancy × Instrumentality × Valence)

वरील सूत्रामध्ये अपेक्षा, साधनात्मकता आणि संयुजा या तीन बोधनिक घटकांच्या आंतरक्रियांचा समावेश होतो. आंतरक्रियेच्या स्व-रूपावरून आणि तीनही घटकांचा आंतरक्रियेतील सहभाग वा असहभागावरून कार्य-बलाचे आणि त्याच्या परिणामांचे भाकीत करता येते. सूत्रात समाविष्ट होणाऱ्या तीनही बोधनिक घटकांचा अर्थ समजावून घेऊ.

अपेक्षा म्हणजे ईप्सित परिणामांची वा ध्येयप्राप्तीची हुरहूर होय. अपेक्षा दोन अंगांनी विचारात घेतली जाते - १) विशिष्ट कार्य यशस्वीपणे पूर्णत्वाला जाईल या बाबतच्या संभाव्यतेविषयी व्यक्तीने केलेला वैयक्तिक अंदाज म्हणजे 'अपेक्षा' होय आणि २) ते कार्य पूर्ण करण्यासाठी किती प्रयत्न घ्यावे लागतील याबाबतचा वैयक्तिक अंदाज म्हणजे

देखील ‘अपेक्षा’ होय. बहुतेक व्यक्तींना आपण हाती घेतलेले कार्य पूर्णत्वास नेण्यासाठी काहीतरी करू शकतो का आणि ते किती कठीण वा कष्टसाध्य आहे याची कल्पना असते.

साधनात्मकतेत मूल्=यमापनाचा समावेश होतो. हाती घेतलेले विशिष्ट कार्य यशस्वीपणे परिपूर्ण झाल्यावर काय होईल याचे मूल्यमापन म्हणजे ‘साधनात्मकता’ होय. यामध्ये साधनीभूत उपयुक्तता विचारात घेतली जाते. विशिष्ट कार्य केवळ पूर्ण होणे उपयोगाचे नाही तर ते विशिष्ट स्तर किंवा दर्जा पातळीवर पूर्ण होणे आवश्यक असते. थोडक्यात, अपेक्षित परिणाम साध्य होण्यासाठी कोणत्या पातळीवरील कार्य-निर्वर्तन आवश्यक आहे याचे मूल्यमापन म्हणजे ‘साधनात्मकता’ होय. जसे धावण्याच्या स्पर्धेतील स्पर्धकाने केवळ अंतर सर करणे महत्त्वाचे नाही तर स्पर्धा जिंकण्यासाठी कमीत - कमी किती सेकंदांत ते अंतर पार करणे आवश्यक आहे, याचे मूल्यमापन करणे. अथवा, कंपनीतील कामगाराने निर्धारित वेळेत किती उत्पादन संख्या पूर्ण केली पाहिजे त्याचे ‘मूल्यमापन’ करणे होय.

‘संयुजा’ म्हणजे कार्य-निर्वर्तनामुळे उद्‌भवणाऱ्या अपेक्षित परिणामाला दिलेली भावनिक प्रतिक्रिया होय. हे परिणाम कधी खूप आकर्षक स्वरूपाचे असतात तर कधी मध्यम वा निकृष्ट स्वरूपाचे असतात व त्यावरून भिन्न प्रकारच्या धनात्मक, ऋणात्मक अथवा तटस्थ स्वरूपाच्या भावनिक प्रतिक्रिया मिळतात. त्या सर्वांना ‘संयुजा’ म्हणून ओळखले जाते.

प्रेरणा बलाच्या सूत्रातील तीनही बोधनिक घटकांचा परस्परांशी आंतरक्रियात्मक (Multiplicative) संबंध आहे. साहजिकच प्रेरणा बलाच्या निर्मितीसाठी वरील घटकांमध्ये आंतरक्रिया प्रस्थापित होणे अत्यावश्यक ठरते आणि जेव्हा या तीनही घटकांचे मूल्य शून्यापेक्षा अधिक असेल तेव्हाच आंतरक्रिया प्रस्थापित होऊ शकते. (कोणत्याही एका घटकाचे मूल्य शून्य असेल तर गुणाकाराचे उत्तरही शून्य राहील. परिणामी, प्रेरणा बलही शून्य राहील.) वर्तनात्मक स्तरावर हेच असे सांगता येते, व्यक्ती कार्य - निर्वर्तनासाठी तेव्हाच प्रेरित होईल जेव्हा - i) त्या विशिष्ट कार्याच्या परिपूर्णतेबाबत खात्री वा विश्वास वाटत असेल; (अपेक्षावस्था > 0 [शून्य]), ii) यशस्वी निर्वर्तनामुळे प्राप्त होणारे पारितोषिक आपले उद्दिष्ट पूर्ण करणारे असेल (साधनात्मकता > 0 [शून्य]) आणि iii) कार्य-निर्वर्तनाचा परिणाम म्हणून प्राप्त होणारे निष्पत्ती - पारितोषिक हवे आहे अशी भावना निर्माण झाली असेल (संयुज > 0 (शून्य)].

थोडक्यात, विशिष्ट कार्य-निर्वर्तनामुळे कोणत्या प्रकारचे परिणाम उद्‌भवण्याची शक्यता निर्माण होते, हे परिणाम व्यक्तीला हवे-हवेसे वाटतात नाही, हवे असलेले परिणाम

प्राप्त करण्यासाठी किती प्रयत्न घ्यावे लागतील आणि त्या बाबतची क्षमता आपल्याकडे आहे नाही इत्यादी बाबींच्या मूल्यांवर प्रेरणा अवलंबून असते असे या सिद्धान्ताद्वारे प्रतिपादन केले जाते.

वरील सर्व पार्श्वभूमीच्या आधारे या सिद्धान्ताद्वारे असे स्पष्टीकरण मिळते, एखाद्या व्यक्तीला 'विशिष्ट कार्य आपण यशस्वीपणे पार पाडू' याबद्दल आत्मविश्वास नसेल तर ते कार्य करण्यासाठी व्यक्ती धजत नाही. मग जरी त्यामुळे प्राप्त होणारे पारितोषिक अत्यावश्यक असले तरी व्यक्ती त्याकडे दुर्लक्ष करते.

औद्योगिक क्षेत्रातील कामगारांच्या निर्वर्तनात वाढ कशी करावी? त्यांना कसे प्रेरित करावे यासाठी काही प्रेरणा – प्रारूपांचा मोठ्या प्रमाणावर उपयोग होतो असे आढळते तर काही प्रेरणा – प्रारूपांमुळे नवीन संशोधनाला चालना मिळते असे आढळते. अपेक्षावस्था सिद्धान्त वरीलपैकी दुसऱ्या प्रकारात बसतो. कारण या सिद्धान्तामुळे १९७० च्या दशकात अनेक संशोधने झाली. सुरुवातीच्या काही 'संशोधनांमध्ये' प्रेरणा–बलाच्या तीनही घटकांचे समवर्ती मूल्यमापन करण्याचा प्रयत्न केलेला आहे.

ब) निर्वर्तन – समाधान सिद्धान्त (Performance - Satisfaction Theory) – व्हूम यांचा अपेक्षावस्था सिद्धान्त अधिक विस्तारपूर्वक मांडण्याच्या प्रयत्नातून पोर्टर आणि लॉलर यांच्या निर्वर्तन–समाधान सिद्धान्ताची निर्मिती झाली. त्यांनी अपेक्षावस्था सिद्धान्तामध्ये खालील तीन मार्गांचा नव्याने समावेश केला.

i) निष्पत्ती पारितोषिकांच्या प्रकारांमधील भेद विचारात घेतला. पोर्टर आणि लॉलर यांच्या मते, पारितोषिकांचे आंतरिक पारितोषिक आणि बाह्य पारितोषिक असे दोन प्रकार पडतात. दोन्ही प्रकारची पारितोषिके व्यक्तीला आकर्षित करतात. आंतरिक पारितोषिके स्वयंप्रवर्तित (self-administered) आणि तत्काळ पूर्तता होणारी असतात. विशिष्ट कार्य यशस्वीपणे सिद्धीस नेल्याची भावना आणि काहीतरी अत्यंत महत्त्वपूर्ण, समृद्धीला हातभार लावणारी कार्ये पार पाडल्याची भावना इत्यादींचा त्यात समावेश होतो. बाह्य पारितोषिके समाज–प्रवर्तित (administered by other) आणि मूल्याधिष्ठित असतात. कार्य प्रेरणेसाठी वरील दोन्ही पारितोषिके महत्त्वाची भूमिका बजावतात. तथापि आंतरिक पारितोषिकांमुळे संतुष्टतेची अभिवृत्ती निर्माण होण्याची शक्यता अधिक असते असे हा सिद्धान्त प्रतिपादन करतो.

ii) पोर्टर आणि लॉलर यांनी विशिष्ट कार्य करण्यासाठी लागणाऱ्या प्रयत्नांचा विचार केलेला आहे. व्यक्ती विशिष्ट कार्यासाठी किती प्रयत्न करील हे मिळणाऱ्या पारितोषिकाचे व्यक्तिसापेक्ष मूल्य आणि विशिष्ट पातळीपर्यंत प्रयत्न केल्यास ते पारितोषिक मिळण्याची किती शक्यता आहे याबाबत केलेल्या अपेक्षा यांच्यातील आंतरक्रियांवर

अवलंबून असते असे या सिद्धान्तात प्रतिपादन केले जाते. अपेक्षित पारितोषिक प्राप्त होण्याची शक्यता अधिक असेल तर व्यक्ती प्रयत्नांची पराकाष्ठा करायला तयार होईल असे येथे गृहीत धरले जाते.

iii) पोर्टर आणि लॉलर यांनी शेवटी प्रतिभरण प्रक्रियेच्या आधारे विशिष्ट प्रेरणा-घटकांचा विकास आणि बदल किती प्रमाणात होईल याचे वर्णन केले. केलेल्या प्रयत्नाला पारितोषिक मिळेल नाही, हे त्या संदर्भातील पूर्वानुभवाद्वारे निश्चित केले जाते व हा पूर्वानुभव प्रतिभरणाची भूमिका बजावतो. उदा., – कर्मचाऱ्याने पूर्वी अधिक काम केल्यामुळे पगारात वाढ झाली असा त्याचा अनुभव असेल तर या अनुभवाचा प्रतिभरण म्हणून उपयोग करताना कर्मचारी असा विचार करतो, आपण अधिक काम केले तर आपल्या पगारात निश्चित वाढ होईल.

अशा रीतीने पोर्टर आणि लॉलर यांनी वरील तीन मार्गांच्या आधारे प्रेरणा – प्रक्रियेचे विश्लेषण केले आहे. कार्य करण्यासाठी करावे लागणारे प्रयत्न आणि कार्यपूर्तीतून प्राप्त होणारे समाधान अथवा संतुष्टता यांच्यातील परस्परसंबंध समजून घेण्यासाठी हा सिद्धान्त लक्षणीय आहे.

क) समतूल्यता सिद्धान्त (Equity Theory) – जे स्टॅसी ॲडम्स् यांनी (१९५५) मांडलेला समतूल्यता सिद्धान्त कार्यप्रेरणेचा बोधनिक सिद्धान्त म्हणूनच ओळखला जातो. अपेक्षावस्था सिद्धान्तातील गृहीतका प्रमाणेच ॲडम्स् यांच्या समतूल्यता सिद्धान्तामध्येदेखील असे गृहीत धरले आहे, कर्मचाऱ्याचे त्याच्या स्वत:च्या कामाविषयी काही विचार, भावना आणि मते असतात व ते त्याच्या कामावर परिणाम करीत असतात.

बोधनिक सुसंगती ही संकल्पना समतुल्यता सिद्धान्ताचा मूलाधार आहे. फेस्टींजर आणि हायडर यांनी मांडलेल्या 'बोधनिक विसंवाद' या सिद्धान्तामध्ये 'बोधनिक सुसंगती' या संकल्पनेचे वर्णन केलेले आढळते. फेस्टींजर यांनी आपल्या बोधनिक विसंवाद सिद्धान्तामध्ये असे प्रतिपादन केले आहे, विचार आणि कृती या दोन घटकांमध्ये सुसंवादी अथवा विसंवादी संबंध असतो. जेव्हा विचार आणि कृती मधील संबंध सुसंवादी असतात, तेव्हा ते सुसंगत अथवा संतुलित आणि स्थिर स्वरूपाचे असतात; याउलट संबंध विसंवादी असतात तेव्हा विचार आणि कृतीत विसंगतता अथवा असंतुलितता आणि अस्थिरता आढळते. जसे कर्मचारी सध्या जे काम करतो त्यापेक्षा दुसऱ्या प्रकारचेच काम त्याला अधिक आवडत असेल तर वर्तमान परिस्थितीमध्ये तो करत असलेले काम (कृती) आणि त्या कामाविषयी त्याच्या मनात निर्माण होणारे भाव (विचार) यांच्यामध्ये विसंगती दिसते. त्यालाच 'बोधनिक विसंवाद' असे म्हणतात. बोधनिक विसंवाद म्हणजे बोधनिक रचनाबंधात विसंगतता उद्भवणे होय, ज्यामुळे ताण-तणावाची निर्मिती होते व हा निर्माण

झालेला ताणच बोधनिक विसंवाद कमी करण्यासाठी आणि सुसंवाद प्रस्थापित करण्यासाठी प्रेरणा देतो.

ॲडम्स् यांनी असा विचार मांडला आहे, प्रत्येक व्यक्ती कामाच्या ठिकाणी स्वत:ची आणि इतरांशी विशिष्ट प्रकारे सामाजिक तुलना करतात. या विचारावर आधारित समतुल्यता सिद्धान्ताद्वारे त्यांनी दाखवून दिले, कामाच्या मोबदल्यात मिळणाऱ्या पगाराबाबत कर्मचारी परस्परांमध्ये सामाजिक पातळीवर तुलना करतात आणि त्याचा कर्मचाऱ्यांच्या निर्वर्तनावर परिणाम होतो. प्रत्येक कर्मचाऱ्याकडून स्वत:चे काम आणि पगाराची तुलना अन्य कर्मचाऱ्याच्या काम आणि पगाराशी केली जाते आणि त्यात अन्याय्य प्रकारची असमतुल्यता जाणवली तर बोधनिक विसंवाद निर्माण होतो व तो दूर करून समतुल्यता प्रस्थापित करण्यासाठी कर्मचारी प्रेरित होतो असे या सिद्धान्ताद्वारे प्रतिपादन केले जाते.

कार्यप्रेरणेची प्रक्रिया कशी घडते याचे स्पष्टीकरण देण्यासाठी ॲडम्स्ने असे मत मांडले, सामान्यपणे कोणताही कर्मचारी स्वत:कडून केले जाणारे काम आणि त्यापासून मिळणारा लाभ यांची तुलना तसलेच काम करणाऱ्या अन्य व्यक्तींशी करीत असतो. त्याचप्रमाणे कामासाठी द्यावे लागणारे 'योगदान' आणि त्या मोबदल्यात मिळणारा 'लाभ' यांचीदेखील परस्परांशी तुलना करीत असतो व त्या आधारे बोधनिक गुणोत्तर मांडतो. योगदानात आवश्यक ते शिक्षण, अनुभव आणि कामासाठी घ्यावे लागणारे कष्ट इत्यादींचा समावेश होतो; तर लाभामध्ये कामापासून मिळणारा पैसा, दर्जा, सामाजिक मान्यता इत्यादींचा समावेश होतो. मिळणारा लाभ (output) आणि द्यावे लागणारे योगदान (input) यांच्या गुणोत्तराच्या आधारे लाभाचे प्रमाण आणि योगदानाचे प्रमाण सांगता येते. त्याचप्रमाणे गुणोत्तराच्या संवेदनावर प्रेरणेचे प्रमाण अवलंबून असते; जर मिळणारा लाभ आणि त्यासाठी द्यावे लागणारे योगदान सम-समान असेल तर हे गुणोत्तर समाधानकारक म्हणून स्वीकारले जाते. पण जेव्हा मिळणारा लाभ हा द्याव्या लागणाऱ्या योगदानापेक्षा खूप मोठा असतो तेव्हा प्रमाणापेक्षा जास्त लाभ मिळतो असे संवेदन होते. याउलट, जेव्हा मिळणारा लाभ हा द्याव्या लागणाऱ्या योगदानापेक्षा कमी असतो तेव्हा आपली पिळवणूक केली जात आहे, आपल्यावर अन्याय केला जात आहे असे संवेदन होते व अशा प्रकारच्या सामाजिक तुलनांमुळे व्यक्ती प्रेरित होते असे येथे प्रतिपादन केले जाते.

स्वत:चा लाभ आणि योगदानाच्या गुणोत्तराची तुलना इतरांच्या लाभ आणि योगदानाच्या गुणोत्तराशी केली जाते. त्यात जर एकसारखेपणा आढळला तर समतुल्यता निर्माण होते. याउलट, परस्परांच्या गुणोत्तरांमध्ये विषमता आढळली, असमतुल्यता निर्माण होते व तिचे निरसन करण्यासाठी व्यक्ती प्रेरित होते.

ड) ध्येय – न्यासीकरण सिद्धान्त (Goal-Setting Theory) : ध्येय न्यासीकरण सिद्धान्ताच्या मूळ कामाची सुरुवात एडविन लोके (१९६८) यांनी केली. तथापि, या सिद्धान्ताच्या विकासासाठी त्याच्या इतर सहकाऱ्यांनीही महत्त्वपूर्ण योगदान दिलेले आहे. अपेक्षावस्था आणि समतुल्यता सिद्धान्ताप्रमाणेच हा प्रेरणेचा बोधनिक सिद्धान्त आहे. या सिद्धान्तानुसार विशिष्ट हेतू अथवा उद्देश आणि त्याच्या परिपूर्तीसाठी कराव्या लागणाऱ्या कार्य–कृती इत्यादींशी निगडित असलेल्या बोधनिक – प्रक्रियेद्वारे प्रेरणा व्यक्त होते असे मानले जाते. या सिद्धान्ताद्वारे प्रेरणात्मक – रचना – बंधातील आशय – घटकांची माहिती मिळते; तथापि सिद्धान्तामध्ये प्रेरणा – प्रक्रियेला अधिक महत्त्व दिलेले आहे.

या सिद्धान्तात 'ध्येय' हा घटक प्रेरणात्मक रचनेतील मूळ – गाभा आहे. मूलभूत प्रेरणात्मक संज्ञेच्या अनुषंगाने 'ध्येय' या संकल्पनेचे वर्णन करताना लोके यांनी असे म्हटले आहे, ''ध्येय म्हणजे वर्तनाला दिशा देणारा आणि वर्तनातील सातत्य राखण्यासाठी शक्ती पुरविणारा घटक होय.'' पुढे त्यांनी असेही मत मांडले, ध्येय म्हणजे गरज नव्हे तथापि, ध्येय–प्राप्तीमुळे त्या मागे दडलेल्या गरज–पूर्तीची आणि समाधानाची अपेक्षा असते. ध्येय आणि हेतू, उद्देश अथवा मतलब यांच्यात अधिक साम्य असते. ध्येयाच्या संदर्भात विशेषीकरण, काठिण्यता आणि संकीर्णता ही तीन अंगभूत / मूळ वैशिष्ट्ये सांगितली जातात व त्यांच्या आधारेही ध्येयाचे वर्णन करता येते.

विशेषीकरण म्हणजे ध्येयाबाबतची स्पष्टता किंवा नि:संदिग्ध संकल्पीकरणाचे प्रमाण होय. ध्येयांच्या स्वरूपावरून अगदी विशिष्ट ध्येये किंवा अगदी संदिग्ध ध्येये असे त्यांचे प्रकार पडतात. ध्येय विशिष्ट स्वरूपाचे असू शकते वा ते संदिग्ध स्वरूपाचेही असू शकते. काठिण्यता म्हणजे ध्येय संपादनासाठी घ्याव्या लागणाऱ्या कष्टाचे प्रमाण होय. कठीण किंवा संकीर्ण स्वरूपाची ध्येये कष्टसाध्य असतात. त्यासाठी अधिक परिश्रम घ्यावे लागतात. याउलट, काही ध्येये सहज–साध्य असतात त्यांना सहज–सुलभ किंवा सोपी ध्येये म्हणता येते. संकीर्णता म्हणजे ध्येयातील गुंतागुंत होय. विशिष्ट ध्येय आंतरिक पातळीवर किती गुंतागुंतीचे आहे त्याचे प्रमाण ध्येयाच्या संकीर्णता निश्चितीसाठी विचारात घेतले जाते. उपरोक्त तीन मूलभूत वैशिष्ट्यांप्रमाणेच संघर्ष या संज्ञेच्या आधारेही ध्येयाचे वर्णन करता येते. ध्येय प्राप्तीशी निगडित कार्यनिर्वर्तनात आंतरिक आणि बाह्य अडथळ्यांच्या प्रमाणावरून संघर्षाची पातळी व ध्येयाचे स्वरूप सांगता येते.

या सिद्धान्तातील मुख्य विचार असा आहे, प्रेरणेसाठी विशिष्ट असे काही गुणविशेष अत्यंत महत्त्वाचे असतात. अधिक विस्ताराने आणि अचूकपणे असे सांगता येते, उच्च कार्य–निर्वर्तनाची प्रेरणा संदिग्ध ध्येयापेक्षा नि:संदिग्ध, विशिष्ट ध्येयाकडून जास्त प्रमाणात मिळते, त्याचप्रमाणे सोप्या किंवा सुलभ स्वरूपाच्या ध्येयापेक्षा कठीण स्वरूपाच्या

ध्येयामुळे अधिक प्रेरणा मिळते. कठीण ध्येये प्रेरणावर्धक असतात. ध्येयातील विशेषत्वाचा निर्वर्तनातील विविध प्रकारच्या कार्यकृतींवर परिणाम होतो तर ध्येयातील काठिण्यतेचा थेट कार्य-निर्वर्तनाच्या स्तरावर परिणाम होतो. (लोके आणि सहकारी - १९८९)

ध्येयांचा कार्यनिर्वर्तनावर कसा परिणाम होते याचे वर्णन प्रेरणा - प्रक्रियेद्वारे मिळते. 'ध्येय - न्यासीकरण' (ठरविणे) ही या सिद्धान्तातील प्राथमिक प्रक्रिया - यंत्रणा आहे. ध्येय ठरविणे आणि ध्येयप्राप्तीसाठी योग्य ते डावपेच अथवा आराखडा विकसित करणे यांचा ध्येयाप्रत पोहचण्याची वचनबद्धता आणि कार्यनिर्वर्तनाचा स्तर या दोहोंवरही परिणाम होतो. व्यक्तीच्या कार्य-निर्वर्तनावर ध्येय निश्चितीकरणाचा परिणाम होतो व त्याचे वर्णन त्यावेळी उद्‌भवणाऱ्या विशिष्ट अशा काही बोधनिक प्रक्रियेद्वारे मिळते. उदा., - ध्येय प्राप्तीच्या संभाव्यतेबाबत प्रकट होणाऱ्या अपेक्षा वा विचार इत्यादी.

ध्येय - न्यासीकरण (निश्चिती) प्रक्रियेवर इतरही विशिष्ट अशा काही घटकांचा प्रभाव पडतो असे मानले जाते आणि हे घटक ध्येयाबाबतची वचनबद्धता आणि कार्य निर्वर्तनावरही प्रभाव पाडतात असे आढळते. प्रभाव पाडणाऱ्या घटकांमध्ये काही वैयक्तिक स्वरूपाचे असतात. उदा., - ध्येयाशी निगडित निर्वर्तनाची व्यक्तिगत क्षमता आणि काही परिस्थितिजन्य स्वरूपाचे असतात. उदा., - ध्येयाचा मूलाधार (source).

थोडक्यात, 'ध्येय संपादन' हा एक असा घटक आहे, ज्याचा औद्योगिक, व्यावसायिक वा संस्थात्मक क्षेत्रांत काम करणाऱ्या व्यक्तींच्या यशाच्या पातळीवर प्रभाव पडतो. ध्येय म्हणजे निर्वर्तन लक्ष्य (Performance target) असते ज्या व्यक्ती अथवा समूहाद्वारे कामाच्या ठिकाणी काम पार पाडले जाते. ध्येय-न्यासीकरण (निश्चितीकरण) ही कर्मचाऱ्यांना प्रेरित करण्याची प्रक्रिया आहे. या प्रक्रियेमध्ये परिणामकारक आणि अर्थपूर्ण निर्वर्तन - लक्ष्य प्रस्थापित करून कर्मचाऱ्यांना प्रेरित केले जाते.

लोके यांच्या ध्येय-न्यासीकरण सिद्धान्तामुळे प्रेरणा-प्रक्रियेवरील संशोधनाला मोठ्या प्रमाणात चालना मिळाली आहे. ध्येय-न्यासीकरण सिद्धान्ताची उपयुक्तता तपासून पाहण्याच्या हेतूने झालेल्या संशोधनातून पुष्टिदायक - धनात्मक निष्कर्ष मिळालेले दिसतात. विशेषत: सामान्य विरुद्ध विशेष आणि कठीण विरुद्ध सोप्या ध्येयांच्या संदर्भात भाकीत करण्यासाठी हा सिद्धान्त उपयुक्त असल्याचे सिद्ध झाले आहे. कार्य - समाधानाचे भाकीत करण्यासाठीदेखील हा सिद्धान्त उपयुक्त असल्याचे आढळते.

इ) स्व-सामर्थ्य सिद्धान्त (Self-Efficacy Theory) : जीवनाच्या विविध क्षेत्रांमध्ये स्व-कर्तृत्वाच्या माध्यमातून स्वत:चा ठसा निर्माण करण्याच्या प्रक्रियेशी स्व-सामर्थ्याचा संबंध जोडता येतो. यामुळेच ढोबळपणे असे म्हणता येते, विविध परिक्षेत्रांमध्ये वावरताना आपण कार्यक्षम आहोत, परिणामकारक आहोत असा आत्मविश्वास वा

अशी भावना व्यक्तीच्या ठिकाणी निर्माण होणे म्हणजे स्व–सामर्थ्य होय.

बोधनिक–सामाजिक मानसशास्त्रज्ञ अल्बर्ट बांडुरा (१९७७) यांनी स्व–सामर्थ्य सिद्धान्त मांडला. त्यांच्या मते, ''संभाव्य परिस्थिती हाताळण्यासाठी आवश्यक असणारी कृतिमार्ग किती अचूक आणि उत्तम रीतीने अमलात आणले जातील या विषयीचा व्यक्तीचा विश्वास किंवा अंदाज म्हणजे स्व–सामर्थ्य होय.'' व्यक्तीने स्वतःच्या योग्यतांचे केलेले मूल्यमापन किंवा व्यक्तीची कार्य–निर्वर्तनाची, ध्येयाप्रत पोहचण्याची, अडथळ्यांवर यशस्वीपणे मात करण्याची क्षमता म्हणजे 'स्व–सामर्थ्य' होय.

स्टॅजकोव्हीक आणि ल्युथान्स् यांनी औद्योगिक आणि संघटनांतर्गत सकारात्मक वर्तनाचे स्पष्टीकरण देण्याच्या हेतूने 'स्व–सामर्थ्य' या संकल्पनेची अधिक विस्ताराने व्याख्या केली आहे. त्यांच्या मते, ''दिलेल्या परिस्थितीत विशिष्ट कार्य यशस्वीपणे प्रत्यक्ष कृतीत आणण्यासाठी जरूर/उपयुक्त असणाऱ्या प्रेरणा, बोधनिक आधार आणि कृतिमार्गांची जमवाजमव करण्याबाबतची व्यक्तीची खात्री किंवा विश्वास म्हणजे स्व–सामर्थ्य होय.''

थोडक्यात, व्यक्तीच्या स्वतःच्या क्षमतांबाबतचा आत्मविश्वास म्हणजे संवेदित स्व–सामर्थ्य होय. विशिष्ट परिस्थितीत व्यक्तीला काय वाटेल, तिच्या मनात कोणता विचार येईल, ती कशामुळे प्रेरित होईल आणि ती कशा प्रकारे वर्तन करील इत्यादी बाबी स्व–सामर्थ्याद्वारे निर्धारित केल्या जातात.

उच्च स्व – सामर्थ्य असणाऱ्या व्यक्ती कठीण स्वरूपाच्या कामाचा आव्हान म्हणून सामना करायला तयार असतात. त्याचप्रमाणे अशा व्यक्तींच्या ठिकाणी आपण कोणती कार्ये पार पाडू शकू आणि कोणती नाही यातील अचूक भेद ओळखण्याची क्षमता असते. परिणामी, पूर्ण न होऊ शकणारी कार्ये थांबविलेलीच बरी असा निर्णय ते इतरांच्या तुलनेने तत्काळ घेऊ शकतात.

स्व–सामर्थ्याविषयीचे विचार प्रेरणांचे – स्व नियमन करण्यासाठी महत्त्वाची भूमिका बजावतात. बहुतेक मानवी प्रेरणा बोधननिर्मित असतात. व्यक्ती स्वतःला प्रेरित करतात आणि परिपूर्ततेसाठी अपेक्षित कृती – निर्वर्तनासाठी दूरदृष्टीच्या आधारे स्वतःच स्वतःला मार्गदर्शनही करतात. प्रेरणा – पूर्तीसाठी विशिष्ट पर्यायाची निवड आणि त्यानुरूप प्रेरणा – पूर्तीच्या प्रयत्नांना प्रारंभ करण्यापूर्वी स्व – सामर्थ्य प्रक्रिया सुरू होते. सुरुवातीला व्यक्तीचा कल स्व – संवेदित क्षमतांविषयी गुण–भार, मूल्यमापन आणि माहिती संकलन याकडे असतो. त्यामुळे विशिष्ट संदर्भ परिस्थितीत दिलेले कार्य उपलब्ध क्षमतांच्या आधारे कसे पूर्ण केले जाईल या बाबतच्या विश्वासाचे संवेदन होते व हेच संवेदन पुढे वैयक्तिक सामर्थ्याच्या अपेक्षांचे प्रतिनिधित्व करते व खालील बाबींचे निर्धारण करते.

i) संदर्भ परिस्थितीमध्ये विशिष्ट काम परिपूर्ण करण्याचा निर्णय घेणे.

ii) विशिष्ट काम पूर्ण करण्यासाठी घ्याव्या लागणाऱ्या श्रमांचे, प्रयत्नांचे मूल्यविस्तार वा प्रमाण ठरविणे.

iii) आगामी येणाऱ्या समस्या वा संकटाला न जुमानता यश प्राप्त व्हावे म्हणून अखंडितपणे कराव्या लागणाऱ्या वर्तन - सातत्याचा स्तर निश्चित करणे. इ.

वरील बाबींवरून असे म्हणता येते, स्व-सामर्थ्याचा वर्तन-पर्यायांवर, प्रेरणात्मक प्रयत्नांवर, चिकाटीवर थेट प्रभाव पडतो.

ई) प्रबलीकरण सिद्धान्त (Reinforcement Theory) - थॉर्नडाईकने (१८९८) केलेल्या प्राणि-वर्तनावरील संशोधनामध्ये आधुनिक प्रबलीकरण सिद्धान्ताचे अवशेष सापडतात. मात्र या सिद्धान्ताच्या विकासामध्ये टोलमन, स्किनर आणि हल या मानसशास्त्रज्ञांचे योगदानही तितकेच महत्त्वाचे आहे. या सिद्धान्तानुसार मुख्यत: असे प्रतिपादन केले जाते, ''कोणतीही कृती वा प्रतिक्रिया ही तिच्या अंगभूत निष्पत्ती परिणामांमुळे बळावते अथवा दुबळी होत जाते. जेव्हा एखाद्या कृतीचे निष्पत्ती परिणाम समाधानकारक असतात तेव्हा ती कृती बळावते. याउलट, निष्पत्ती परिणाम असमाधानकारक असतात. तेव्हा ती कृती पुन्हा उद्‌भवण्याची शक्यता धूसर होत जाते.'' अशा रीतीने प्रत्येक कृतीमुळे उद्‌भवणारे निष्पत्ती - परिणाम हेच त्या कृतीचे प्रबलीकरण करतात. प्रबलीकरण सिद्धान्तानुसार व्यक्तीला गरज असेल त्या कोणत्याही कृति-निष्पत्तीचे प्रबलीकरण करता येते.

या सिद्धान्तामध्ये गरजा आणि प्रेरणा - प्रेरकांची अवस्था अव्यक्त स्वरूपाची आहे. त्याचप्रमाणे यामध्ये प्रेरणा - रचनाबंधातील आशयात्मक घटक शोधण्याला महत्त्व दिलेले नाही. या ठिकाणी मूलभूत कल्पना अशी आहे, जेव्हा तीच ती तत्सम परिस्थिती उद्‌भवते तेव्हा समाधान - निष्पत्तीची वर्तन - प्रतिक्रिया उद्‌भवते.

कर्मचाऱ्याच्या कार्यनिर्वर्तन - प्रयत्नांच्या प्रमाणाचे आणि पर्यायी कामाच्या निवडीचे भाकीत करण्यासाठी प्रबलीकरण सिद्धान्ताचा उपयोग होतो असे आढळते.

४.४ प्रेरणा : स्वयंशिस्त प्रारूप (Motivation : Self Discipline Model)

स्टॅण्डफोर्ड विद्यापीठातील चेता मानसशास्त्र विभागात संशोधन करणाऱ्या मिचेईल मिश्चेल, स्टोव्ह डीव्होरे आणि सहकाऱ्यांनी प्रेरणा प्रक्रियेचे 'स्वयं-शिस्त प्रारूप मांडलेले आहे. संपूर्ण जीवनात (जन्मभर) यश आणि यशस्वीता टिकावून ठेवण्यासाठी स्वयंशिस्त कशी महत्त्वाची असते, या संदर्भात १९६० च्या दशकामध्ये मिचेईल मिश्चेल यांनी संशोधनाला सुरुवात केली व त्यातूनच या सिद्धान्ताची (प्रारूप) निर्मिती झालेली आहे.

स्टॅण्डफोर्ड विद्यापीठातील चेतामानसशास्त्रज्ञ स्टोव्ह डीव्होरे आणि सहकाऱ्यांनी पुढे या प्रारूपाच्या विकासासाठी महत्त्वाचे योगदान दिलेले आहे.

आधुनिक मानसशास्त्रात 'स्वयं-शिस्त' या संकल्पनेचा अर्थ सांगताना असे वर्णन केलेले आढळते की, ''स्वत: च्या भाव भावनांवर नियंत्रण ठेवण्याची आणि स्वत:तील उणिवा वा कमतरतांवर मात करून स्व न्युनत्वाचा पराभव करण्याची क्षमता म्हणजे स्वयंशिस्त होय.''

मिचेईल मिश्चेल (१९६०) यांच्या मते ''दीर्घकालिक ध्येय संपादित करण्यासाठी तात्कालिक आनंदापासून दूर राहण्याची व तो यथावकाश, विलंबाने उपभोगण्याची क्षमता म्हणजे स्वयंशिस्त होय.''

आज आपण अशा सामाजिक व सांस्कृतिक वातावरणात जगत आहोत, की जेथे अनेक लोकांना बहुदा सर्वांनाच तत्काळ यश, संपत्ती, सुंदर यष्टी, आपुलकी वा प्रेमाचे उबदार भावसंबंध हवे असतात. आधुनिक काळातील या वरील प्रकारच्या मानसिकतेला मानसशास्त्रज्ञांनी 'तात्कालिक आनंद' (Instant Gratification) असे संबोधले आहे. पुढे असेही नमूद केले आहे की, मानवी जीवनातील अपयशाचे 'तात्कालिक आनंद प्रवृत्ती' हे एक नंबरचे प्रमुख कारण आहे.

जे लोक तत्काळ आनंद प्रवृत्तीचे मूल्य व महत्त्व नाकारतात आणि स्वयंशिस्तीचे मूल्य जाणतात, स्वयंशिस्तीच्या कौशल्यांचा विकास साधतात तेच लोक खऱ्या अर्थाने जीवनाचे शिल्पकार म्हणून ओळखले जातात. अशा व्यक्तींच्या ठिकाणी ध्येय ठरविण्याची आणि त्यात यशस्वीपणे सफलता प्राप्त करण्यासाठी प्रेरणाशक्तीला जूंपण्याची क्षमता असते. त्यांना हे माहीत असते की, कोणतेही किफायतशीर ध्येय संपादन हे वेळखाऊ असते व त्यासाठी चिकाटीने व अखंडितपणे प्रयत्न चालू ठेवावे लागतात. ते अशा ध्येयांसाठी स्वेच्छेने वेळ आणि श्रमाची किंमत मोजायला तयार असतात. ते स्वत: स्वयंकार्य प्रारंभ करणारे (Self Startes) प्रत्यक्ष कृती करणारे (does) आणि कार्यांचा यशस्वीपणे समारोप करणारे (Finishers) असतात. थोडक्यात, ते 'स्वयंशिस्तीचे' चाहते असतात.

वरील माहितीच्या आधारे असे म्हणता येते की, जीवनात दीर्घकाळपर्यंत कायम टिकून राहणारा आनंद वा यश संपादित करायचे असेल तर त्यासाठी स्वयंशिस्तीचा अंगीकार करणे अपरिहार्य आहे. आनंदाची गोष्ट अशी की स्वयंशिस्त हे एक कौशल्य असून अध्ययन प्रक्रियेद्वारे ते कोणालाही आत्मसात करता येऊ शकते. स्वयं - शिस्तीचे चेतामानसशास्त्र या शाखे अंतर्गत 'स्वयंशिस्त' प्रारूपाच्या आधारे, त्या कौशल्याचे प्रशिक्षण दिले जाते.

अपाल्या जीवनात स्वयंशिस्त आणि प्रेरणांचा विकास कसा साध्य केला जाऊ शकतो, याचे स्पष्टीकरण व अनुशंगिक प्रशिक्षण देण्यासाठी चेता-मानसशास्त्रज्ञांनी स्वयं - शिस्त प्रेरणा प्रारूप विकसित केलेले आहे. या प्रारूपानुसार स्वयंशिस्त आत्मसात करण्यासाठी आणि प्रेरणांची परिपूर्तता करण्यासाठी व्यक्तीला सात प्रकारच्या प्रक्रिया पार करव्या लागतात. या प्रक्रियांनाच येथे 'सात टप्पे' असे संबोधलेले आहे. खालील आकृती क्र. ४.१ मध्ये प्रारूपातील सात टप्पे व प्रक्रिया आणि त्यांचा परस्परसंबंध दर्शविलेला आहे.

आकृती ४.१ : स्वयंशिस्त – प्रेरणा – प्रारूप

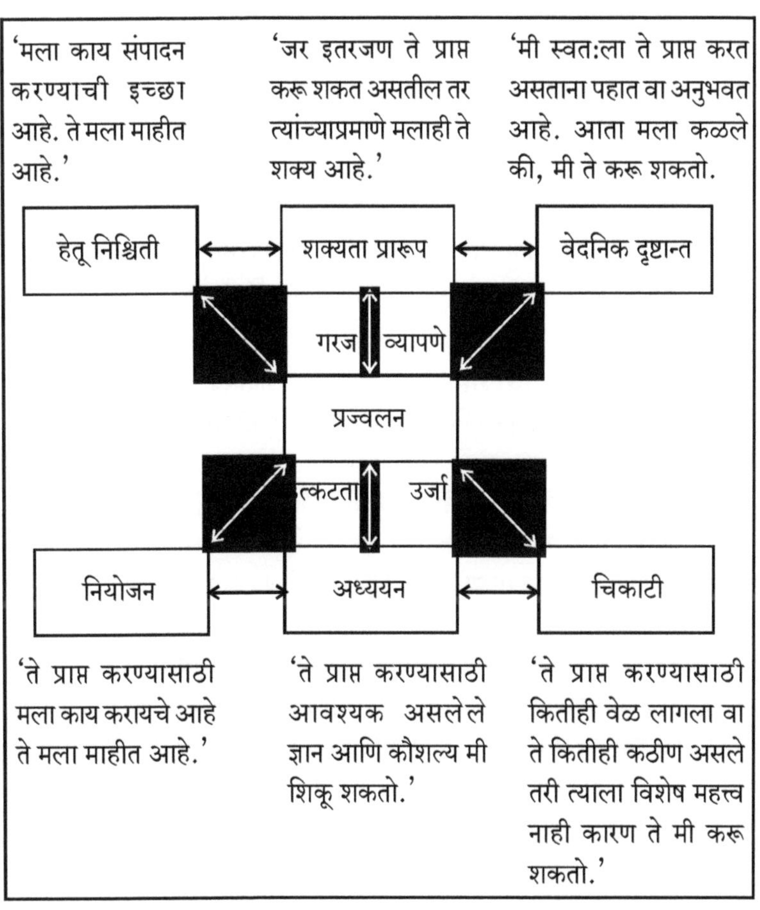

आकृतीत दर्शविल्याप्रमाणे या प्रारूपामध्ये सात प्रक्रियांचा समावेश होतो. हेतू, शक्यता आणि वेदनिक दृष्टान्त (इत्यादी) या सुरुवातीच्या तीन प्रक्रिया प्रेरणात्मक आहेत. या प्रक्रियांमुळे गरजा वा प्रेरणांची जागृती होणे, प्रेरणा प्रज्वलित होणे, प्रचोदना निर्माण होणे इत्यादींचा पाठपुरवा होतो व चौथी, भावनिक उर्जाप्रज्वलनाची प्रक्रिया सुरू होते, की ज्यामुळे ध्येय प्राप्तीची प्रक्रिया पार पडते. शेवटच्या तीन प्रक्रिया कृतीक्षम आहेत. त्यामध्ये नियोजन, अध्ययन आणि चिकाटी इत्यादी तीन कृती प्रक्रियांचा समावेश होतो. यश, आनंद आणि ध्येयप्राप्तीसाठी या कृती पार पाडणे अपरिहार्य असते. प्रारूपामध्ये समाविष्ट असलेल्या सात प्रक्रियांची संक्षिप्त माहिती खाली वर्णिलेली आहे.

१) हेतूची निर्मिती करणे – वस्तूत: आपल्याला कोणत्या गरजा वा प्रेरणा पूर्ण करावयाच्या आहेत. कोणती ध्येये वा कार्ये यशस्वीपणे तडीस न्यायची आहेत, ते अत्यंत स्पष्टपणे आणि अचूकपणे निश्चित करणे म्हणजेच हेतूची निर्मिती करणे होय. कारण असे केल्याने आपल्याला नेमके कशाचे संपादन करावयाचे आहे, ते आत्मसात करण्यामागचे कारण काय आहे आणि ते आत्मसात करण्यासाठी कोणत्या प्रकारचे प्रयत्न करावे लागतील, याबाबत तार्किक विचार सुरू होणे इत्यादी प्रक्रियांना चालना मिळते. या प्रक्रियांमुळे आंतरिक पातळीवर एक लहानशी ठिणगी पेट घेते व त्या ठिणगीतूनच पुढे प्रेरणेशी निगडित असलेल्या भावना आणि प्रचोदना प्रज्वलित होतात व उत्तरोत्तर त्यांचे प्रमाण वाढत जाते.

२) भूमिका प्रारूपांचा शोध घेणे – एकदा का आंतरिक पातळीवर हेतू वा ध्येय निश्चित झाले आणि त्या अनुरूप विचार व भावनांची निर्मिती झाली की आपण निर्धारित केलेले ध्येय या पूर्वी कोणी कोणी संपादित केलेले आहे. अशा व्यक्तींचा शोध घेणे महत्त्वाचे असते. कारण त्यामुळे आपण आपल्या ध्येयापर्यंत पोहचू शकतो यावर आपला विश्वास बसतो व माझ्यासारख्या इतरांनी जर का ते ध्येय साध्य केलेले असेल तर त्यांच्याप्रमाणे मी ही ते ध्येय साध्य करू शकतो असा विचार निर्माण होऊन तो दृढ होतो. भूमिका प्रारूपांचा शोध घेतल्यामुळे दोन प्रकारचा फायदा होते.

एक म्हणजे आपण ते ध्येय यशस्वीपणे आत्मसात करू शकतो. याबाबत खात्री पटू लागते व आत्मविश्वास वृद्धिंगत होतो. आणि दुसरा म्हणजे ते ध्येय आत्मसात करण्यासाठी इतरांनी अवलंबलेला कृती आराखडा किंवा आपल्याला आयता मिळतो की ज्याचा आपणही ध्येयप्राप्तीसाठी अवलंब करू शकतो. परिणामी, प्रेरणा वा ध्येयाशी निगडित असलेले प्रचोदना वा भावनिक जागरण अधिक वृद्धिंगत होते.

३) वेदनिक दृष्टान्त – आपण ध्येय कसे प्राप्त करू आणि ध्येय प्राप्त झाल्यानंतर

फलनिष्पत्ती म्हणून आपल्याला काय पारितोषिक मिळेल याचे स्पष्ट चित्र डोळ्यांसमोर निर्माण होणे म्हणजेच वेदनिक दृष्टान्त होय. कृती आराखड्याचा अचूक आणि परिणामकारक अवलंब केल्यावर हे चित्र प्रत्यक्षात येऊ शकते हे वेदनिक दृष्टातांमुळे कळते व त्यामुळे 'मला माहीत आहे, हे मी करू शकतो' असे विचार आता 'मला असे वाटते की, मी हे करू शकतो' या स्वरूपात परिवर्तित होतात.

४) भावना – एकदा आपण हे करू शकतो याबाबत खात्री पटली की, वेदनिक दृष्टान्त अन्विकस्वरूप धारण करतो व त्यामुळे शरीराची प्रत्येक पेशी भावना आणि उत्कटतेने भारली जाते व त्यातून पाचवी, सहावी आणि सातवी कृती प्रक्रिया पूर्ण करण्याची प्रेरणा प्राप्त होते.

५) नियोजन – आपल्या ध्येयप्रत पोहचण्यासाठी नेमके काय करण्याची गरज आहे त्या कृती निर्धारित करणे आणि या कृती पार पाडण्यासाठी व ध्येय प्रत्यक्षत: प्राप्त होण्यासाठी किती कालावधी लागेल. हे ठरविणे म्हणजेच नियोजन करणे होय. नियोजन प्रक्रियेमुळे ध्येया बाबतची उत्कंठा भावनिक ओढ वाढीस लागते ध्येय निश्चितपणे तडीस घेऊन जाऊ शकेल अशा कृती आराखड्याची निवड केली जाते.

६) ज्ञान आणि कौशल्ये – एकदा का ध्येयाधिष्ठित कृती आराखड्याची निवड केली की, त्यानुरूप आवश्यक असलेल्या कृतींची प्रत्यक्ष अंमलबजावणी करण्याची गरज निर्माण होते. साहजिकच, नियोजित कृती अचूकपणे पार पडाव्यात म्हणून आवश्यक असलेले ज्ञान आणि कौशल्ये आत्मसात करण्याला प्राधान्य दिले जाते. ज्ञान आणि कौशल्यांच्या संपादनामुळे ध्येयाप्रत पोहचण्याबाबतचा आत्मविश्वास वाढतो. विशिष्ट कौशल्यांच्या उपयोजनाबाबतची निपूणता येते. परिणामी, आपण ध्येयाच्या अधिक जवळ पोहचतो व ध्येय प्राप्तीची उत्कंठा आणि प्रेरणा अधिक वृद्धिंगत होते.

७) चिकाटी आणि पाठपुरावा – विशिष्ट ध्येयाचा सातत्याने पाठपुरावा करणे ध्येय प्राप्तीपर्यंत प्रयत्नात अखंडितता ठेवणे ध्येय पूर्ण करण्यासाठी प्रसंगी दीर्घ कालावधी लागला वा ध्येयप्राप्ती क्लिष्ट वा कठीण होऊन बसली तरी न डगमगता नियोजनात ठरविलेल्या कृती आराखड्याशी एकनिष्ट राहणे म्हणजेच चिकाटी अणि पाठपुरावा होय. थोडक्यात, जोपर्यंत ध्येय साध्य होत नाही तोपर्यंत त्याचा सातत्याने चिकाटीने पिच्छा पुरविण्याचीही प्रक्रिया आहे. यशप्राप्ती हा या प्रक्रियेचा शेवट असतो. ध्येय साध्य झाले यशाची प्राप्ती झाली की ही प्रक्रिया संपुष्टात येते.

अशा रीतीने या प्रारूपामध्ये प्ररणा प्रक्रियेचे आणि पूर्ततेचे स्पष्टीकरण दिलेले आहे.

४.५ उपयोजन – कामाच्या ठिकाणी प्रेरणा सिद्धान्ताचा उपयोग करणे (Application Using Motivation Theory at Work)

प्रस्तुत प्रकरणात विविध वैचारिक अंगांनी प्रेरणा सिद्धान्ताचे विवेचन केलेले आहे. त्या सर्वांना एकत्र घेऊन कार्यवर्तनाची मीमांसा केल्याने निर्वर्तनाविषयी बहू-व्यापक दृष्टिकोन प्राप्त होतो. कार्यनिर्वर्तनाचे विश्लेषण करण्यासाठी प्रेरणा सिद्धान्तामुळे विशिष्ट दिशा प्राप्त होते. तथापि, त्यासाठी व्यवस्थापकांचा सक्रिय सहभाग आवश्यक असतो; त्याचप्रमाणे खालील काही विशिष्ट घटक विचारात घेणेही आवश्यक असते.

i) कार्यक्रम – व्यवस्थापकाने नेहमी मनात ठेवले पाहिजे, कामापासून कर्मचाऱ्यांना अभिप्रेत असलेल्या गरजा आणि इच्छांमध्ये वैयक्तिक – भिन्नता आढळते. या संदर्भात प्रबलीकरण सिद्धान्तामुळे व्यवस्थापकाला अशी माहिती मिळण्यास मदत होते, की कर्मचाऱ्याची इच्छा असेल तर त्या प्रकारच्या कार्यनिष्पत्तीमुळे कार्य – वर्तनाला बळकटी प्राप्त होते. अपेक्षावस्था सिद्धान्तानुसार कार्यनिष्पत्तीमध्ये विविधता असते व ती व्यक्तीला जाणवणाऱ्या निष्पत्तीच्या महत्त्वपूर्णतेवर अवलंबून असते. ध्येयन्यासीकरण सिद्धान्त असे सांगतो, कर्मचाऱ्याने ध्येयाशी वचनबद्ध राहिले पाहिजे आणि गरज सिद्धान्त असे प्रतिपादन करतो, व्यक्तीच्या गरजा भिन्न-भिन्न असतात व त्या गरजांची कामाच्या ठिकाणी पूर्तता करण्याचा प्रयत्न केला जातो.

ii) अपेक्षित निष्पत्ती – उत्पादनक्षमता आणि अपेक्षित निष्पत्ती या दोहोंमध्ये थेट संबंध प्रस्थापित होणे आवश्यक असते. अपेक्षावस्था आणि प्रबलीकरण सिद्धान्तामधून असे संवेदित होते, निर्वर्तन अपेक्षित निष्पत्तीचे प्रतिनिधित्व करते. ध्येय – न्यासीकरण सिद्धान्तानुसार प्रतिभरणामुळे उत्पादनक्षमता आणि अपेक्षित – निष्पत्तीमधील संबंधांची माहिती मिळते.

iii) आंतरिक समाधान – आंतरिक समाधानाची संधी अधिकाधिक वाढविली पाहिजे. या संदर्भात बहुतेक सिद्धान्त असे सूचित करतात, आंतरिक समाधानात वाढ झाल्यामुळे कर्मचाऱ्यांचे कामातील गुंतवणुकीचे प्रमाणही वाढते.

iv) कार्य – वातावरणाचे स्वरूप विचारात घेतले पाहिजे. इत्यादी बाबी विचारात घेऊन कर्मचाऱ्यांच्या निर्वर्तनात सुधारणा घडवून आणण्यासाठी खालीलप्रमाणे कार्यक्रम राबविले जातात.

आंतरनिरसन कार्यक्रम

कर्मचाऱ्यांच्या कार्य – निर्वर्तनात सुधारणा करण्याच्या हेतूने राबविण्यासाठी व्यवस्थापकांना उपयुक्त ठरतील असे काही औपचारिक कार्यक्रम सांगता येतात. बहुतेक

कार्यक्रम कोणत्या ना कोणत्या प्रेरणा सिद्धान्तावर आधारित असतात. १९७० च्या दशकामध्ये संशोधकांच्या ठिकाणी अशा कार्यक्रमांबाबत अधिक अभिरुची निर्माण झालेली दिसते. काट्झेल, बीनस्टॉक आणि फाएर्स्टिन यांना त्यांच्या पाहणीत १०३ कार्यक्रम आढळून आले. त्यातील काही कार्यक्रम खालीलप्रमाणे-

i) वेतन प्रलोभन योजना – या कार्यक्रमानुसार आर्थिक पारितोषिकाच्या मोबदल्यात कर्मचारी – निर्वर्तन प्रेरित करण्याचा प्रयत्न केला जातो. त्यासाठी विविध प्रकारच्या आर्थिक प्रलोभनांची योजना केली जाते. उदा., – रोख रक्कम देणे, मौल्यवान वस्तू देणे, आर्थिक सेवा वा विशिष्ट हक्क वा अधिकार प्रदान करणे, इत्यादी. प्रलोभन योजना राबविताना दोन गोष्टी विचारात घेणे अत्यावश्यक असते. एक म्हणजे ज्याचा प्रलोभन म्हणून उपयोग करावयाचा आहे त्याची प्रलोभन म्हणून कर्मचाऱ्याला अभिलाषा निर्माण झाली पाहिजे आणि दुसरे म्हणजे कर्मचाऱ्याला मिळणाऱ्या प्रलोभनाबाबत "प्राप्त करणे शक्य आहे पण निश्चित काही सांगता येत नाही." असे संवेदन झाले पाहिजे, जेणेकरून कार्य – निर्वर्तनाची प्रेरणा निर्माण होईल; अशा प्रकारचे प्रलोभन असावे.

ii) कामाचा – पुनर्आराखडा तयार करणे – बाह्य प्रेरणांमध्ये वाढ करण्यासाठी वेतन – प्रलोभन योजना उपयुक्त ठरते तर आंतरिक प्रेरणा वाढविण्यासाठी व त्यांच्या पूर्तता – समाधानात वृद्धी करण्यासाठी पुनर्आराखडा योजनेचा अवलंब केला जातो. त्यामध्ये कामाचे आंतरिक मूल्य वाढविण्याकडे उदा., दर्जा, प्रतिष्ठा – प्रतीके, अधिकार वाढविण्याकडे कल असतो. कामाचा पुनर्आराखडा तयार करताना – **i) उच्च** – स्तरावरील गरजांचे समाधान होईल अशी संधी अधिकाधिक देणे. **ii) कार्य**– समाधाना बरोबरच आंतरिक समाधानही वाढेल अशी योजना करणे. **iii) आर्थिकेतर निष्पत्ती** – परिणामांमध्ये वाढ करणे. **iv) स्व–निर्धारित ध्येय**– पूर्तीची संधी देणे. (v) अनाकलनीय पारितोषिकांची योजना तयार करणे इत्यादी हेतू सफल होतील याची दक्षता घेतली जाते.

iii) वर्तन–संपरिवर्तन (Behaviour Modification) – संघटनांतर्गत काम करणाऱ्या कामगारांच्या निर्वर्तनात सुधारणा घडवून आणण्याच्या हेतूने वर्तन – परिवर्तन कार्यक्रमांची आखणी आणि अंमलबजावणी मोठ्या प्रमाणावर झालेली दिसते. गिलेन आणि हिमबर्ग १९८० यांना एका अहवालामध्ये अशा प्रकारचे १४ वर्तन – परिवर्तन कार्यक्रम आखलेले आढळून आले. बहुतेक कार्यक्रमांमध्ये कर्मचाऱ्यांचे आंतरवैयक्तिक कौशल्य वाढविण्याच्या योजनांचा समावेश होतो. विशेषत: कामगार भरतीच्या वेळी मुलाखत देताना आंतरवैयक्तिक कौशल्यात वाढ करण्याच्या हेतूने विविध योजना दिलेल्या होत्या.

काट्झेल (१९८०) यांनी प्रेरणा वृद्धीच्या हेतूने वर्तन–परिवर्तनाच्या अनेक प्रशिक्षण

– कार्यक्रमांची रचना केली होती. उदा. – वर्तनात्मक तंत्राच्या आधारे कर्मचाऱ्यांचा सामाजिक विकास, भाषा–विकास आणि वैयक्तिक नियंत्रणास हातभार लावला जातो.

सराव प्रश्न :

प्र. १) खालील प्रश्नांची थोडक्यात उत्तरे लिहा.

१) 'प्रेरणा' म्हणजे काय सांगून प्रेरणा–प्रक्रियेचे स्वरूप स्पष्ट करा.
२) प्रेरणांचे प्रकार सांगा.
३) मॅस्लोचा 'गरजांची अधिश्रेणी' सिद्धान्त स्पष्ट करा.
४) अल्डरफरच्या मते मुख्य गरजांचे किती प्रकार पडतात ते संक्षिप्तपणे सांगा.
५) अपेक्षावस्था सिद्धान्ताचे वर्णन करा. सिद्धान्त सिद्धान्त

प्र. २) टिपा लिहा.

१) द्वि–घटक सिद्धान्त.
२) गरजांची अधिश्रेणी.
३) दुय्यम प्रेरणा.
४) प्रचोदना.
५) प्रलोभन.
६) आत्मवास्तविकीकरण.
७) संपादन प्रेरणा.
८) प्रबलीकरण सिद्धान्त.

प्र. ३) खालील प्रश्नांची मुद्देसूद आणि सविस्तर उत्तरे लिहा.

१) 'प्रेरणा' या संकल्पनेची व्याख्या सांगून हर्झबर्ग आणि मॅकक्लीलँड यांनी मांडलेल्या प्रेरणा–सिद्धान्ताची चर्चा करा.
२) 'स्वयंशिस्त' म्हणजे काय? 'स्वयंशिस्त' विकसित करण्यासाठी पार कराव्या लागणाऱ्या टप्प्यांची सोदाहरण चर्चा करा.
३) प्रेरणाविषयक ध्येय न्यासीकरण सिद्धान्त आणि स्व–सामर्थ्य सिद्धान्त सोदाहरण स्पष्ट करा.
४) कामाच्या ठिकाणी विविध परिस्थिती हाताळतांना प्रेरणा सिद्धान्त कसे उपयुक्त ठरतात? सोदाहरणासह सांगा.
५) निर्वर्तन – समाधान सिद्धान्त आणि समतुल्यता सिद्धान्ताची सविस्तर चर्चा करा.

संदर्भसूची

1) Berry, L. M. (1998), 'Psychology at Work : An Introduction to Industrial and Organizational Psychology, '2nd Ed., McGraw Hill.'

2) Blum, M. L. and Naylor, J. C. (1984), Industrial Psychology, C. B. S. Publishers and Distributors, Delhi.

3) Luthans, F. (1995) 'Organizational Behaviour', 7th Ed., New York : McGraw Hill.

4) Robbins, S. P. and Sanghi, S. (2007) 'Organizational Behaviour', 11th Ed., New Delhi : Pearson Education.

5) Schultz, D. and Schultz, S. E. (2006), 'Psychology and Work Today', 8th Ed. : Pearson Education.

१) इनामदार मु. कृ., गाडेकर के. ना., पाटील अ. (२००६) 'आधुनिक सामान्य मानसशास्त्र', डायमंड पब्लिकेशन्स, पुणे.

२) नरके हि., बर्वे बा. (१९९९) 'मनोमापन व संख्याशास्त्र', प्रेरणा एजन्सी, औरंगाबाद.

३) भाषा संचनालय, महाराष्ट्र शासन, (१९९१) मानसशास्त्र परिभाषा कोश.

४) पलसाने म. न., नवरे स. (२००३) 'उपयोजित मानसशास्त्र', कॉन्टिनेन्टल प्रकाशन, पुणे.

५) पंडित र. वि. आणि पांढरीपांडे प. श्री. (१९८०) 'कर्मचारी आणि औद्योगिक मानसशास्त्र', महाराष्ट्र विद्यापीठ ग्रंथ निर्मिती मंडळासाठी, सुविचार प्रकाशन, धंतोली, नागपूर.

६) पंडित र. वि., कुलकर्णी अ. वि., गोरे चं. वि. (१९९९). मानसशास्त्र : औद्योगिक आणि व्यावसायिक उपयोजन, पिंपळापुरे ॲन्ड कं. पब्लिशर्स, नागपूर.

www.ingramcontent.com/pod-product-compliance
Ingram Content Group UK Ltd.
Pitfield, Milton Keynes, MK11 3LW, UK
UKHW041835190726
13854UKWH00002B/546